ഗ്രീൻ ബുക്സ്

ചീങ്കണ്ണ്യാ...സ്റ്റോ...

വിനോദ് നീട്ടിയത്ത്

തൃശ്ശൂർ ജില്ലയിലെ മുള്ളൂർക്കരയിൽ ജനനം.
ആദ്യ പുസ്തകം "മുള്ളൂർക്കര വഴി
കാഞ്ഞിരശ്ശേരിക്ക്" 2017ൽ പ്രകാശിതമായി.
മുപ്പതോളം ചെറുകഥകളെഴുതിയിട്ടുണ്ട്.
ഗുജറാത്തിലെ അഹമ്മദാബാദിൽ ബിസിനസ്സ് ചെയ്യുന്നു.
Email: vinuneetiyath@gmail.com

കഥ

ചീങ്കണ്ണ്യാ... സ്റ്റോ...

വിനോദ് നീട്ടിയത്ത്

ഗ്രീൻ ബുക്സ്

green books private limited
gb building, civil lane road, ayyanthole,
thrissur- 680 003, kerala, ph: +91 487-2381066, 2381039
website: www.greenbooksindia.com
e-mail: info@greenbooksindia.com

malayalam

cheenkannyaa... sto...

story

by

vinod neettiyath

published october 2022

cover design & painting : das wadakanchery

printed in india
repro india ltd

branches:
thrissur 0487-2422515
thiruvananthapuram 0471-2335301
calicut 0495 4854662

isbn : 978-93-95878-03-6

GBPL/1262/2022

സമർപ്പണം

അച്ഛനും അമ്മയ്ക്കും...

കരയാനും ചിരിക്കാനുമൊക്കെ കൂട്ടിരുന്നവന്,
വിനീത് നീട്ടിയത്തെന്ന അനിയന്...

രാജൻ ചെറിയച്ഛൻ, മോഹനൻ ചെറിയച്ഛൻ,
നിഷാദ്, ചിന്മയ് യാഗ്നിക്, ഹേമന്ത് ദവെ
തുടങ്ങി എന്റെ മുന്നിലവതരിച്ച സകലമാന
ഭൂലോക ചീങ്കണ്ണികൾക്കും...

ഭൂമിയിലെ എത്രയോയിടത്ത് ഒരുമിച്ച്
യാത്ര ചെയ്തതാണ്, ഝാർഖണ്ഡിലെ
ഞങ്ങളെന്നുമുറങ്ങുന്ന ലക്കി ഇന്ത്യ ഹോട്ടലിലുണ്ടായ
തീപിടുത്തത്തിൽ ഇല്ലാതായ മുകേഷ്ഭായിയെന്ന
സുന്ദരനായ ചീങ്കണ്ണിക്ക്...
ചീങ്കണ്ണിസത്തിന്റെ പ്രചാരകനാക്കാൻ യോഗ്യൻ,
എന്റെ ജീവിതം മാറ്റിമറിച്ചയാൾ,
ചീങ്കണ്ണികളുടെ ചീങ്കണ്ണി, ഭഗവാൻ ഗുജ്ജർ
എന്ന എന്റെ പ്രിയമിത്രത്തിന്...

ജീവിതത്തിൽ പലപ്പോഴായി മുന്നിലിനിയും
പ്രത്യക്ഷപ്പെടാൻ സാധ്യതയുള്ള ചീങ്കണ്ണികൾക്ക്...

എന്റെ കുടുംബത്തില് ഐശ്വര്യം
വാരിവിതറുന്ന സുന്ദരിക്കുട്ടികൾക്ക്...

ഉള്ളടക്കം

ആമുഖം

ഇതൊരു രേഖപ്പെടുത്തലും കൂടിയാണ്. പതിനെട്ടുവർഷത്തെ എന്റെ ഗുജറാത്ത് ജീവിതത്തിന്റെ അക്ഷരാവിഷ്കാരം.

രണ്ടായിരത്തിപതിനേഴിൽ "മുള്ളൂർക്കര വഴി കാഞ്ഞിരശ്ശേരിക്ക്" എന്ന എന്റെ ആദ്യ പുസ്തകം, തൃശ്ശൂരും കേരളവുമൊക്കെക്കടന്ന് ലോകത്തവിടെയിവിടെയുള്ള മലയാളികൾ, പ്രത്യേകിച്ചും നാട്ടിൻപുറങ്ങളിലും പച്ചമണ്ണിലൂടെയും ചവിട്ടി നടക്കാൻ ആഗ്രഹിച്ചവർ പുസ്തകത്തെയും ആ പേരിനെയും സ്നേഹത്തോടെ ചേർത്ത് പിടിച്ചതിന്റെകൂടി അനന്തര ഫലമാണീ പുസ്തകം.

ചെല ചങ്ങായ്മാര്ണ്ട്, മ്മള് വിചാരിച്ചേക്കാ മോളിലാ കേറിപ്പൊട്ടും... ചെലോര് മ്മടെ ലൈഫിനെണ്ടല്ലോ, ഫുൾ പോസിറ്റീവിൽക്ക് നൂറ്റെൺപത് ഡിഗ്രീല് തിരിച്ചാവെച്ചിട്ട്, ദൊക്കെന്തൂട്ടാ..സ്റ്റാ..ന്നും പറഞ്ഞ് തോളിക്കൂടി കയ്യിട്ട് ചേർന്നാ നടക്കും. ഒന്നുമറിയാത്തപോലെ...

ഈ ഭൂഗോളത്തില് ഒരു സംഗതി മര്യായയ്ക്കറിയിണ്ടാവില്ല്യ... ന്നാലും മുന്നില് നിക്കണ ചുള്ളന്റെ കണ്ണുമ്മിൽക്കാ നോക്കീട്ട് ഹൈ കോൺഫിഡൻസില് ഒരു പെർഫോമൻസ്ണ്ട്. ലോകം മുഴുവൻ കീഴടക്ക്യോനായാലും അയിന്റെ മുമ്പില് മുട്ടാ മടക്കും.

പ്പങ്ങള് വിചാരിക്കും ഈ പറയണതൊക്കെ വെള്ളപ്പങ്ങാടീല് വെള്ളപ്പണ്ടാക്കിടണപോലെ ട്ടീം... ട്ടീം... ട്ടീം ച്ച്ട്ട് നടക്കുംന്ന്... ലേശം പണീണ്ട് ട്ടാ...

അങ്ങനെ ആകെ മൊത്തം ടോട്ടല്, മ്മളെ വല്ലാണ്ട് ഞെട്ടിക്കണ ചില ഗഡ്യോളെ ഞങ്ങള് ത്രിശ്ശൂക്കാര് വിളിക്കണൊരു വിളീണ്ട്.

ഇവെന്തൂട്ടാ സാനം... ചീങ്കണ്ണ്യാ...

സ്നേഹത്തോടെ

വിനോദ് നീട്ടിയത്ത്

പരാജിതന്റെ പലായനം

തൃശ്ശൂർ ജില്ലയിലെ മുള്ളൂർക്കരയെന്ന വള്ളുവനാടൻ ഗ്രാമപ്രദേശത്തുന്ന് 'എറണാകുളം ഓഖ' എക്സ്പ്രസ്സിൽ അഹമ്മദാബാദിലേക്ക് യാത്രയാക്കാൻ കൂടെ വന്ന വീട്ടുകാർക്കൊപ്പം ഷൊർണൂർ സ്റ്റേഷനിൽ നിൽക്കയാണ്. പഠിച്ച പണി പതിന്നാലും പയറ്റി നോക്കിയിട്ടും പത്രത്തിലെ പരസ്യങ്ങളൊക്കെ തപ്പി തൃശ്ശൂരിലെ പ്രശസ്തമായ കാർവില്പന കേന്ദ്രത്തിൽ ആരുമറിയാതെ ഇന്റർവ്യൂന് പോയി വിൽപ്പനവിഭാഗത്തിൽ ട്രെയിനിയായി സെലക്ട് ചെയ്തിട്ടും അപ്പോയിന്റ്മെന്റ് ലെറ്റർ അച്ഛൻ നാട്ടാരുടെ മുന്നിലിട്ട് കത്തിച്ച് അതിന്റെ മുകളിൽ ഒരുപിടി പച്ചമണ്ണ് വാരിയിടുകയാണുണ്ടായത്.

"ഇവിടെനിന്നാൽ നീയൊരു കാലത്തും ശരിയാവില്ല" എന്ന 'മൻകി ബാത്' കേട്ടുകേട്ട് നിരാശയും നിരാലംബതയും കുമിഞ്ഞുകൂടുമെന്ന സ്ഥിതിയായപ്പോൾ ഞാനതിന് സമ്മതിച്ചുകൊടുക്കയായിരുന്നു.

അടിയറവ് പറയുകയായിരുന്നു.

പരാജയപ്പെട്ട് പലായനം ചെയ്യുകയായിരുന്നു.

ദീർഘദൂരയാത്രയുടെ മുന്നോടിയായ സകലവിധ ടെൻഷനും പേടിയുമെല്ലാം സാമാന്യം നല്ല രീതിയിൽ എന്നെ കീഴ്പ്പെടുത്തിക്കഴിഞ്ഞിരിക്കുന്നു. ആറാം നമ്പർ പ്ലാറ്റ്ഫോമിലെ നിലാവെളിച്ചത്ത് അച്ഛനുമമ്മയും നാളിതുവരെയില്ലാത്ത പ്രതീക്ഷയോടെ ഇടയ്ക്കിടയ്ക്കെന്നെ നോക്കുന്നുണ്ടായിരുന്നു.

കുറേ മാസങ്ങൾക്കു ശേഷമാണ് അച്ഛന്റെ ഫേസിലൊരിത്തിരി പ്രകാശമുള്ളതായിട്ടെനിക്ക് തോന്നുന്നത്, പ്രത്യാശയുടെ പ്രകാശം. പത്തുമുപ്പതു കൊല്ലക്കാലം മുംബൈയിലും പിന്നെ ഗൾഫ് രാജ്യത്തുമൊക്കെപ്പോയി ഒന്നുമില്ലായ്മയിൽനിന്നുമൊന്നിനോളം പോന്ന ഞങ്ങളെയൊക്കെ സ്നേഹംകൊണ്ട് പൊതിഞ്ഞയാളാണ്, ഗൾഫുപെട്ടി തുറന്ന് ഞങ്ങടെയൊക്കെയുള്ളിൽ യാർഡ്ലി മണം

നിറച്ചയാളാണ്, തൃശൂർ റൗണ്ടിലെ ഫ്ളക്സ്ബോർഡിൽ പോലും ടൈറ്റാൻ എന്ന് കാണാത്തവർക്ക് ആ കമ്പനീടെ വാച്ച് വരുമ്പ വരുമ്പ സമ്മാനിച്ചയാളാണ്, അത്തറുമണക്കുന്ന അയൽക്കാർക്കിടയിൽ വർഷങ്ങളോളം ബ്രൂട്ടിന്റെ പരിമളം നിറച്ചയാളാണ്, പച്ചയും നീലയും വെള്ളയുമൊക്കെ നിറത്തിൽ അന്നുവരെ നാടുകാണാത്ത ചെരുപ്പുകൾ കുടുംബക്കാർക്ക് സമ്മാനിച്ചയാളാണ്, വൃത്താകാരത്തിലുള്ള ചോക്ലേറ്റുപ്പെട്ടിയിൽ ഒറ്റപ്പീസ് മധുരം തന്ന് ഞെട്ടിച്ചയാളാണ്. സിനിമയിലൊക്കെമാത്രം കണ്ടപോൽ വെള്ളിയാഴ്ചകളിൽ മണിക്കൂറുകളോളം വരിനിന്ന് നാട്ടിലേക്ക് വിളിച്ച് വിവരങ്ങളറിഞ്ഞ് ടെൻഷനടിച്ചയാളാണ്, മക്കളുടെ പഠിപ്പിനും വീടുപണിക്കുംമുന്നേ അറബി സ്നേഹത്തോടെ ഒപ്പിട്ട് നൽകിയ ടെർമിനേഷൻലെറ്റർ നെഞ്ചോടു ചേർത്ത് ഒമാനിലെ ഇനിയൊരിക്കലും തണുക്കാത്ത എ.സി മുറിയിൽ കണ്ണുനിറച്ചുറങ്ങാതെ കിടന്നയാളാണ്, തൊട്ടടുത്തദിവസവും മറക്കാതെ നാട്ടിലേക്ക് ഉപ്പുരസമുള്ള ഡിമാൻഡ് ഡ്രാഫ്റ്റെന്ന ഗൾഫുകാരോട് വീട്ടുകാർക്കുള്ള സ്നേഹത്തെ തപാലിൽ പറഞ്ഞയച്ചയാളാണ്, ജോലിയവസാനിപ്പിച്ച് നാട്ടിലെത്തിയപ്പോൾ ഞാനടക്കമുള്ളവരെ ഗൾഫിലേക്ക് ജോലിക്കായി നാടുകടത്തിയില്ലായെന്ന് വന്നോരും പോയോരും പറയണത് കേട്ട് ചിരിയെ മൂന്നുകൊണ്ട് ഹരിച്ച് ആവശ്യത്തിന് നാണക്കേടും കഴിവില്ലായ്മയും ചേർത്ത് വന്നവർക്കുമേൽ ചൊരിഞ്ഞയാളായാണ്. നാട്ടിലെത്തി രണ്ടുമൂന്ന് വർഷങ്ങൾക്കപ്പുറമൊരു ദിവസം കയ്യിലെ അവസാന നൂറുരൂപ അനിയന്റെ കയ്യിൽ കൊടുത്തിട്ട് "അച്ഛന്റെ കയ്യിലെ പൈസ കഴിഞ്ഞുഡാ, നീ പോയി അരി വാങ്ങി വാ" എന്നു പറഞ്ഞ് വരാനിരിക്കുന്ന ഭീകരഭാവിയെയോർത്ത് നെടുവീർപ്പിട്ട് കരഞ്ഞയാളാണ്.

അച്ഛന്റെ മുഖത്ത് ചിരിവിരിഞ്ഞിട്ട് കുറേനാളായി. ഇന്ന് പക്ഷേ ഞാനെന്ന പ്രതീക്ഷയ്ക്കു മുൻപിൽ അത് വീണ്ടും തെളിയാൻ കാരണക്കാരനായതിൽ എനിക്കഭിമാനം തോന്നി.

വണ്ടി വരാൻ ഇനീം സമയമുണ്ട്. ട്രെയിനിൽ ആദ്യമായി യാത്ര ചെയ്യാനൊരുങ്ങുന്നതോണ്ട് അച്ഛന്റെ നിർദ്ദേശപ്രകാരം ട്രെയിനിങ്ങിനായി കൂടെവന്ന സങ്കടമാമൻ, ദി സെയിം ആറാംനമ്പറിൽ വന്ന മറ്റൊരു തീവണ്ടിയിൽ എന്റെ കയ്യും പിടിച്ച് ചാടിക്കയറി, സുന്ദരിയായ എയർഹോസ്റ്റസിനെ പോലെ എനിക്കുമുന്നിൽനിന്ന് ചടുലമായ ആംഗ്യവിക്ഷേപങ്ങളാൽ വിവരിച്ചു കൊണ്ടിരുന്നു. ഒരു കമ്പാർട്ട്മെന്റിൽ എഴുപത്തിരണ്ടുപേർക്കാണ് യാത്ര ചെയ്യാൻ കഴിയുന്നത്. ലോവർ, മിഡിൽ, അപ്പർ കൂടാതെ സൈഡ് ലോവർ ആൻഡ് സൈഡ് അപ്പർ. മുകളിൽനിന്ന് ഓക്സിജൻ താഴേക്ക് ഓട്ടോമാറ്റിക്കായി വരുമെന്നും ആദ്യം സ്വയം രക്ഷപ്പെടുക,

പിന്നെ മറ്റുള്ളവരെ രക്ഷപ്പെടുത്തുക എന്നതൊഴികെ ബാക്കിയെല്ലാം സങ്കടമാമനെന്ന എക്സ്പീരിയൻസ്ഡ് തീവണ്ടിഹോസ്റ്റസ് വിശദമാക്കി. കാര്യങ്ങൾ ഏതാണ്ട് മനസ്സിലായി. ട്രെയിൻ എടുക്കുന്നേന്റെ മുന്നേ ഇറങ്ങണമെന്ന ചിന്തയിൽ വാതിലിനടുത്തേക്ക് നീങ്ങിയ എന്റെ കൈ പിടിച്ച് മാമൻ നേരെ പോയത് ട്രെയിനിലെ ടോയ്ലറ്റിലേക്കാണ്. ഞാനെന്റെ തള്ളവിരലും ചൂണ്ടാണി വിരലും വിദഗ്ധമായി യൂസ് ചെയ്തിട്ടും ഒരുമാതിരി വെടിമരുന്നിന്റെ ഫീലുള്ള ഗന്ധം മൂക്കിൽ തുളച്ചുകയറി. ഇതിനിടയിൽ മാമൻ ക്ലോസെറ്റിനു മുകളിലിരുന്നു.

“ദിങ്ങനാണ് ഇതിമ്മേ ഇരിക്കണെത്, പ്ലാസ്റ്റിക്കിന്റെ ഒരു വെള്ളം കുപ്പി കയ്യിൽ പിടിക്കണം, വെള്ളം ബ്ടന്ന് കിട്ടും നാലും ഇയ്യ് കൊണ്ടൊരേ, ഇല്ലാച്ചാൽ ചെൽപ്പോ ‘ടൂഞ്ചിയാ’ പോവും അത്രേള്ളൂ. വേറെ കൊഴപ്പൊന്നൂല്ല്യ, ആ പിന്നേയ് ഇയിനകത്ത് കപ്പുല്ല്യാ ഒരു മയിലുല്ല്യ.”

എനിക്ക് മനംപുരട്ടിവന്നു. ടോയ്ലറ്റിൽനിന്നും പുറത്തിറങ്ങിയെങ്കിലും സ്ഥിരമായി തിരുനെൽവേലിയിലേക്ക് പോക്ക്വരവ് നടത്തിയിരുന്ന മാമൻ, വാതിൽ കുറ്റിയിടാതെത്തന്നെ മടക്കികുത്തിയ ഡബിൾമുണ്ടിന്റെ ഇടത്തേ സൈഡ് പൊക്കിപിടിച്ച് അതിശക്തമായി മൂത്രം ചിതറിച്ചുകൊണ്ട്, ആള് സ്ഥിരമായി വല്ലപ്പോഴും പാടുന്ന പാട്ടും പാടിക്കൊണ്ടിരുന്നു. ‘വെള്ളിച്ചില്ലും വിതറി തുള്ളിത്തുള്ളിയൊഴുകും’ ഇത്രേമായപ്പോൾ മുണ്ട് താഴോട്ടിട്ട് മൂത്രവും പാട്ടും ഒറ്റയടിക്ക് നിർത്തി ടോയ്ലറ്റിൽ ഒരു തുള്ളി വെള്ളമൊഴിക്കാതെ പുറത്ത് വന്നിട്ടെന്നോട് പറഞ്ഞു,

“ഒരൊറ്റ മറ്റോന്മാര് വെള്ളൊഴിക്കില്ല, പിന്നെങ്ങനെ നന്നാവും റെയിൽവേ, കഷ്ടം.”

ട്രെയിൻ പതുക്കെ ഞരങ്ങി നീങ്ങിയതിനൊപ്പമുള്ള ആ ടിന്റി സെക്കന്റ് നീണ്ട ഹോണടിയുടെ അമരത്തിൽ ഞാനൊന്നാഞ്ഞ് ഞെട്ടി. അകന്നകന്നു നീങ്ങിക്കൊണ്ടിരിക്കുന്ന ട്രെയിനിലെ ജനൽ കമ്പിക്കിടയിലൂടെ ആദ്യവളവ് തിരിയുന്നതുവരെ ഞാനവരെ നോക്കിയിരുന്നു. എന്റെ കണ്ണുകൾ നിറഞ്ഞൊഴുകി, അച്ഛനും അമ്മയും സങ്കടമാമനും കണ്ണു തുടച്ച് കൈ പൊക്കി യാത്രയാക്കി.

ട്രെയിനിൽ രാജിച്ചേച്ചിയെന്നു ഞാൻ വിളിക്കുന്ന ചെറിയമ്മയും കുട്ടികളുമുണ്ട്. അവരുടെ വീട്ടിലാണ് ഞാൻ ഗുജറാത്തിൽ താമസിക്കാൻ പോകുന്നത്. മുംബൈയിൽ മോൾടെകൂടെ സ്ഥിരതാമസമായ അച്ഛമ്മയുമുണ്ട്. നാട്ടിൽ കുറച്ച് മാസങ്ങൾ മറ്റുമക്കളോടൊത്ത് താമസിച്ച് ഇനി ഇളയമകന്റെ കൂടെ താമസിക്കാനാണ്

അച്ഛമ്മേടെ പ്ലാൻ, അതെനിക്ക് വലിയ ആശ്വാസമാണ്. കാരണം അച്ഛമ്മ എപ്പോളും സ്നേഹിച്ചുകൊണ്ടേയിരിക്കും, കെട്ടിപ്പിടിക്കും, കവിളത്തും കൈയിലും ഉമ്മവെക്കും, ഞാനാ മടിയിൽ തലവെച്ച് കിടക്കും. എന്റെ മുടിയിഴയിൽ അച്ഛമ്മടെ കൈവിരലുകൾ ഓടി നടക്കും. പാറിപ്പറന്ന മുടിയിൽ എണ്ണയില്ലാത്തതിന് എന്നുമെന്ന പോലെ ചിരിച്ചുകൊണ്ടെന്തെങ്കിലും പറയും. എന്റെ വിരൽ മടക്കി അമർത്തി പൊട്ടിച്ചുതരും. അച്ഛമ്മയ്ക്ക് ഒരിക്കലും നിവരാത്ത ഒരു വിരലുണ്ട്. ആ വിരലിൽ നഖമമർത്തി ചുളിവുവീണ മുഖത്തേക്ക് നോക്കിയിരിക്കും. വലിയ ഭാവവ്യത്യാസമില്ലാതെ അച്ഛമ്മ വീണ്ടും എന്റെ തലയിൽ ഉറുമ്പരിക്കുന്ന വേഗതയിൽ വിരലോടിച്ചുകൊണ്ടിരിക്കും. ഉറക്കത്തിലേക്ക് വഴുതിവീഴാൻ തയ്യാറായ എന്നെ, നല്ല തണുപ്പുള്ളതും ഉള്ളിൽ പഞ്ഞി കുറവുള്ളതുമായ കിടക്കയിൽ കിടത്തി പുറത്ത് രണ്ട് തട്ടും തട്ടി പതുക്കെ ഒഴുക്കിവിടുമായിരുന്നു.

ട്രെയിനിൽ ഇടയ്ക്കിടയ്ക്ക് വന്നുകൊണ്ടിരുന്ന പഴംപൊരിയും ചായയും വല്ലപ്പോളും വന്നിരുന്ന പരിപ്പുവടയുമെല്ലാം കൂടെയുള്ളവർ ആർത്തിയോടെ കഴിക്കുന്നത് നോക്കിയിരുന്നു. പക്ഷേ എനിക്കതൊന്നും തൊടാൻ പോലും തോന്നിയില്ല.

എന്റെ കണ്ണുകൾ നിറഞ്ഞൊഴുകികൊണ്ടിരുന്നത് പഴംപൊരി തിന്നാഞ്ഞിട്ടാണെന്ന് കാണുന്നവർക്ക് തോന്നുമെങ്കിലും സത്യത്തിൽ വീട്ടുകാരെയും കൂട്ടുകാരെയുമൊക്കെ ഇനിയെന്ന് കാണാൻ കഴിയുമെന്ന ആന്തൽ നെഞ്ചിൽ കേറി കൊളുത്തി കഴിഞ്ഞിരുന്നതുകൊണ്ട് തന്നെയായിരുന്നു.

ആദ്യം പഴംപൊരി കൊണ്ടുവന്നയാൾതന്നെ എഗ്ഗ് ബിരിയാണിയും ചോറും കൊണ്ടുവരുന്നു. അയാൾതന്നെ ഇഡ്ഡലിയും സാമ്പാറും കൊണ്ടുവരുന്നു. ആ ഇടുങ്ങിയ എസ് 8 കമ്പാർട്ട്മെന്റിൽ ചെറിയച്ഛന്റെ കുട്ടികളിൽ മൂത്തവൾ ആതിര നാട്ടിലെ തൊണ്ണൂറ് വയസ്സായ അമ്മയുടെ മുത്തശ്ശി പാടിപ്പഠിപ്പിച്ചുവിട്ട നാടൻപാട്ട് തൊട്ടടുത്ത കമ്പാർട്ട്മെന്റും അതിനുമപ്പുറവും കേൾക്കുമാറുച്ചത്തിൽ ഉറക്കെ പാടികൊണ്ടിരുന്നു

"ആ അരിവാളെവടെ പോയടി മധുരംകോടി പൊന്നമ്മേ,
ആ അരിവാളല്ലേയിന്നലെ തിനകൊയ്യാൻ കൊണ്ടോയത്"

മറ്റുള്ളവർ പുഞ്ചിരിയോടെ പാട്ട് കേട്ടിടത്തേക്ക് ശ്രദ്ധിച്ചുകൊണ്ടിരുന്നു. രണ്ടാമത്തവൻ അഖിൽ ട്രെയിനീന്നു വാങ്ങിയ പുസ്തകങ്ങളിലൊന്നിൽ കയ്യിലുള്ള ക്രയോൺസുകൊണ്ട് നിറം കൊടുത്തുകൊണ്ടിരുന്നു.

ടൈം ട്രെയിനിനേക്കാൾ വേഗതയിൽ ഓടിപ്പോയതറിഞ്ഞതേയില്ല. കണ്ണൂർ സ്റ്റേഷൻ കഴിഞ്ഞപ്പോൾ കുട്ടികൾ ക്ഷീണിച്ച് അവരുടെ അമ്മയുടെ മടിയിൽ തലവെച്ച് കിടന്നുറങ്ങി. യാത്രക്കാരിൽ ചിലർ പുറത്തേക്ക് നോക്കിയിരിക്കുന്നു, കുറെയേറെ പേർ ഉറങ്ങിക്കഴിഞ്ഞിരുന്നു. ഉറക്കംവന്നിട്ടും കോട്ടുവായിട്ടിരിക്കുന്ന ഒന്നുരണ്ടു പേരോട് ഉറങ്ങാൻ മുട്ടികിടക്കുന്നവരിലൊരാൾ ലൈറ്റ് കെടുത്താൻ പറഞ്ഞത് അവർക്കത്ര രസിച്ചിട്ടില്ല.

എന്റെ കണ്ണുകൾ നിറഞ്ഞൊഴുകിയത് ലൈറ്റ് കെടുത്താതെ കോട്ടുവായിട്ടവരോടുള്ള വിഷമം കൊണ്ടൊന്നുമല്ല, കൂട്ടുകാരെല്ലാം ഞങ്ങൾ സ്ഥിരമായിരിക്കുന്ന നെൽപ്പാടത്തോടുചേർന്ന 'പാലംകെട്ട്' എന്ന് ഞങ്ങളോമനിച്ച് വിളിക്കുന്ന കലുങ്കിൽ ഇന്നുമിരുന്നിട്ടുണ്ടാകും എന്നെക്കുറിച്ച് സംസാരിച്ചിട്ടുണ്ടാവും...

ആരും കേൾക്കാതെ ഞാനും ആ പാട്ട് പലയാവർത്തി മനസ്സിൽ പാടിനോക്കി, പിന്നെയെപ്പോളോ ഞാനുമുറങ്ങിയിട്ടുണ്ടാവണം.

"ആ അരിവാളെവടെ പോയടി മധുരംകോടി പൊന്നമ്മേ,
ആ അരിവാളല്ലേയിന്നലെ തിനകൊയ്യാൻ കൊണ്ടോയ്ത്"

■

ഇരിഞ്ഞാലക്കുട നീലകണ്ഠനും രത്നഗിരിയിലെ ഭാനുമതിയും

രാത്രിയിലിടയ്ക്കിടയ്ക്ക് മൂത്രമൊഴിക്കുന്ന സുഖമുള്ള ദുസ്സ്വഭാവക്കാരനായ ഞാൻ, തീർത്തും ദുസ്സഹമായ ആ യാത്രയിലും പതിവു തെറ്റിച്ചില്ല. ഇരുണ്ടുറങ്ങിയുണർന്ന അർദ്ധമയക്കത്തിലും ബർത്തിൽ നിന്ന് താഴെയിറങ്ങിയപ്പോൾ കണ്ടത് ഒരറ്റം മുതൽ മറ്റെയറ്റ ടോയ്ലറ്റുവരെ നടവഴിയിൽ നീണ്ടുനിരന്നു കിടന്നുറങ്ങുന്നവരെയാണ്. ഓടിച്ചാടിയൊഴുകിയുല്ലസിച്ചുവന്ന മൂത്രം പാതിവഴി തിരിച്ചു പോയിട്ട് അവസരം കാത്തുനിൽപ്പായി. സീറ്റ് കൺഫോം ആവാത്ത അൺ പ്ലാൻഡ് പാസ്സഞ്ചേഴ്സാണ് കൂടുതലും ഇളകിയോടിമുന്നേറുന്ന ഈ ട്രെയിനിലുണ്ടായിരുന്നത്. മലർന്ന് കിടന്നുറങ്ങുന്ന പലരും കുറച്ച് മുൻപ് വരെയൊക്കെ പരമാധികാരത്തോടെ ഞങ്ങടെ സീറ്റിലും പരിസരത്തുമൊക്കെ ഇരുന്നും കിടന്നുമൊക്കെ ചുറ്റിപ്പറ്റി പോയവരാണ്.

ഞങ്ങൾക്ക് പോകാനുള്ള ടിക്കറ്റ് മൂന്ന് മാസം മുന്നേതന്നെ രാജൻ ചെറിയച്ഛൻ ബുക്ക് ചെയ്തിരുന്നു. എനിക്ക് ചെറിയച്ഛനോട് സ്നേഹവും ബഹുമാനവും കൂടിക്കഴിഞ്ഞിരുന്നു. പക്ഷേ ഇപ്പോളിതൊന്നുമാലോചിക്കേണ്ട സമയമല്ല, ഇമ്മീഡിയറ്റായി കേ കേ ജോസഫിന് മലർന്നുറങ്ങുന്ന ഈ 'മലരന്മാരെ' ചാടിക്കടക്കേണ്ടിയിരിക്കുന്നു. അതും ഒന്നും രണ്ടുമല്ല പത്തുപതിനാറെണ്ണമാണ് നീണ്ടു നിവർന്നു 'മലച്ചെട്ടി' കിടക്കണത്. ആടിയോടിക്കൊണ്ടിരിക്കുന്ന ട്രെയിനിൽ ഞാനാദ്യമായി മൂത്രമൊഴിക്കാൻ 'വെള്ളം... വെള്ളം' സ്റ്റൈലിൽ ചാടിച്ചാടി പോകുന്നതിലെനിക്ക് അതിയായ കൗതുകം തോന്നി. ഒന്നും രണ്ടും പറഞ്ഞുടക്കിപ്പോയ മൂത്രം തിരിച്ചുവന്ന് കുത്തൊഴുക്കിന് തയ്യാറായപ്പോഴെനിക്ക് മറ്റൊരു കാര്യം കൂടി വ്യക്തമായി. 'സ്പീഡ് കൂടിയും കുറഞ്ഞും ചിലപ്പോൾ വിറച്ചും ഞെട്ടിത്തരിച്ചും കടകടക്കുക്ക് ശബ്ദമുണ്ടാക്കിയും ചൂളം വിളിച്ചും പാളം

മാറി കുത്തികുലുങ്ങിയും തുരങ്കത്തിൽ ശബ്ദം മാറ്റി മിമിക്രികാണിച്ചുമൊക്കെ പോകുന്ന യന്ത്രത്തിലെ ഈ സാമാനത്തിൽ ഉന്നം തെറ്റാതെ മൂത്രമൊഴിക്കാൻ ഞാനിനിയുമേറെ മൂക്കേണ്ടിയിരിക്കുന്നു. വെടിമരുന്നിന്റെ ചൂരിൽ നിന്നിറങ്ങുമ്പോൾ എന്റെ ചിന്ത നാലു മാസം മുന്നേ ടിക്കറ്റെടുത്ത പ്ലാനിങ് വിദഗ്ധനായ ചെറിയച്ഛനെക്കുറിച്ചൊന്നുമല്ലായിരുന്നു. മറിച്ച്, നാളെ കാലത്ത് ഉന്നംതെറ്റാതെ അപ്പിയിടാൻ എന്തുചെയ്യുമെന്നുതന്നെയായിരുന്നു. പ്രഭാതകർമ്മം, വെളിക്കിരിക്ക്യ, കക്കൂസിൽ പോകാന്നൊക്കെയുള്ള സാഹിത്യഭാഷ ഇജ്ജാതി ഉളുമ്പുമണം മൂക്കിലടിക്കുമ്പ എങ്ങനെ വരാനാണ് അങ്ങട്ട് ക്ഷമിക്ക്യാ.'

'വന്നതുവന്നു ഇനിയിപ്പ അതല്ലയിതല്ലായെന്ന വാക്കിനെന്തർത്ഥം' എന്ന അപ്പുക്കുട്ടകവിവാക്യം ഓർത്തുകൊണ്ട് ഞാനുറങ്ങിയുറങ്ങിപ്പോയി.

രണ്ടാം ദിവസം ചായക്കാരന്റെ ലേലം വിളികേട്ടാണ് ലൈഫിലാദ്യമായി ട്രെയിനിൽ ഉറങ്ങിയുണർന്നത്.

വലിയ സാഹസത്തിനൊടുവിലാണ് സങ്കടമാമൻ പറഞ്ഞ പ്രകാരം ഇന്നലെ അപ്പർ ബർത്തിലുറങ്ങാൻ അള്ളിപ്പിടിച്ച് കയറിയത്. മിഡിൽ ബർത്തിന്റെ സൈഡിൽ, വശങ്ങളിലുള്ള ചവിട്ടുകമ്പിയിൽ കാലമർന്നപ്പോൾ ഉള്ളംകാലിൽ ഇരുമ്പു വടികൊണ്ടടിച്ച പോൽ കഠിനവേദനയാൽ ഞാനൊന്നു പുളഞ്ഞു. രണ്ടു കയ്യും കുത്തി ഉയരാൻ ശ്രമിച്ചു, ഇടത്തേ കയ്യ് മുകളിലെ കമ്പിയിലും മറ്റേ കൈ ബർത്തിലെ നീല കുഷ്യനിലും അമർത്തി ശ്രമിച്ചുനോക്കി, രണ്ടുകയ്യും പുഷ് ചെയ്തു മുകളിലേക്ക് പൊങ്ങി ഡിഡിഫോറിലെ ജിംനാസ്റ്റിക്കിനെ പോലെ ട്രൈചെയ്തു നോക്കി. ഒട്ടനവധി ടെക്നിക്കുകൾ പരീക്ഷിച്ചുനോക്കി. അവസാനം താഴെ വീഴാതെയും ബർത്തിൽ കയറിപ്പറ്റാതെയും ഇതായിപ്പോ സ്ലിപ്പായി വീണുടയുമെന്ന നിലയിൽ ട്രെയിനിലെ ഇടുങ്ങിയ നടവഴിയിലേക്ക് തള്ളിനിന്ന എന്റെ ഭീമാകാരവും മൃദുവുമായ ചന്തിയിൽ ഇഡ്ഡലിസാമ്പാർ സപ്ലൈ കഴിഞ്ഞു തിരിച്ചുപോകുന്ന മീശയില്ലാത്ത ചേട്ടന്റെ സ്നേഹത്തോടെയുള്ള തള്ളലിൽ ഞാൻ അപ്പറെ ബർത്തിൽ കിടപ്പിലായി.

ഉപ്പുമാവിൽ തൂവിയ വെളിച്ചെണ്ണമണമെന്നെ വിശപ്പനും ആക്രാന്തനുമാക്കിത്തീർത്തു. ഉപ്പുമാവും ഇഡ്ഡലി വടയുമൊക്കെ ചിലർ ഇലയിൽ പൊതിഞ്ഞു കൊണ്ടുവന്നിരിക്കുന്നു, ചിലർ ട്രെയിനിൽ നിന്ന് വാങ്ങുന്നു, മറ്റുചിലർ നിർത്തുമ്പോൾ വാങ്ങി കഴിക്കുന്നു, നീണ്ട ഹോണടിയോട് കൂടി മൂവ് ചെയ്യുമ്പോൾ ആദ്യം കാണുന്ന

കമ്പാർട്മെന്റിൽ ചാടിക്കയറുന്നു. കൂടെ വന്നവർ ടെൻഷനടിച്ച് പരിഭ്രാന്തരാകുന്നു, ഇതൊന്നുമല്ലാത്ത ചിലർ മുകളിലെ ബർത്തിൽ നിന്നും താഴെയിറങ്ങാൻ കഴിയാതെ ടൂഞ്ചിതെറ്റി പല്ലുതേക്കാതെയും ടോയ്ലെറ്റിൽ പോകാതെയും ഇരിപ്പുണ്ട്. മാമൻ പറഞ്ഞതുപോലെ കാലിക്കുപ്പിയുമായി ടോയ്ലറ്റിൽ പോണം, വെള്ളം കയ്യിൽ കരുതണം. ഇതൊന്നും ഒന്നുമായില്ല, ഞെട്ടി വിറച്ച് വൈബ്രേന്റായി ഞാനിതുവരെ ടോയ്ലറ്റിൽ ഇരുന്നിട്ടുമില്ല, കാര്യം സാധിച്ചിട്ടുമില്ല. കാലെങ്ങാനും തെറ്റി വീണാൽ നാളെ ചിലപ്പോൾ പത്രത്തിലൊക്കെയീ വൃത്തികേടായിരിക്കും. പേടിയും നാണക്കേടുമെന്നെ കീഴ്പ്പെടുത്തിക്കഴിഞ്ഞിരിക്കുന്നു എന്നുമാത്രമല്ല, അവരെനിക്കുമേൽ പൂർണാധികാരത്തിന്റെ ശിലാഫലകമടക്കം സ്ഥാപിച്ചതിന്റെ ഫലമായ് താഴെയിറങ്ങി പല്ലു തേക്കാനും മൂത്രം മാത്രമൊഴിക്കാനും തീരുമാനമാവുകയും വിശപ്പില്ലെന്ന വ്യാജേന ഭക്ഷണമൊഴിവാക്കിയും കുറേനേരം പിടിച്ചുനിന്നു. ഉച്ചയൂണിന്റെ സമയമായിരിക്കുന്നു, ബിരിയാണിയും മറ്റു പല ഭക്ഷണങ്ങളും വന്നുകൊണ്ടേയിരുന്നു. ഇപ്പോഴെനിക്ക് വിശപ്പുണ്ട്, എനിക്കാരേക്കാളും വിശപ്പുണ്ട്, എനിക്ക് മനുഷ്യനെപ്പോലെ വിശപ്പുണ്ട്. ഇനി 'അതിരു കാക്കും മലയൊന്നു തുടുത്തേ തകതകത' എന്ന് പാടുകയേ വേണ്ടൂ.

വിശപ്പ് ഭ്രാന്തവുമാണത്രെ, അല്ല ആണ്.ട്രെയിനിപ്പോൾ ടൂറിസ്റ്റുകളുടെ പറുദീസയായ ഗോവയിൽ നിർത്തിയിരിക്കുന്നു. പത്ത് മിനുട്ട് ഹാൾട് എന്ന ആരുടെയോ അശരീരി കേട്ടതും മുകളിലെ ബർത്തിൽ നിന്നെടുത്തുചാടി ഒട്ടുമാലോചിക്കാതെ ആദ്യംകണ്ട വെള്ളംകാരനിൽനിന്ന് ബോട്ടിൽ വാങ്ങിയൊരോട്ടമായിരുന്നു. ആ വെടിമരുന്നുശാലയിൽ ഇളകാതെ, കുതറാതെ, ഉന്നംതെറ്റാതെ കാര്യം സാധിച്ചുതരാൻ ദയവുകാണിച്ച ഗോവ സ്റ്റോപ്പിനും അവിടെയുള്ള ഫെർണാണ്ടസ്സുമാർക്കും ഡിസൂസമാർക്കുമൊക്കെ പ്രത്യേകം നന്ദി.

ഗോവയെ ഞാൻ സ്നേഹിക്കുന്നു. ആത്മാർത്ഥമായിത്തന്നെ.

ചായ്, ചാ...യ് വിളികൾ കേട്ടുമടുത്ത എന്റെ കാതിനെ കുളിരണിയിച്ചുകൊണ്ട് ബ്രാണ്ടി, വിസ്കി, റം, ഫെനി എന്നിങ്ങനെ നിർത്താതെയുള്ള കുയിൽനാദം കേട്ട ദിക്കിലേക്ക് ശ്രദ്ധയും മനസ്സും കണ്ണുകളും വിടർത്തിയിരുന്നു. കറുത്ത ബാഗ് തോളിലും വലിയൊരെണ്ണം കൈയിലുമായ്, പിന്നിലേക്കിടയ്ക്ക് കണ്ണോടിച്ച് പേടിച്ചരണ്ട മുഖവുമായൊരു വിരുതൻ ചാട്ടുളിപോലെ അതിവേഗം ട്രെയിനിൽ നടന്നു പോകുന്നു. സൈഡ് അപ്പർ ബർത്തിലെ ഇരിഞ്ഞാലക്കുടക്കാരൻ ചേട്ടൻ കുപ്പിക്കാരന് പിന്നാലെ അപരിചിതൻ ഐസു

കണ്ട ലാഘവത്തോടെ വെച്ചുപിടിച്ചത് നോക്കിനിൽക്കേ, ദാ പോയേലും വേഗത്തിൽ വന്നേക്കണു. അരയിൽനിന്ന് വലിച്ചൂരിയ കുപ്പി ബാഗിലേക്ക് വെച്ചു. ബാഗ് താഴെ സീറ്റിനടിയിലേക്ക് തിരുകിക്കൊണ്ടെന്നോട് പറഞ്ഞു.

"നൂറുറുപ്പ്യക്ക് റോയൽ സ്റ്റാഗ് ഫുള്ള് ഒന്നിങ്ങട്ടാ വാങ്ങി. ബടെ ടാക്സില്ല്യ."

"നൂറു രൂപയ്ക്ക് ഫുള്ളോ! "റോയൽ സ്റ്റാഗോ" ഇതേതാ ബ്രാൻഡ്." അപ്പോഴേക്കും എന്റെ മനസ്സിൽ ഗോവയെന്ന അത്ഭുതമധുകൂടാരം കൊട്ടാരസദൃശ്യമാംവിധം പണികഴിക്കപ്പെട്ടിരുന്നു.ഗോവയെ ഞാൻ കൂടുതൽ കൂടുതൽ സ്നേഹിക്കുന്നു. ബർത്തിലുള്ളവരെല്ലാം കണ്ണുകൾകൊണ്ടും പുഞ്ചിരികൾകൊണ്ടും പരസ്പരം അറിയുന്നവരും പരിചയക്കാരുമായിത്തീർന്നിരുന്നു.

ഇരിഞ്ഞാലക്കുടക്കാരൻ ഇടയ്ക്കിടയ്ക്ക് കുപ്പി അരയിൽത്തിരുകും. വെള്ളംബോട്ടിലെടുക്കും. ടോയ്ലെറ്റിൽ പോകും. ഒന്നര പൂശും. തിരിച്ചുവരും. തല്പരകക്ഷിയായിരുന്നിട്ടും അയാളെന്നെ വിളിച്ചാലും പോകില്ല എന്ന ദൃഢപ്രതിജ്ഞയെടുത്ത് വിൻഡോ ഗ്ലാസ് മുകളിലേക്കുയർത്തി വേഗത്തിൽ പിന്നിലേക്കോടുന്ന പച്ച നിറമുള്ള ചെടികളിലേക്ക് നോക്കിയിരുന്ന്, നാണമില്ലാതെ ചഞ്ചലപ്പെടാൻ വെമ്പിനിൽക്കുന്ന മനസ്സിനെ കടിഞ്ഞാണിട്ട് നിർത്തി. ജനലിലൂടെ പുറത്ത് കണ്ടതൊന്നും കമ്മ്യൂണിസ്റ്റ്പച്ചയുമല്ല ഗോവയിലവിടെയിവിടെയൊന്നും കമ്മ്യൂണിസ്റ്റുമില്ല.

ചൂടെന്ന് പറഞ്ഞാൽ അടപടലം കരിയുന്ന വേവലിൽ ഞാൻ മുകളിലെ ബർത്തിൽ കിടന്നു വിയർത്തു. സൂര്യൻ നേരിട്ട് വന്ന് "മോനെ കുട്ടാ, അനക്ക് സുഖല്ലേടാ"ന്ന് ചോദിച്ച് മേലാകമാനം തഴുകിപ്പോയൊരവസ്ഥയിൽ മൂന്നാല് മണിക്കൂറ് ചെരിഞ്ഞും മലർന്നും കിടന്നു സമയം തള്ളിനീക്കി. വീണ്ടുമതാ, വലിയൊരു സ്റ്റേഷൻ. പുറത്തേക്ക് നോക്കിയപ്പോൾ "രത്നഗിരി" എന്നെഴുതിയിരിക്കുന്നു. ആളുകൾ കൂട്ടത്തോടെയിറങ്ങി മാമ്പഴംവാങ്ങി തിരിച്ചു കയറുന്നു.

"മാങ്ങാ ന്ന് പറഞ്ഞാൽ രത്നഗിരിലെ..."

ആരോടെന്നില്ലാതെ താഴെയിരുന്ന് പറഞ്ഞ് ചെറിയ കഷ്ണങ്ങളായി മുറിച്ച് ഒരു കടലാസ്സിലാക്കി ഇരിഞ്ഞാലക്കുടക്കാരൻ കുപ്പിയെടുത്ത് അരയിൽ തിരുകി, വെള്ളമെടുത്ത് അടുത്ത റൗണ്ട് മയക്കുവെടിവെക്കാൻ യാത്രയായി. പുകൾപെറ്റ രത്നഗിരി മാങ്ങക്കഷ്ണങ്ങൾ ടച്ചിങ്സാക്കി ടോയ്ലെറ്റിലേക്ക് പോയിരിക്കുന്നു. ആ മഹാനുഭാവനോട് എനിക്കൊന്നും പറയാനില്ല. പക്ഷേ രത്നഗിരിയെയോർത്ത്

എനിക്ക് സഹതാപവും അനുകമ്പയും തോന്നി. "എന്തിനായിരുന്നു ഇതൊക്കെ, ആർക്കുവേണ്ടിയായിരുന്നു ഈ പേരും പ്രശസ്തിയും, എല്ലാം ഒരു നിമിഷം കൊണ്ട് തകർത്തുകളഞ്ഞില്ലേ നീലകണ്ഠാ" എന്ന രോദനമഭിനയിക്കാൻ ശ്രമിച്ച ഈയുള്ളവന്റെ മുന്നിലൂടെ അതേ വേഗത്തിൽ കൂളായി ചിറിതൊടച്ച് രത്നഗിരിയുടെ ചിലങ്ക എന്നെന്നേക്കുമായി എറിഞ്ഞുടപ്പിച്ച ഇരിഞ്ഞാലക്കുടക്കാരൻ നീലകണ്ഠൻ സൈഡ് സീറ്റിൽ വന്നിരുന്നു. ■

സോ ഡോഡ്സോ ഹവാസോ

കണ്ണുതുറന്നപ്പോൾ താഴെയെല്ലാരും റെഡിയാവാനുള്ള ഒരുക്കത്തിലാണ്. ബാഗുകൾ വരിവരിവരിയായി നിരനിരനിരയായി നിരത്തി ഒന്നിനുമീതെ മറ്റൊന്നായി അടുക്കിയും ചിലത് അലക്ഷ്യമായും വെച്ചിരിക്കുന്നു. മിക്കവാറും എല്ലാരും കൊണ്ടുവന്നിരുന്ന, മുകളിലേക്കും സൈഡിലേക്കും വീർത്തുമുഴച്ചു നിൽക്കുന്ന കട്ടിയുള്ള കാക്കിക്കടലാസുപെട്ടികളിൽ നാളികേരങ്ങളാണെന്ന് മനസ്സിലാക്കാൻ എന്റെ ബുദ്ധിതന്നെയധികമാണ്.

ട്രെയിൻ വഡോദര സ്റ്റേഷനും കഴിഞ്ഞ് ആനന്ദ് എത്തിയിരിക്കുന്നു. ധവള വിപ്ലവത്തിന്റെ പിതാവ് മലയാളിയായ വർഗ്ഗീസ് കുര്യൻ, അമൂൽ മിൽക്ക്, ഇന്ത്യയുടെ പാൽക്കാരൻ എന്നൊക്കെ പത്രത്തിലൂടെയും ന്യൂസിലൂടെയുമൊക്കെ എത്രയോ അറിഞ്ഞതും കേട്ടതുമാണ്. ആനന്ദിലൂടെ പാസ്സ് ചെയ്യുമ്പോൾ മ്മടെ കോഴിക്കോട്ടുകാരനായ വർഗ്ഗീസേട്ടൻ ഇവിടെയീ ഗുജറാത്തിൽ ഇതെങ്ങനെ ഇത്രേം വർഷം മുമ്പെത്തി മിൽക്ക് സഹകരണ സംഘങ്ങളുണ്ടാക്കി, ജനങ്ങളെ സംഘടിപ്പിച്ചു. ആൾടെ ഇജ്ജാതി ചില ഇടപാടുകളും ഇടപെടലുകളുമാണ് ലോകത്തിലെ ഏറ്റവും വലിയ പാലുൽപ്പാദന രാജ്യമായി ഇന്ത്യയെ മാറ്റിയതെന്നുമൊക്കെ കാണാപ്പാഠം പഠിക്കാതെത്തന്നെയറിയുന്ന എനിക്ക്, ഇതൊന്നുമറിയാതെ ചോന്ന കണ്ണും വെള്ളം നനച്ച് മുകളിലേക്ക് ഒട്ടിച്ചു വെച്ച മുടിയുള്ളവനുമായ ഇരിഞ്ഞാലക്കുട നീലകണ്ഠനോട് പരമപുച്ഛം തോന്നിയത് സ്വാഭാവികം മാത്രം.

അപ്പോഴേക്കും നഡിയാദ് സ്റ്റോപ്പ് കഴിഞ്ഞിരുന്നു. സ്റ്റോപ്പിന്റെ പേരുകൾ ഉച്ചരിക്കാൻ പ്രയാസമുള്ളതുകൊണ്ടാണെന്ന് തോന്നുന്നു, പിന്നീടുള്ള മഹ്മ്മദാബാദ്, ബാരെജാഡി, സ്റ്റോപ്പുകളിലൊന്നും ബ്രേക്ക് ചവിട്ടാതെ ഡ്രൈവർ പളനിയപ്പൻ അതിവേഗത്തിൽ പെടച്ചു പോയി. വട്ടുവാ സ്റ്റേഷനിലുംകൂടി നിർത്താതിരുന്ന ഡ്രൈവറണ്ണനോട് എനിക്കമർഷം തോന്നിയതെന്തിനാണെന്ന് അപ്പോളെനിക്ക്

മനസ്സിലായില്ല. പക്ഷേ ഇടതുഭാഗത്ത് അടുത്തടുത്ത ഫ്ളാറ്റുകളും കെട്ടിടങ്ങളുമായി ജനവാസകേന്ദ്രങ്ങളും വലതുവശത്തേക്ക് നോക്കിയപ്പോൾ തുരുതുരാ വലുതും ചെറുതുമായ ഫാക്ടറികളുമായിരുന്നു. അടുത്ത സ്റ്റോപ്പായ മണിനഗറിലാണ് നമുക്കിറങ്ങേണ്ടത്. അഞ്ചെട്ട് പെട്ടികളും കുട്ടികളും അച്ഛമ്മയുമെല്ലാമിറങ്ങാൻ അവിടത്തെ രണ്ട് മിനിറ്റ് സമയം പോരാത്തോണ്ട് ഇനിവരുന്ന അഹ്മ്മദാബാദ് മെയിൻ സ്റ്റോപ്പിലേയിറങ്ങൂവെന്ന ദൃഢപ്രതിജ്ഞയെടുത്തു നിൽക്കയാണ്. മുപ്പത് മണിക്കൂറിലധികം ഇടപഴകിയ, പാട്ടുകേട്ടിരുന്ന, ഇരിഞ്ഞാലക്കുടക്കാരന്റെ മദ്യമണമാസ്വദിച്ച, ഇരുന്നുകിടന്നുറങ്ങിയ, ചായയും ചോറും കഴിച്ച, വടാപ്പാവും ഉള്ളിവടയും ഉക്കളൊാന്ധിച്ചു തിന്നു തീർത്ത, കണ്ണുനീരൊഴുക്കിയ, തമാശകൾ പറഞ്ഞുചിരിച്ച ഏതാണ്ടൊക്കെയൊരു വീട് പോലത്തെ ട്രെയിനിൽ നിന്നിറങ്ങുമ്പോൾ വല്ലാത്തൊരു വിങ്ങൽ തോന്നിയെങ്കിലും ഏതോ അക്ഷരസ്നേഹി കൂട്ടക്ഷരത്തിൽ ആരുടെയൊക്കെയോ പേരുകളെഴുതിയ സുഗന്ധപൂരിതമായ ആ വൃത്തികെട്ട ടോയ്ലെറ്റിനെയോർത്തപ്പോൾ ഈ യാത്രയിവിടെ അവസാനിക്കാറായതിൽ ഞാൻ ആഹ്ളാദകുഞ്ചിതനായി.

ആ മെയ്മാസപ്പുലരിയിൽ ട്രെയിൻ അഹമ്മദാബാദ് റെയിൽവേ സ്റ്റേഷനിലെത്തിയിരിക്കുന്നു.

അവിടെ കണ്ട ഭീകരമായ തിരക്കെന്നെ വല്ലാണ്ട് പരിഭ്രമിപ്പിച്ചുകൊണ്ടിരുന്നു. ഹിന്ദി സിനിമകളിൽമാത്രം കണ്ട മീശയില്ലാത്ത ചുള്ളന്മാരും കുർത്തയും പൈജാമയുമിട്ട വില്ലൻലുക്കുള്ളവരും കൂട്ടത്തോടെ തെക്കോട്ടും വടക്കോട്ടും ഒഴുകിക്കൊണ്ടിരുന്നു. ഒറ്റപ്പെട്ട് ചിലർ പടിഞ്ഞാട്ടും. ആദ്യംകണ്ട തലേക്കെട്ട് കെട്ടിയവരിൽ ആരും തന്നെ പഞ്ചാബികളായിരുന്നില്ലയെന്നാൽ പിന്നീട് കണ്ട തലേക്കെട്ടുകാരെല്ലാം പഞ്ചാബികൾ തന്നെയായിരുന്നു. പാൻപരാഗ് തോന്നുന്നിടത്തൊക്കെ അറച്ചം പുറഞ്ചം തുപ്പി വെച്ചിരിക്കുന്നു. കുറച്ചപ്പുറത്തായി വലിയ പ്ലാസ്റ്റിക് ചരുവത്തിൽ നീലപോളിത്തീൻ കവർ വിരിച്ചിരിക്കുന്നു, അതുവഴിപോകുന്ന ഒട്ടുമിക്കവരും ആചാരം പോലെ അതിലേക്ക് കാർക്കിച്ച് ചുവന്ന വഴുവഴുപ്പുള്ള സാധനം തുപ്പിനിറച്ച്, ചിറിയിലൂടെ ബാക്കിയൊലിച്ചിറങ്ങിയത് താടിയിൽ നിന്ന് മുകളറ്റംമൂക്കുവരെ ഉള്ളംകൈകൊണ്ട് വിശാലമായി തുടച്ച് കയറ്റി തിരക്കിട്ട് നടന്നുപോകുന്നു. തൊട്ടുപിന്നാലെ ചില ചുണ്ടു ചുവപ്പിച്ച ഗോതമ്പ് നിറമുള്ള അതിസുന്ദരികളും അന്നനടയിൽ തുപ്പികൊണ്ട് കടന്നുപോയി. കാര്യമെന്തൊക്കെ പറഞ്ഞാലും അവരുടെ ആ നടപ്പിനും, നീട്ടിയുള്ള തുപ്പലിനും എന്തൊരഴകായിരുന്നു. എന്തൂട്ടാ അവരടെ കളറ്.

കോതമ്പ കതിരിന്റെ നിറമാണ്, പേടിച്ച പേടമാൻ മിഴിയാണ്, ഗൗരിയോ ലക്ഷ്മിയോ, സീതയോ രാധയോ പേരെന്ത്തന്നെ വിളിച്ചാലും. ഒ എൻ വി സാറിനെ ഓർത്തുകൊണ്ടാ ഗോതമ്പ്മണികൾ നോക്കി നിന്നു.

എന്റെ നെറുകുംതലയുടെ ഏതാണ്ട് മധ്യഭാഗത്തുള്ള ഭാഗ്യവര കൊണ്ട് പത്തു പ്ലാറ്റുഫോമുകളുള്ള അഹമ്മദാബാദിലെ അവസാനത്തേതിൽ തന്നെയാണ് നമ്മളെയിറക്കിയിരിക്കുന്നത്. ഒമ്പതും എട്ടും കഴിഞ്ഞ് നാലും മൂന്നും താണ്ടി ഒന്നിനുമപ്പുറമെത്തണം. ആകെയുള്ള ഏഴുബാഗിൽ ഒരെണ്ണം ഞങ്ങളെ സ്വീകരിക്കാൻ വന്ന രാജൻ ചെറിയച്ഛൻ തികഞ്ഞ ഒരഭ്യാസിയെപോലെ അദ്ദേഹത്തിന്റെ തെക്കൻ കാറ്റടിച്ചാൽ കൊഴിഞ്ഞു പോയിക്കൊണ്ടിരിക്കുന്ന മുടിയില്ലാത്ത തലയിലും ഒന്നിടത്തേതോളിലും ഒരെണ്ണം വലത്തേ തോളിലും ഒന്ന് കയ്യിലുമായി ഏന്തി വലിഞ്ഞു സ്മാർട്ടായി നടന്നു പോയി. ബാക്കി മൂന്നെണ്ണം ആരെടുക്കുമെന്ന് ഏതാണ്ട് മുപ്പത് സെക്കന്റ് ഞാനാലോചിച്ചുകൊണ്ടിരുന്നു.

ചെറിയച്ഛൻ കോണിപ്പടികയറിത്തുടങ്ങിയിരുന്നു. ബാക്കിയുള്ള മൂന്നെണ്ണമെടുക്കാൻ ഭാവിക്കുന്ന അതേ ടൈമിൽ മൂന്നു പോർട്ടർമാർ ഞങ്ങടെ പെട്ടികളെ ലക്ഷ്യം വെച്ച് അടുത്തടുത്ത് വന്നുകൊണ്ടിരുന്നു. പ്ലാസ്റ്റിക്കിന്റെ വലിയ ചരുവത്തിന്റെയവിടെയെത്തിയപ്പോൾ വായിലൊന്നുമില്ലെന്ന് ഓർമ്മയില്ലാത്ത അതിലൊരാൾ നീട്ടിയൊരു തുപ്പ് കൊടുത്തു, ബാക്കിയുള്ളവർ അയാളെ നോക്കി അയാൾക്ക് ധൈര്യം കൊടുത്തുകൊണ്ട് കാഴ്ചക്കാരായി നിന്നു. ചുവന്ന വഴുവഴുപ്പുള്ള വൃത്തികെട്ട സാധനം ഇപ്പ വരും, ദാ ഇപ്പ വരും ന്ന് പ്രതീക്ഷിച്ച ഞാൻ നിരാശനും കഴിവില്ലാത്തവനുമാണെന്ന് എനിക്ക് ആ നിമിഷം തോന്നി. ആള് തുപ്പാനെടുത്ത എക്സ്ട്രാ ടൈം മുതലാക്കിയ, സംസാരിക്കാൻ മലയാളമല്ലാതെ ഒരു ഭാഷയുമറിയാത്ത ഞാൻ ബാക്കി മൂന്ന് പെട്ടികളുമെടുത്ത് ആദ്യം പോയ ചെറിയച്ഛനെക്കാൾ വേഗത്തിലോടി. “മരിച്ചു പണിയെടുക്കും നമ്മള്, അഭിമാനം അതെവിടെയും അടിയറവ് വെക്കില്ല” എന്ന തിയറിയിൽ അടിയുറച്ചു വിശ്വസിച്ച ഞാൻ നാളികേരങ്ങളും ഇടിച്ചക്കയും വെളിച്ചെണ്ണയും കറുത്ത പുളിങ്ങ, ചുവന്ന പുളിങ്ങ, ചേന, കടുമാങ്ങ, വടുകപുളി നാരങ്ങ, ചെറുനാരങ്ങ അച്ചാറുകൾ എന്നുവേണ്ട രണ്ട് മൂന്നു ദിവസത്തേക്കുള്ള മോരുകറി പോലും നിറച്ച ബാഗുമായി മിന്നിച്ചുവിട്ടു. ചെറുനാരങ്ങയിലേതാണെന്ന് തോന്നുന്നു സുർക്കയും നല്ലെണ്ണയും കൂടിയ മിശ്രിതം രണ്ടു ദിവസത്തോളം കുളിക്കാതെയും നനക്കാതെയും ചടഞ്ഞുകൂടിയിരുന്നവന്റെ തലയെ നനയാവൃതമാക്കിതീർത്തു. അതെന്റെ ആത്മവിശ്വാസത്തെ ഒരു സ്റ്റെപ്പ് മുകളിലേക്കുയർത്തി.

പോർട്ടർമാരുടെ കയ്യിൽനിന്ന് ഓടിരക്ഷപ്പെട്ടവർ എത്തിപ്പെട്ടത് ഓട്ടോറിക്ഷക്കാരുടെ അഴിഞ്ഞാട്ടത്തിന്റേടേൽക്കായി എന്ന റെയിൽവേ പഴംചൊല്ല് അന്വർത്ഥമായിരിക്കുന്നു. ഓട്ടർഷക്കാർ ചുറ്റും വളഞ്ഞിരിക്കുന്നു,

"ക്യാം ജവാനു ഛേ."

ഗുജറാത്തിയിലുള്ള ചോദ്യത്തിന്

"ധീരജ് ഹൗസിങ്, സെവൻത് ഡേ സ്കൂൾ കാ സാമ്നെ."

ചെറിയച്ഛൻ ഹിന്ദിയിൽ റിപ്ലൈ കൊടുത്തു. ചപ്പറപറപറ മുടിയുള്ള, രാത്രി മുഴുവനും ഓട്ടോ ഓടി പൈസയുണ്ടാക്കിയെന്ന് തോന്നിപ്പിക്കുന്ന പാമ്പരാഗ് ഗ്രൈൻഡർ പോലൊരുവൻ ഒരക്ഷരം ഉരിയാടാതെ രണ്ട് ബാഗ് കൊണ്ടുപോയി സ്വന്തം വണ്ടിയിൽ വെച്ചു. മറ്റ് ഓട്ടോക്കാർ അയാളുമായി ഒരെത്തും പിടിയുമില്ലാത്ത ഭാഷയിൽ തെറിയഭിഷേകം നടത്തുന്നു. 'സോ' എന്ന് ചെറിയച്ഛനും 'ഡോഡ്സോ' എന്നയാളും കുറെ നേരം തർക്കിച്ചു. അവസാനം അയാൾ പറഞ്ഞ 'ചലോ ടീകേ ഹവാസോ' ഇതുകേട്ടതും 'ബരാബർ'ന്ന് പറഞ്ഞു ചെറിയച്ഛനും ഒത്തുതീർപ്പിലെത്തിയെന്ന് മനസ്സിലായി. രണ്ട് വലിയ പെട്ടികളടക്കം ഏഴെണ്ണവും ഓട്ടോയിൽ കയറ്റി അച്ഛമ്മയും ചെറിയമ്മയും രണ്ട് കുട്ടികളും ചെറിയച്ഛനും പിന്നിലിരുന്നു. സീറ്റിംഗ് അങ്ങട് സെറ്റ് ആവാത്തോണ്ട് പിന്നിൽ നിന്നൊരു ബാഗെടുത്ത് മുന്നിൽ ഡ്രൈവർ കിക്കറിന്റെ മുകളിൽ വെച്ചു, അവിടെത്തന്നെ എന്നോടിരിക്കാൻ പറഞ്ഞു. ഇടതുകൈ പിന്നിലെ കമ്പിയിലും വലതുകൈ മുന്നിലെ പൊട്ടിയ ഗ്ലാസിന്റെ കുറ്റിയിലും കാല് താഴെ ബാഗിലും വെച്ചിരിപ്പായി.

എന്താണീ 'സോ' എന്തൂട്ടാണീ 'ഡോഡ്സോ' വാട്ട് ഈസ് 'ഹവാസോ'.

ഹിന്ദിയും ഗുജറാത്തിയും തമ്മിൽ ഇന്ദുചൂഡനും നരി നന്ദഗോപാൽ മാരാരും പോലെയുള്ള ബന്ധമാണെന്ന് പറഞ്ഞിട്ട് ഇതിപ്പോ ചെറിയമ്മാമയും കുറുപ്പംതോട്ടത്തെ രമണിയും തമ്മിലുള്ള ബന്ധം പോലും ഫീൽ ചെയ്യുന്നില്ല ല്ലോ ഈശ്വരാ. ഗുജറാത്ത്, അഹമ്മദാബാദ്, മുംബൈ എന്നൊക്കെ കേൾക്കുമ്പോൾ മനസ്സിൽ നിറഞ്ഞു നിൽക്കുന്ന ചില ചിത്രങ്ങളുണ്ട്. പത്രത്തിലും വാർത്തകളിലും ന്യൂസിലും ചിലതൊക്കെ കണ്ടിട്ടുമുണ്ട്. ബട്ട് ഈ പാമ്പരാഗ് മണമുള്ള ഓട്ടോയിലിരുന്ന് വശങ്ങളിലേക്ക് നോക്കിയപ്പോൾ കണ്ട പഴഞ്ചൻ ബിൽഡിങ്ങുകളെന്റെ ഊർജ്ജാവേശം പകുതിയൂതിക്കെടുത്തി.

ഓട്ടോ നിർത്തി ഒരു നൂറും രണ്ട് പത്തും പിന്നെ അറ്റംമുട്ടിയ അഞ്ചിന്റെ നോട്ടും വാങ്ങി അയാൾ കിക്കറടിച്ചതും സ്റ്റാർട്ടായതും

ഫസ്റ്റ് ഗീയറിലിട്ടതും ആക്സിലറേറ്റർ ഒരു നുള്ള് കൂട്ടിയതും ഗിയർ സെക്കന്റിലിട്ടതും മിന്നായം പോലെ ഓടിച്ചു പോയതും ഓട്ടോയിൽനിന്ന് തല പുറത്തേക്കിട്ട് നീട്ടിത്തുപ്പിയതും അത് റോഡിലൊരു ദീർഘവൃത്തമായി മാറിയതും അതിന് മുകളിലൂടെ ചിലര് നടന്നു പോയതുമൊക്കെ കൂടി കൂട്ടിയാൽ പത്ത് സെക്കന്റെന്ന് ഞാൻ പറയും. പലയിടത്തും പശുക്കൾ അലഞ്ഞുതിരിഞ്ഞുനടക്കുന്നു. കുറെയേറെയെണ്ണം റോഡിൽ കിടക്കുന്നു. ചിലരതിനെ തൊട്ടു തലോടിപ്പോകുന്നു. അതിനടുത്ത് തന്നെ തള്ളുവണ്ടിയിൽ ഭംഗിയുള്ള പച്ചപ്പുൽക്കെട്ടുകളുമായി ഒരാൾ നിൽക്കുന്നു, ഭക്തശിരോമണികളെന്നു കണ്ടാൽ തോന്നാത്ത വേറെ ചില വഴിയാത്രക്കാർ ആ പച്ചപ്പുല്ലുകൾ പൈസ കൊടുത്തു വാങ്ങി താഴെക്കിടക്കുന്ന പശുക്കൾക്ക് തിന്നാൻ കൊടുത്ത് തൊഴുത് നടന്നുപോകുന്നു. ആവശ്യത്തിലധികം ഫുഡടിച്ച പശു ആ റോഡാകമാനം ധനുമാസത്തിൽ മുറ്റം മെഴുകുന്ന പോലെ ചാണകം പരത്തിമെഴുകുന്നു. ടാറിട്ട റോഡിലെ മങ്ങിയ നിറത്തിനു ആവേശം പകരാൻ ആ ചാണകത്തിന് ആത്മാർത്ഥമായി സാധിച്ചു.

പശുക്കളുടെ ഉടമസ്ഥൻതന്നെ പുല്ല് വിൽക്കുന്നു. അത് പൈസ കൊടുത്തുവാങ്ങി പുല്ലിന്റെ ഉടമസ്ഥന്റെ പശുന് തിന്നാൻകൊടുക്കുന്നു. ചുരുക്കിപ്പറഞ്ഞാൽ ജോസഫേട്ടൻ എന്നൊരാളില്ല, തങ്കപ്പേട്ടൻ മാത്രം. ഇതെല്ലാം, ഈ ചാണകമടക്കം അയാൾടെയാണ്. അയാൾടെ മാത്രം.

■

മീശക്കാരന്റെ ബേസ്നയും ദൈവത്തിന്റെ കൈയും

രണ്ടാൾക്ക് സുഭിക്ഷായി, വേണച്ചാൽ ഒരാൾക്കും കൂടി നിരന്നു നടക്കാൻ കഴിയുന്ന നടവഴിയിലേക്ക് നീങ്ങുമ്പോൾ ഇടതുഭാഗത്തെ ആദ്യംകാണുന്ന ചെറിയ വീടിന്റെ പുറത്ത് കുറച്ചധികം പേർ കുത്തിയിരിക്കുന്നു. മിക്കവരുടെയും കഴുത്തിൽ നരപ്പനായ തോർത്തുമുണ്ടുകൾ തൂങ്ങിയാടുന്നു. തൊട്ടടുത്ത് ചില്ലിട്ടഫോട്ടോയിൽ, തലപ്പാവ് ഭംഗിയിൽ കെട്ടിയ നാൽപ്പത്തിയഞ്ചോളം വയസ്സ് തോന്നിപ്പിക്കുന്ന കൃശഗാത്രനായ വരമീശടെ അറ്റത്തിന്റെ അവസാന തുമ്പിന്റെ ലാസ്റ്റ് മാത്രം പിരിച്ചു വെച്ചയാൾ കഴുത്തിലൊരു പൂമാലയുമിട്ടു ചിരിച്ചിരിക്കുന്നു. ഏപ്രിൽ മാസത്തിൽ ചെറിയമ്മയും കുട്ടികളും നാട്ടിൽ പോവുമ്പോൾ ഉമ്മറത്തിരുന്ന് തുന്നൽ മെഷീൻ ചവിട്ടിക്കൊണ്ടിരുന്നയാളാത്രേ, മൂന്ന് പെണ്മക്കളും രണ്ടാംക്ലാസ്സിൽ പഠിക്കുന്ന ആൺകുട്ടിയുമുണ്ടത്രേ. രാത്രിയിൽ നെഞ്ചുവേദന വന്നതും ഫ്ളാറ്റിലെ നാലഞ്ചുപേർ ആസ്പത്രിയിൽ കൊണ്ടുപോയതും വഴിയിൽ വെച്ച് ശ്വാസം കിട്ടാതെ മരിച്ചതുമെല്ലാം ചെറിയച്ഛൻ വിവരിക്കുമ്പോൾ ഒരു പരിചയവുമില്ലാതെ ആൾടെ ഫോട്ടോ ആദ്യമായി കാണുന്ന അച്ഛമ്മ കരഞ്ഞത് കണ്ടപ്പോൾ എന്റെയും കണ്ണുനിറഞ്ഞു.

ഇന്ന് 'ബേസ്ന'യാണ്ത്രെ. മരണദിവസം ശ്മശാനത്തിൽ നിന്ന് പിരിഞ്ഞുപോയവരെയും കുടുംബക്കാരെയും പരിചയക്കാരെയുമൊക്കെ ചെറിയ പോസ്റ്റ്കാർഡിന്റെ വലുപ്പത്തിൽ മരിച്ചയാളിന്റെ ഫോട്ടോയടക്കം പ്രിന്റടിച്ചറിയിച്ച് വിളിച്ചുവരുത്തി ആദരാഞ്ജലിയർപ്പിക്കാനുള്ള അവസരം നൽകുന്ന ദിവസമാണ് 'ബേസ്ന'.

അമൂൽ മിൽക്ക് വാങ്ങാൻപോയ ചെറിയച്ഛൻ വരുന്നതിന്റെ ഇടവേള കൂടിയപ്പോൾ ചൂടുവെള്ളം കുടിക്കാൻ പൊരിഞ്ഞ അച്ഛമ്മ ശർക്കരയിട്ട കട്ടൻചായ 'ഗുപ്തനെ'പ്പോലെ ഊതിക്കുടിക്കുമ്പോൾ ചെറിയച്ഛന്റെ മോൻ താഴെ വീട്ടിലെ 'ബേസ്ന'യ്ക്കുള്ള അറിയിപ്പിന്റെ

കാർഡ് ഏതാണ്ട് ഒമ്പതോളം കഷ്ണങ്ങളാക്കി, ചിലത് പോക്കറ്റിലും രണ്ടുമൂന്നെണ്ണം താഴെയും വിതറിയിരുന്നു. മെയ്മാസത്തിലെ കൊടും ചൂടിന്റെ യഥാർത്ഥ പവർ ആദ്യമായനുഭവിക്കുന്ന ഞാൻ വിയർത്ത് നനഞ്ഞുകൊണ്ടിരുന്നു. റെഗുലേറ്റർ വർക്ക് ചെയ്യാത്തതാണോ കപ്പാസിറ്റർ അടിച്ചു പോയതാണോന്നറീല്ല. ന്തായാലും കനമുള്ള മൂന്നിതളുകളുള്ള ഉഷാഫാൻ മനസ്സിലാവാത്ത ഗുജറാത്തി ഭാഷയിൽ അതിവേഗമങ്ങനെ കറങ്ങിത്തിരിഞ്ഞുകൊണ്ടിരുന്നു. ഉഷ്ണക്കാറ്റ് അന്തരീക്ഷത്തിൽ അധികാരത്തോടെ ഞങ്ങൾക്കുമേൽ പതിക്കുന്നതോടൊപ്പംതന്നെ നിലത്തുനിന്നും സ്റ്റാമ്പ്സൈസിൽ പരേതന്റെ നെറ്റിമുതൽ കൊമ്പൻവരമീശയുള്ള കീറിയഭാഗം പറന്നു പൊങ്ങി. ബാക്കിവന്ന തലപ്പാവുള്ള ഭാഗവും താഴെ ഡേറ്റും സമയവുമെഴുതിയ കഷ്ണങ്ങളുമെല്ലാം നിലത്ത് നിരത്തിവെച്ച് നീലയോ വയലറ്റോ നിറമുള്ള ചോക്ക്കൊണ്ട് കള്ളികൾ വരച്ച് അതിൽനിന്നും ഒന്നുരണ്ടു കടലാസ് കഷ്ണങ്ങൾ പെറുക്കിവെച്ച് ചെറിയച്ചന്റെ മകൻ അഖിൽ കളിച്ചുകൊണ്ടിരുന്നു.

രണ്ടു ചെറിയ റൂമും കുഞ്ഞടുക്കളയും അതിന് ചേരുന്ന വെരി സ്മാൾ ബാത്ത്റൂമും ടോയ്‌ലറ്റും. വാതിൽ തുറന്ന് അകത്തുകയറിയാൽ ആദ്യ റൂം. അവിടെയാണ് ടിവി. അവിടുന്ന് ഒരു വഴി അടുത്ത റൂമിലേക്ക്, മറ്റേ വഴി അടുക്കളയിലേക്ക്. അടുക്കളയിൽനിന്നും രണ്ടാമത്തെ റൂമിൽ നിന്നും പുറത്തിറങ്ങിയാലുള്ള സ്ഥലത്ത് ശൗചാലയങ്ങൾ. എല്ലാവരുംകൂടി ഇവിടെങ്ങനെ കഴിച്ചുകൂട്ടും എന്നാലോചിച്ച് നെടുവീർപ്പിടുന്നതിനിടയിലാണ് രണ്ടാമത്തെ റൂം ഞങ്ങടെ വരവ് പ്രമാണിച്ച് കൂട്ടിയെടുത്തതാണെന്ന് അറിഞ്ഞത്.

അമൂൽ മിൽക്കിനൊപ്പം ചെറിയച്ഛൻ വെളുത്ത കവറിൽ മഞ്ഞ നിറമുള്ളയെന്തോ കൊണ്ടുവന്ന് അടുക്കളയിലേക്ക് വെച്ചു. ജ്യൂസ് വിഭാഗത്തിൽ മെമ്പർഷിപ്പുള്ളതാണ് സാനം എന്ന് ഒറ്റനോട്ടത്തിൽ മനസ്സിലായി. പൂരിയുണ്ടാക്കുന്ന സുഗന്ധം അവിടെയാകമാനം നിറഞ്ഞു. പ്ലേറ്റിൽ പൂരിക്ക് ഉള്ളിക്കറിയോ മസാലക്കറിയോ പ്രതീക്ഷിച്ച് ഇഞ്ചി ചതച്ചതലിഞ്ഞ ചായ ഊതാതെ മോന്തിക്കുടിച്ചിരിക്കുമ്പോളാണ് നല്ല പഴുത്ത മാങ്ങാ, വെള്ളം ചേർക്കാതെ ജ്യൂസ് പോലെയടിച്ചെടുത്ത ആ മഞ്ഞ സാധനമാണ് "കേരി നു രസ്" എന്ന് മനസ്സിലാക്കുന്നത്. അപ്പോളേക്കും ചെറിയച്ഛന്റെ മോൻ രണ്ടര പൂരി കേരി നു രസിന്റെ കനത്ത സപ്പോർട്ടോടു കൂടി അകത്താക്കിയിരുന്നു. ആ ചെയ്യുന്ന പ്രവർത്തി അവനിനിയും തുടരാൻ സാധ്യതയും അതിനുള്ള വാസനയും അവനിൽ ഒറ്റനോട്ടത്തിൽ പ്രകടവുമാണ്.

ദിവസങ്ങൾ പഴയ യമഹ ടാറിടാത്ത പഞ്ചായത്ത്റോഡിലൂടെ പോണപോലെ ശരവേഗം പോയിക്കൊണ്ടിരുന്നു. ആ അസുഖകര മായ ശബ്ദങ്ങൾ എന്റെ കർണ്ണപുടങ്ങളെയും മനസ്സിനെയും ശരീര ത്തെയും ക്ഷീണിതനാക്കിക്കൊണ്ടിരുന്നു. മണിനഗറിലെ ധീരജ് ഹൗസിങ്ങിലെ ഓൾഡ് കെട്ടിടങ്ങൾക്ക് താഴെയുള്ള നിരത്തിലൂടെ കാവിമുണ്ടുടുത്ത് നടക്കാനിറങ്ങുന്ന മദ്രാസിഭായിയെ ചിലരൊക്കെ അടയാളപ്പെടുത്തിയെന്നെനിക്ക് അർദ്ധമാത്രപുഞ്ചിരിയിൽനിന്ന് മനസ്സിലായി. ഒന്നുരണ്ടുപേര് 'ക്യേം ഛോ?' ന്ന് ചോദിച്ചു. 'എന്തൊ ക്കെയുണ്ട്'ന്നാണ് അതിന്റെയർത്ഥമെന്നെനിക്ക് കുട്ടികളിലൊരാൾ ആദ്യദിവസം തന്നെ പഠിപ്പിച്ചു തന്നിരുന്നു, 'മജാമ ഛും' എന്ന മറുപടിയും. എല്ലാ ദിവസവും ബൂത്തിലെ ചുവന്ന പെട്ടിയിൽ ഒറ്റ നാണയമിട്ട് വീട്ടിലേക്ക് വിളിക്കും. കഴിയുമ്പോൾ വീണ്ടും വീണ്ടും നാണയത്തുട്ടുകളിട്ടോണ്ടിരിക്കും. അവരാണെങ്കിൽ ഒരു പരിചയ മില്ലാത്ത അഹ്മ്മദാബാദിലുള്ള തൃശ്ശൂർക്കാരായ ആരുടെയൊക്കെ യോ നമ്പർ തന്നോണ്ടിരുന്നു. ദേശമംഗലത്തെ മാധമാന്റെ മകളുടെ ഭർത്താവിന്റെ അനിയന്റെ നമ്പർ, ചാഴിയാട്രി സുരേട്ടന്റെ പരിചയ ക്കാരന്റെ നമ്പർ, ചെമ്പൻപടിയിലുള്ള സുശീലച്ചേച്ചിടെ ഹസ്ബൻഡ് രാജേട്ടന്റെ നമ്പർ ന്നൊക്കെ പറഞ്ഞിട്ട് ചിലരെയൊക്കെ വിളിച്ച താണ്.

"ബയോഡാറ്റ അയയ്ക്കൂ, സ്കൂളിൽ വർക്ക് ചെയ്യാൻ താല്പ ര്യമുണ്ടോ, മാഷായിട്ട്." എന്നാണ് പലരും ചോദിക്കുന്നത്. അയിനു വേണ്ട മിനിമം ക്വാളിറ്റി എനിക്കില്ലായെന്നവരോട് പറയാനുള്ള മടി കൊണ്ട് പലരെയും പിന്നെ വിളിച്ചിട്ടില്ല. ഇംഗ്ലീഷ് അറിയില്ല, ഹിന്ദി അറിയില്ല, ഇവിടത്തെ മാതൃഭാഷ ഗുജറാത്തി അറീല്ല, മലയാളം പോലും മറ്റു ജില്ലകാർക്ക് മനസ്സിലാവുന്ന തരത്തിൽ വൃത്തിയായി പറയാനറീല്ല എന്നൊക്കെ അവരെ ബോധ്യപ്പെടുത്താൻ പോകുന്ന നേരം ഇംഗ്ലീഷ് ഹിന്ദി ഭാഷാ സഹായി നോക്കി ബാലപാഠങ്ങൾ അഭ്യസിച്ചുകൊണ്ടിരുന്നു.

എത്രയും പെട്ടെന്ന് ജോലിക്ക് കയറണം, നിത്യജീവിതവും മരുന്നും വാങ്ങാൻതന്നെ ബുദ്ധിമുട്ടായിരിക്കുകയാണ്. അനിയൻ ഡിഗ്രിക്ക് ക്ലാസ്സിൽ പോകുന്നുണ്ട്. അവന്റെ കാര്യം അതിലും കഷ്ട മാണ്. മാസത്തിൽ ഒരിക്കലുള്ള സിനിമയ്ക്ക് പോക്കും കൂട്ടുകാർ ക്കൊപ്പമുള്ള യാത്രകളുമൊക്കെ അവസാനിപ്പിച്ചു വീട്ടിൽ തന്നെ യിരിപ്പാണ്.

പത്ത് രൂപേടെ നോട്ട് ആ വീട്ടിൽ ആരെങ്കിലും കണ്ടിട്ട് ഒരു മാസത്തോളമായത്രെ. ടെലിഫോൺ ബൂത്തിൽനിന്നും ഇറങ്ങിനടന്ന്

ആദ്യം കണ്ട കടേന്നൊരു ഗോൾഡ് ഫ്ളാക്ക് വാങ്ങാതിരിക്കാൻ ഞാൻ പരമാവധി ശ്രമിച്ചു. പുക ആകാശത്തേക്ക് ഊതിവിട്ട് മുന്നിലുള്ള മെഡിക്കൽ ഷോപ്പിലെ അധികം മുടിയില്ലാത്ത, ചുണ്ടിൽ ഡ്രെസ്സിന്റെ അതേ നിറത്തിലുള്ള ലിപ്സ്റ്റിക്കിട്ട പെൺകുട്ടിയെ നോക്കി നിൽക്കണമെന്നുണ്ട്. ബട്ട് ഞാൻ തിരിഞ്ഞു നടന്നു. പിറ്റേന്ന് കാലത്ത് വീട്ടിലെ ലാൻഡ്‌ലൈനിൽ നിന്ന് ചെറിയച്ഛന്റെ ഫോണിലേക്ക് അനിയനാണ് വിളിച്ചത്.

“അരിവാങ്ങാൻ കാശ് സോമൻ തന്നു. പലചരക്കു സാനങ്ങൾ കൊട്ടാരത്തിന്റെ കടേന്നു പറ്റ് തുടങ്ങീട്ടുണ്ട്. ഇയ്യ് വിഷമിക്കണ്ട പെട്ടെന്ന് ജോലികിട്ടി എന്തേലും അയയ്ക്കാൻ നോക്ക്” എന്ന് പറഞ്ഞുകൊണ്ട് മുഴുമിപ്പിക്കാതെ ഫോൺ വെച്ചു. ഞാൻ ഗുജറാത്തിലേക്ക് പോരുമ്പോൾ ഷൊർണൂർ സ്റ്റേഷനിൽ നിന്ന് കരഞ്ഞ, എന്റെ കണ്ണിൽ അന്നും ഇന്നും ഊളി ചെക്കനായവൻ കടം വാങ്ങിയിട്ടാണെങ്കിലും വീട്ടിൽ അടുപ്പത്ത് അരിയിടുന്നു. പ്രസാദ്മാമ, നനച്ചു നട്ടുവളർത്തിയ പച്ചക്കറികൾ വിൽക്കാൻ പോകുന്നവഴി, മൂന്നാലെണ്ണം മതിലിൽ വെച്ച് ഒന്നും പറയാതെ കടന്നുപോയതിനാൽ ആ ദിവസങ്ങളിൽ ക്ഷാമമില്ലാതെ കഴിഞ്ഞുപോയിരുന്നുവത്രെ.

ചെറിയച്ഛന്റെ കൂട്ടുകാരൻ സുരേഷ്ഭായ് പറഞ്ഞതനുസരിച്ച് ആശ്രം റോഡിലെ ഒരു ഓഫീസിലേക്ക് ഇന്റർവ്യൂവിന് പോയി. കാബിനിലിരിക്കുന്ന വയസ്സായ കാരണവർ എന്റെ ഡിഗ്രി സർട്ടിഫിക്കറ്റും മാർക്ക്ഷീറ്റും മാറിമാറി ഡീറ്റൈലായി ചെക്ക് ചെയ്തുകൊണ്ടിരുന്നു. അയാളുടെ വിരൽ ഇംഗ്ലീഷിന്റെ മാർക്കിനുനേരെ എത്തിയപ്പോൾ ഞാൻ തലകുമ്പിട്ട് കല്യാണപ്പെണ്ണിന്റെ നാണത്തോടെ കാൽവിരലിലെ, പണ്ട് ഗുരുവായൂരിൽ തിയന്നൂരെ അനുചേച്ചീടെ കല്യാണത്തിന് പോയപ്പോൾ ഓട്ടോർഷകേറി ചതഞ്ഞ നഖം നോക്കിനിന്നു. ചോദ്യങ്ങൾ ഗുജറാത്തിയിൽ തുടങ്ങി ഇംഗ്ലീഷിലെത്തി പിന്നെ രാഷ്ട്രഭാഷയിലെത്തിയപ്പോൾ അഡ്ജസ്റ്റ് ചെയ്ത് പിടിച്ചുനിന്നു. നാളെതൊട്ട് ജോലിക്ക് വരാൻ പറഞ്ഞ് സർട്ടിഫിക്കറ്റ്സ് എനിക്ക് തിരിച്ചുതന്നിട്ട് മറ്റേ കൈകൊണ്ടൊരു ബെല്ലമർത്തി. ചില്ലിൻകൂടിന് പുറത്ത് തത്ത ചിലക്കുന്നൊരൊച്ചയുണ്ടായതും വെള്ളേം വെള്ളേം ഇട്ട പ്യൂൺ പോലൊരാൾ ഒരു ഗ്ലാസ് വെള്ളമായി വന്നതും പെട്ടെന്നായിരുന്നു. വെള്ളമെടുത്ത് ഒന്ന് മോന്തി തിരികെ ഗ്ലാസ് ട്രേയിൽ വെച്ചുകൊടുത്തു. അയാളോട് എന്തോ പറഞ്ഞതിന് ഭയഭക്തി ബഹുമാനത്തോടെ ‘ഹാഞ്ചി സാബ്’ ന്ന് മൊഴിഞ്ഞു തിരിച്ചുപോയി. കാരണവർ എന്നെ നോക്കി വലിയ ഗൗരവത്തോടെ പറഞ്ഞു, “യു ഹാവ് റ്റു അസ്സിസ്റ്റ് ഹിം ആൾസോ, റീച് ബിഫോർ ഓഫീസ് ടൈം ആൻഡ് ലീവ് അഫ്റ്റെർ ഹിം ഒൺലി.”

ചീങ്കണ്ണ്യാ... സ്റ്റോ...

എന്റെ ബയോഡാറ്റ തിരികെ വാങ്ങി രണ്ടായിരം എന്നെഴുതി ചുറ്റും ഒരു വട്ടംവരച്ചിട്ട് താഴെ ഒരു കുത്തുമിട്ട് അതെനിക്ക് തിരിച്ചു നൽകി. പ്യൂണിനെ അസ്സിസ്റ്റ് ചെയ്യണമെന്നാണ് ആൾ പറഞ്ഞത് എന്ന് എനിക്ക് വിശ്വസിക്കാൻ കഴിഞ്ഞില്ല, പ്യൂണിനെയും എന്നാവും പറഞ്ഞത് എന്നാശ്വസിച്ചു തിരിച്ചു പോന്നു. ഡിഗ്രി കഴിഞ്ഞിട്ട് എം എ രണ്ടുകൊല്ലം പഠിച്ചയാളാണ് തന്റെ കീഴിലുള്ളത് എന്നത് പ്യൂണിന്റെ മുഖത്ത് പ്രകാശം പരത്തി.

നാട്ടിൽ പത്താംക്ലാസ് വരെ പഠിച്ച എന്റെ കൂട്ടുകാരൻ ബാബുവിന് വീടിനടുത്ത് കടയിൽ പോയി സാധനങ്ങൾ എടുത്തു കൊടുക്കാൻ നിൽക്കുന്നതിന് കിട്ടുന്നത് നാലായിരം രൂപയാണ്. ഉച്ചയ്ക്ക് ഊണ് കഴിക്കാൻ അവന് വീട്ടിലുംപോകാം. വൈകീട്ട് അമ്പലത്തിൽ പോകാം, പാലംകെട്ടിൽ കൂട്ടുകാരോടൊപ്പമിരിക്കാം, ശ്രീധരേട്ടന്റെ കടേല് പോകാം, മേളത്തിലും സുമയിലും ഇടയ്ക്ക് സൂരജിലും സിനിമയ്ക്ക് പോകാം. വൈകീട്ട് വീട്ടിൽ വന്നു കിടന്നുറങ്ങാം.

പിറ്റേന്ന് അച്ഛമ്മ വിഷമത്തോടെ എന്നെ ചേർത്ത് പിടിച്ചു പറഞ്ഞു, "മോനെ നിക്ക് തിരിച്ചു പോണം ബോംബെയ്ക്ക്, കുട്ടിക്ക് വിഷമാവോ?"

ഞാൻ ചിരി അഭിനയിച്ചുകൊണ്ട് പറഞ്ഞു,

"ഹേയ് ഇല്ല്യ കൊഴപ്പല്യ."

പറഞ്ഞപോലെ തന്നെ രണ്ടുദിവസം കഴിഞ്ഞ് അച്ഛമ്മ ബോംബെക്ക് തിരിച്ച് പോയി. എന്റെ കണ്ണുകൾ നിറഞ്ഞൊഴുകി. നാളെ തിങ്കളാഴ്ച മുതൽ ജോലിക്ക് പോകണം. കൈയിലെ കാശ് തീർന്നിരിക്കയാണ്, ഹട്കേശ്വർ വരെ നടന്നാൽ 77 നമ്പർ ബസ് കിട്ടും. പൈസ ചെറിയച്ഛനോട് ചോദിച്ചാൽ തരും. പക്ഷേ ആള് അച്ഛമ്മയെ കൊണ്ടു ചെന്നാക്കാൻ ബോംബെയ്ക്ക് പോയിരിക്കുകയാണ്. വരാൻ രണ്ടുമൂന്നു ദിവസം കഴിയും. സൺഡേയുടെ ആലസ്യത്തിൽ വൈകീട്ട് നാലായി കഴിഞ്ഞിരിക്കുന്നു. കാലത്ത് നേരത്തെ വീട്ടിൽ നിന്നിറങ്ങി നടന്നുപോകാം ഓഫീസിലേക്ക്. ഏതാണ്ട് ഇരുപത് കിലോമീറ്റർ ദൂരമുണ്ട്, പക്ഷേ ഇത്രദൂരം നടക്കാൻ എന്നെക്കൊണ്ട് കഴിയില്ല. ആദ്യ ദിവസം ജോലിക്ക് പോകാതിരുന്നാൽ പിന്നെ ഒരിക്കലും ആ വഴിക്ക് പോകാതിരിക്കുകയാണ് നല്ലത്. പത്തു രൂപ ഇല്ലാത്തതുകൊണ്ട് ജോലി നഷ്ടപ്പെട്ടാൽ അതിനേക്കാൾ വലിയ ദാരിദ്ര്യം പിടിച്ച അവസ്ഥ വേറെന്താണ്.

കലാഭവൻമണിയുടെ 'സോനാ സോനാ നീ ഒന്നാം നമ്പർ' എന്ന പാട്ട് 'കിരൺ ടിവി'യിൽ കണ്ടുകൊണ്ടിരിക്കുമ്പോൾ കാളിങ് ബെല്ലടിച്ചതും വാതിൽ തുറന്നതും ഷർട്ട് ഇൻസൈഡ് ചെയ്ത

ഒരാൾ കയറിവന്നതും ഒരുമിച്ചായിരുന്നു. ഇവിടെയെത്തിയിട്ട് ആദ്യമായി ഞാനൊന്ന് മനസ്സ് തുറന്നു പുഞ്ചിരിച്ചു, കളിക്കൂട്ടുകാരനും അയൽക്കാരനുമായ നിഷാദാണ്. എന്നെ കാണാനായി നിർണയ് നഗറിൽ നിന്ന് വീട് തിരഞ്ഞു വന്നിരിക്കയാണ്. അവൻ ഗുജറാത്തിൽ എത്തിയിട്ട് ഒരു വർഷമാവാറായി.

ചായ കുടിച്ച് ഞങ്ങൾ നടക്കാനിറങ്ങി. മുണ്ടുടുത്ത് ഇറങ്ങിയ എന്നോട് നിർബന്ധപൂർവ്വം പാന്റിടാൻ അവൻ നിർദ്ദേശിച്ചു. മുണ്ടുടുക്കുന്നതിലെന്താണ് ഇത്ര നാണക്കേട് എന്ന് ഞാനും ആലോചിച്ചു. ജോലി കിട്ടിയ കാര്യവും രണ്ടായിരമാണ് സാലറി എന്നൊക്കെ ഞാൻ പരിഭവം പറഞ്ഞപ്പോൾ ഒരു വർഷമായി ഇവിടെ ജോലി ചെയ്യുന്ന അവനും കിട്ടുന്നത് ഇതേ രണ്ടായിരത്തിനെക്കാൾ കുറച്ചു കൂടുതൽ മാത്രമാണെന്നു പറയുമ്പോൾ അവൻ എന്റെ കണ്ണിലേക്കു നോക്കാതിരിക്കാൻ ശ്രമിച്ചത് മങ്ങലോടെ നോക്കി നിൽക്കാനേ എനിക്ക് കഴിഞ്ഞുള്ളൂ.

സന്ധ്യയായിരിക്കുന്നു, ഇരുട്ട് മയങ്ങിത്തുടങ്ങിയിരിക്കുന്നു. അവന് പോകാൻ സമയമായിരിക്കുന്നു. യാത്ര പറഞ്ഞു പോകുമ്പോൾ അപ്രതീക്ഷിതമായി അവൻ ഒരു അമ്പതുരൂപയുടെ മുഷിയാത്ത നോട്ടെടുത്ത് എന്റെ പോക്കറ്റിലിട്ട് ഒന്നും പറയാതെ കൂളായി തിരിച്ചു നടന്നു. ആ അമ്പതിന്റെ നോട്ട് എന്റെ പോക്കറ്റിൽ മടങ്ങിക്കിടന്നുകൊണ്ടെന്നെ തോണ്ടി വിളിച്ചു പറഞ്ഞു:

"എന്തൂട്ട് മനുഷ്യനാണവൻ."

പണ്ട് കാർന്നൻമാര് പറയണപോലെ, അന്നത്തെ അമ്പത് ഉറുപ്പ്യ ഇന്നത്തെ അയ്യായിരം എന്നൊക്കെ തള്ളാൻ ഇത് നടക്കുന്നത് രണ്ടായിരത്തി നാലിൽ മാത്രമാണ്. അല്ലാണ്ട് തൊള്ളായിരത്തി എഴുപത്തിലോ എൺപതിലോ ഒന്നുമല്ല.

വിഷയം ദാരിദ്ര്യമാണ്. കൊടിയ ദാരിദ്ര്യം.

ദാരിദ്ര്യത്തിനെന്നുമെന്നുമൊരേ മുഖംമാത്രം. ഇപ്പോളിതാ എന്റെ മുഖവുമതുപോലെ തന്നെ. എന്തെങ്കിലും പറയണേന് മുൻപേ അവൻ കണ്ണീർപ്പൂവിന്റെ കവിളിൽ തലോടി സ്റ്റൈലിൽ ചെരിഞ്ഞു നടന്നു പോയി.

പക്ഷേ ആ പോകുന്നവൻ എന്റെ കണ്ണീരൊപ്പാൻ ആദ്യമായി ഗുജറാത്തിലെത്തിയ ഭഗവാൻ ആയിരുന്നുവെങ്കിൽ പിന്നീടങ്ങോട്ട് ഭഗവാന്മാരുടെ കണ്ണീരൊപ്പൽ മത്സരമായിരുന്നു എന്നുവേണം പറയാൻ. ■

ഭൂതത്തിന്റെ വരവ്

ഇന്നലെക്കിടന്നുറങ്ങി ഇന്നായിരിക്കുന്നു, നാളെയേക്കാൾ എനിക്കിഷ്ടമുള്ള സുന്ദരനായ തിങ്കൾ.

ജോലിയിൽ ആദ്യദിവസമാണ്. കാണുമ്പോൾ ആനന്ദക്കണ്ണീരും കാണാതിരിക്കുമ്പോ സങ്കടക്കണ്ണീരും ആവോളം എനിക്കുവേണ്ടിയൊഴുക്കിയ ജീവന്റെ ജീവനായ അമ്മൂമ്മയെ ഫോണിൽ വിളിച്ചാശിർവാദം വാങ്ങി.

"നന്നായി വരട്ടെ, എടക്ക് വിളിക്ക് കുട്ട്യേ. ഞായറാഴ്ചയെങ്കിലും വിളിക്കാതിരിക്കരുത് ട്ടോ."

കൈയിലിരിക്കുന്ന ചുവന്ന കോയിൻ ബോക്സിലെ റിസീവറിന്റപ്പുറത്തെ തലയ്ക്കൽ രണ്ടായിരം കിലോമീറ്ററിനക്കരെ നനഞ്ഞു കുതിർന്ന ഫോൺ ഡിസ്കണക്റ്റായിട്ടില്ലാതായി. ഇത്രേം സ്നേഹവും വാത്സല്യവും എനിക്ക്മേൽ ചൊരിഞ്ഞ മാറ്റാരുണ്ട് ഭൂമിയിൽ. തോന്നുന്നില്ല. സ്വന്തം മക്കളേക്കാൾ എന്നെ സ്നേഹിച്ചിരുന്ന അമ്മൂമ്മടെ ഹ്യൂമർ സെൻസാണ് എനിക്ക് കിട്ടിയതെന്ന് വിശ്വസിക്കാതിരിക്കാനെനിക്ക് നിർവ്വാഹമില്ല.

വർഷങ്ങൾക്ക് മുന്നേ ആളില്ലാത്ത വീട്ടിൽ കാലത്ത് തൊട്ട് ചീട്ടുകളിച്ചോണ്ടിരുന്ന എന്നെത്തേടി തൂക്കുപാത്രത്തിൽ ചോറും കറിയുമായി നടന്നു വരുന്നത് ദൂരേന്ന് കണ്ട ഞാൻ ഓടിച്ചെന്നു ചോദിച്ചു

"അമ്മൂമ്മ എന്ത് പരിപാടിയാ ഈ കാണിക്കണേ?"

"നീയ്യ് വല്ല്യ പണിതെരക്കിലല്ലേ ശാപ്പാട് കഴിക്കാൻ വരുന്ന ആ സമയം ഒഴിവാക്കാലോ."

ഇന്നും നാട്ടിലെ പലരും അത് പറഞ്ഞ് ചിരിക്കും.

അച്ഛനേം അമ്മേം വിളിച്ചു. അവർ സന്തോഷത്തോടെ ആശിർവദിച്ചു. കിട്ടിയതെല്ലാം ശിരസ്സിൽ ഏറ്റുവാങ്ങി.

വീടിരിക്കുന്ന ധീരജ് ഹൗസിംഗ് മുതൽ ഹട്കേശ്വർ വരെ രണ്ടര കിലോമീറ്റർ നടന്നുപോണം അവിടന്ന് അഹമ്മദാബാദ്

മുനിസിപ്പാലിറ്റി ബസ്സുകൾ ഇഷ്ടം പോലെയുണ്ട്. ബസ്സിലിരിക്കുമ്പോൾ അന്ന് റെയിൽവേ സ്റ്റേഷനിൽ നിന്ന് വീട്ടിലേക്ക് വന്ന വഴി കുറച്ചു ദൂരം പോയി പിന്നെ മറ്റേതോ റൂട്ടിലൂടെ തിരിഞ്ഞുപോയി. അന്ന് കണ്ട ഇടിഞ്ഞു പൊളിഞ്ഞതും പഴകിയതുമായ ലുക്കില്ലാത്ത കെട്ടിടങ്ങളെ പിന്നോട്ട് വകഞ്ഞുമാറ്റി വെള്ള നിറമുള്ള എഴുപത്തിയേഴാം നമ്പർ ബസ് മുന്നോട്ട് കുതിച്ചു. ബസ്സ് ചെറുതുരുത്തി പാലം കയറിയപോലൊന്നു തെന്നിക്കയറി രണ്ടുവശവും പുഴന്നെ പുഴ. മ്മടെ ഭാരതപുഴപോലൊരെണ്ണം. പക്ഷേ ഇവിടെയിത് സബർമതി നദിയാണ്. റിസർവ് ബാങ്ക് ഓഫ് ഇന്ത്യ, ടൈംസ് ഓഫ് ഇന്ത്യ എന്നൊക്കെ വലുതാക്കിയെഴുതിയ ബിൽഡിങ്ങുകളൊക്കെ അത്ഭുതത്തോടെ നോക്കി നിന്നു. ഇൻകംടാക്സ് സ്റ്റോപ്പിലിറങ്ങി പിന്നെയും രണ്ടു കിലോമീറ്റർ ഏന്തിവലിഞ്ഞു നടക്കണം.

ആദ്യ ദിവസം മൊതലാളീടെ ക്യാബിനിലും തൊട്ടടുത്ത മാനേജരുടെ ക്യാബിനിലും വിളിച്ച് ചെയ്യേണ്ട ജോലികളെ കുറിച്ചെന്തൊക്കെയോ പറഞ്ഞു. ഞാൻ തലയാട്ടി. അവിടിരുന്ന് പുറത്തിരിക്കുന്ന ആരെയൊക്കെയോ ഇന്റർകോമിൽ വിളിച്ച് "താങ്കൾ ആവശ്യപ്പെട്ട കുപ്പിയിൽനിന്നുംവന്ന ഭൂതം എത്തിയിട്ടുണ്ട്. പണി കൊടുക്കാൻ റെഡിയായിക്കോ" എന്നാണെന്ന് ഞാനൂഹിച്ചു.. പത്തോളം പേരിരിക്കുന്ന ഓഫീസിലെ പ്യൂണടക്കം എല്ലാരേയും വിളിച്ച് ഞാനെന്ന ഭൂതത്തിന്റെ വരവറിയിച്ചിരിക്കുന്നു,

ഒരാളെയൊഴികെ പ്യൂൺ എന്നെ സ്വതസിദ്ധമായ പുച്ഛത്തോടുകൂടി വിളിച്ചുകൊണ്ട് പോയി ഒഴിഞ്ഞ കസേരയെ ചൂണ്ടി

"ആ തമാരി സീറ്റ് ഛേ, ബേസോ?"

കാര്യം മനസ്സിലായ ഞാൻ അവിടെയിരുന്നു. മുന്നിലെ പഴയ കമ്പ്യൂട്ടർ മോണിറ്ററിൽ ഇരുണ്ട സ്ക്രീനിൽ എന്തോ ഒരു സാധനം മുകളിലും താഴെയും വശങ്ങളിലുമായി തട്ടിക്കളിക്കുന്നു. ഇപ്പോളെനിക്കത് വായിക്കാൻ കഴിയുന്നുണ്ട്. 'മുതലിയാർ' എന്ന്. ഇംഗ്ലീഷ് അക്ഷരത്തിൽ ഈ ചെയ്തു വെച്ചിരിക്കുന്നതിനെ സ്ക്രീൻ സേവർ എന്നാണു പറയുകയെന്നു രാജീവേട്ടന്റെ മുള്ളൂർക്കരയിൽ തുടങ്ങിയ കമ്പ്യൂട്ടർ സെന്ററിൽ വെറുതെ വായ് നോക്കിയിരിക്കുമ്പോൾ തൊട്ടടുത്ത സീറ്റിലിരുന്നു രാമഷ്ണൻ മനസ്സിലാക്കിത്തന്നിട്ടുണ്ട്. എന്താണ് ഇനി ചെയ്യേണ്ടതെന്നറിയാതെ സ്ക്രീനിലേക്ക് കണ്ണുനട്ടിരുന്ന എന്നെനോക്കി നെറ്റിയിൽ ചുവപ്പും വെളുപ്പും മഞ്ഞയുമൊക്കെ നിറമുള്ള ചന്ദനക്കുറികൾ പല വലുപ്പത്തിൽ വരച്ചു വെച്ചയാൾ, നല്ല ഹെവി പവറുള്ള കണ്ണടക്കുള്ളിലൂടെ നോക്കി പുഞ്ചിരിച്ചു. ഇപ്പോളെനിക്ക് ചെറിയൊരാശ്വാസം കിട്ടിയിരിക്കുന്നു.

ചീങ്കണ്ണ്യാ... സ്റ്റോ...

"ആപ്കേ പഹ്ലെ യെ സീറ്റ്മെ മുതലിയാർ ഥാ."

ആള് പറഞ്ഞത് ഹിന്ദിയാണ് എനിക്കത് കൃത്യമായി മനസ്സിലായിരിക്കുന്നു.

"വോ ഭി സൗത്ത് ഇന്ത്യൻ ഹേ, ആപ്കേ ജൈസാ."

ഈശ്വരാ, ഇതുമെനിക്ക് മനസ്സിലായിരിക്കുന്നു. മുതലിയാർ എന്ന് ജാതിപ്പേരുള്ള തമിഴ്നാട്ടുകാരൻ എനിക്കുമുൻപേ എന്റെയീ കസേരയിലിരുന്നിരുന്നുവത്രേ.ഇതിനിടയിൽ ഞങ്ങടെ സംഭാഷണത്തിന് വിഘ്നം വരുത്താനെന്നോണം ആപ്പീസിന്റെ കന്നിമൂലയിൽ പ്രതിഷ്ഠിച്ച പഴഞ്ചൻ ടൈപ്പ്റൈറ്റിങ് യന്ത്രക്കൂട്ടങ്ങൾ അപതാളശ്രുതി മീട്ടി.

സംസാരം അവസാനിപ്പിച്ചുകൊണ്ടയാൾ മോണിറ്ററിൽ സൂക്ഷിച്ചു നോക്കി. നേരത്തെ കന്നിമൂലയിൽ നിന്നുത്ഭവിച്ച അപതാളത്തിന് കീ ബോർഡിലൂടെ റിപ്ലൈ കൊടുത്തു.

"ആപ്കാ നാം" ന്ന് ചോദിച്ച എന്നോട് ആൾറെഡി ഓപ്പണായി കിടക്കുന്ന ഷർട്ടിന്റെ ആദ്യബട്ടനിടയിലൂടെ ആ നിറം മങ്ങിയ വെളുത്ത ചരടാണെനിക്ക് കാണിച്ചു തന്നത്. ഇനിയിപ്പോ "പൂണൂൽ" എന്നായിരിക്കുമോ ഇയാളുടെ പേര് എന്നാലോചിക്കുന്നതിനു തൊട്ടു മുന്നേ,

"എ.പി ഭട്ട്, അരവിന്ദ്ഭായ് പുരുഷോത്തംഭായ് ഭട്ട്, ഹു ബ്രാഹ്മൺ ഛു."

ഇപ്പോൾ ടെക്നിക്ക് പിടികിട്ടി. ഹിന്ദിയിൽ 'ഹേ' എന്നത് ഉപയോഗിക്കുന്നതിന് പകരമായ ഗുജറാത്തിയാണ് 'ഛെ'. മേ കർത്താവാകുമ്പോൾ ഛു എന്ന് ചേർക്കണം അത്രേള്ളൂ. പക്ഷേ പേര് ചോദിച്ചതിനെന്തൂട്നാണ് ജാതിപേരും പൂണൂലുമൊക്കെ പൊക്കിക്കാണിച്ചത് എന്ന് ചിന്തിക്കാനുള്ള അവസരമെനിക്ക് നിഷേധിച്ചപോലെ വീണ്ടുമാ കന്നിമൂലയൊച്ച ഉയർന്നു. പ്രത്യേകിച്ച് പണിയൊന്നുമില്ലാത്തതുകൊണ്ട് കൈയിലിരിക്കുന്ന റെയിനോൾഡ് പേനടെ ടോപ്പൂരി ചെവിയിലിട്ട് സ്ലോവ്ലി കരകര ശബ്ദത്തിൽ സൈലന്റായി ഇളക്കിക്കൊണ്ടിരുന്നു. ഭൂമിയിൽ ഞാനീ ചെയ്യുന്ന കൊടും പാപത്തിന്റെ ഫലമായി ഒന്നും സംഭവിക്കരുതേ എന്നായിരിക്കണം അപ്പോളെന്റെ മുഖഭാവം.

അപതാളംകേട്ട ദിക്കിലേക്ക് അർദ്ധവൃത്താകൃതിയിൽ കൃഷ്ണമണിയും തലയും ഒരുമിച്ചോടിച്ചുനോക്കി. കൈകളിലൊന്ന് തെറുത്ത് കയറ്റിയിരിക്കുന്നു മറ്റൊന്ന് മുഴുവനായി അഴിഞ്ഞുതൂങ്ങിക്കിടക്കുന്നു. കഴുത്തിനുതാഴെ ആദ്യബട്ടൻ, അതിനുനേരെയുള്ള ഹോൾ

ഒഴിവാക്കി രണ്ടാമത്തേതിൽ കൊളുത്തിയിരിക്കുന്നു. തന്റേതല്ലാത്ത കുറ്റത്തിന് ഇനിവരുന്ന ബട്ടൻസെല്ലാം വല്ലവന്റെ ഹോളിൽ കുടുങ്ങിക്കിടക്കുന്നു. ഏതാണ്ട് അമ്പത്തഞ്ചുവയസ്സ് പ്രായം തോന്നിക്കുന്ന അയാളെമാത്രം പരിചയപ്പെട്ടിരുന്നില്ല. ആ മനുഷ്യനെ അവിടെയാരും പരിഗണിച്ചിരുന്നുമില്ല. ഓഫീസിലെ രണ്ടുമൂന്നു കസേരകൾ എപ്പോളും കാലിയായി കിടക്കുന്നു. ചോദിച്ചപ്പോൾ ചിലർ ലോങ്ങ് ലീവിലും ചിലർ ഓഫീസ് ടൂറിലുമാണ്.

വല്ല്യ ദുർഘടം തന്നെയാണ് യാത്ര. പോകാനും വരാനും കൂടി ആറു കിലോമീറ്റർ നടക്കണം. വൈകീട്ടാണ് അസഹനീയം, ഏഴു മണി വരെയുള്ള ജോലികൾ തീർത്ത് പ്യൂൺ ശക്തിയായി ഷട്ടർ വലിച്ചടക്കുമ്പോൾ കൂടെ കൈസഹായമേകണം, പൂട്ടിട്ട് തിരിച്ചു ലോക്കിങ് നടത്തുമ്പോൾ പ്യൂണിന്റെ ബാഗും ചോറ്റുപാത്രവും പിടിച്ചു കാവൽ നിൽക്കണം. അവിടന്ന് ഓടിയിറങ്ങി ഇൻകംടാക്സ് സ്റ്റോപ്പ് വരെയെത്തണം. വീണ്ടുമാ എഴുപത്തിയേഴാം നമ്പർ ബസ്സിൽകയറി തിരക്കിൽ അള്ളിപ്പിടിച്ച് ഞെരിഞ്ഞമർന്നു നിൽക്കണം. ഒരു മണിക്കൂർ കഴിഞ്ഞാൽ ഹഡ്കേശ്വർ സർക്കിളിൽ. അവിടന്ന് വീണ്ടും നടക്കണം.

വയ്യാതായിരിക്കുന്നു ശരിക്കും. ■

ഗാന്ധിയെന്ന ശുദ്ധൻ

ആഴ്ചയോ ഡേറ്റോ കൃത്യമായി ഓർത്തെടുക്കാൻ പോലും കഴിയാത്തവിധം യാന്ത്രികമായിരിക്കുന്നു ജീവിതം. ഞാൻ മുതലാളിയായ കംപ്യൂട്ടറിന്റെ സ്ക്രീനിൽ എന്റെ പേരാണ് തത്തിക്കളിക്കേണ്ടത് എന്ന സ്വതന്ത്രചിന്തയിൽ സ്ക്രീൻസേവറിലെ 'മുതലിയാരെ' ഞാൻ ഡിലീറ്റ് ചെയ്തു. കീബോർഡിൽ കാണാതായ 'വൈ' അക്ഷരം തിരയുന്നതിനിടയിലാണ് അപ്രതീക്ഷിതമായി എന്തോ ഒന്നെന്റെ പിൻതോളിലമർന്നത്. ഞാൻ ഇരുന്നിടത്തുനിന്നെണീറ്റു. കൈ തോളിൽനിന്നെടുത്ത് അയാളെന്റെ ചെവിയിൽ മധുരമായ ഇംഗ്ലീഷിൽ പതിയെ മന്ത്രിച്ചു.

"ബിവേർ ഓഫ് ദീസ് ഡോഗ്സ്."

നടന്നതെന്തെന്നറിയാൻ ആലോചിക്കുന്നതിന് മുന്നേ അയാൾ ചെന്നിരുന്ന് ടൈപ്പ് റൈറ്റർ കട്ടകളിൽ ദേഷ്യം തീർത്തുകൊണ്ടിരുന്നു. ആരാണിയാൾ, നൊസ്സനാണോ സൈക്കോസിന്റെ ഏതെങ്കിലും അവസ്ഥാന്തരമാണോ?

"ആ ഇരിക്കണെ ചുള്ളനാരാ , ഗഢീടെ റോളെന്താ, ന്തൂട്ടാ സീൻ."

തൊട്ടടുത്തിരുന്ന എ പി 'പട്ടരോട്' ചോദിച്ചു.

"മൊയ്ലാളിയായ ബാബുഭായ് പട്ടേലിന്റെ അപ്പൻ ജനാർദ്ദൻ ഭായ് പട്ടേലിന്റെ കാലത്ത്, അദ്ദേഹത്തിന്റെ പേർസണൽ അസിസ്റ്റന്റ് കം സെക്രട്ടറി കം മനസ്സാക്ഷി സൂക്ഷിപ്പുകാരൻ കം ആയിരുന്ന ഈ ചെങ്ങായി പിന്നിലെ സീറ്റിലും മ്മടെ ജനാർദ്ദനേട്ടൻ സേട്ട് മുന്നിലുമായി അക്കൊല്ലം ജനുവരി പതിനാലിന് വർഷാവർഷം ഗുജറാത്തികൾ അർമ്മാദിക്കുന്ന ഉത്തരായൻ ഉത്സവത്തിന്റെ തലേന്ന് 'പട്ടവും നൂലും' വാങ്ങാൻ ലംബാർട്ട സ്കൂട്ടറിൽ നൂറേ നൂറ്റിപതിനഞ്ചു സ്പീഡിൽ പോകുമ്പോളാണ് ആവേശത്തോടെ പട്ടം പറത്തിയിരുന്ന ഏതോ വിരുതന്റെ പട്ടത്തിന്റെ നൂല് കഴുത്തിൽ കുടുങ്ങിയതും മറ്റേ അറ്റം ശക്തമായി വലിക്കപ്പെട്ടതും

ജനാർദ്ദന വധം നടന്നതുമൊക്കെ കണ്ണടച്ചു തുറക്കുന്ന സമയത്താ യിരുന്നു.”

ഭട്ടര് മരണത്തുടർച്ചയിലേക്കൊരു നീളൻ കോട്ടുവായിട്ടു കണ്ടിന്യു ചെയ്തു.

“പൊട്ടിയൊലിച്ചൊഴുകുന്ന ചോരയും മൊതലാളീടെ മരണവും അന്ത്യശ്വാസവും ഇഴുകിച്ചേർന്നനുഭവിച്ച ആ ചെങ്ങായീടെ കിളി പറന്നു പോയിരുന്നു. ആരോടും സംസാരിക്കാതെ കൊല്ലങ്ങളോളം ഭ്രാന്താശുപത്രിടെ സെല്ലിനുള്ളിൽ, കാണാത്ത ആകാശവും ഇല്ലാത്ത മഴയും കുറ്റാകൂരിരുട്ടത്ത് വെയിലും നോക്കി മരിച്ചുപോയ മൊതലാളിയോട് കുശലം പറഞ്ഞിരുന്ന അയാളുടെ പേരാണത്രെ ഗാന്ധി..!, മനോഹർ ഗാന്ധി...”

ഒരു മരണത്തെയും അയാളുടെ ആത്മാർത്ഥസുഹൃത്തിന്റെ ‘ഭ്രാന്തത’യെയും അത്രമേൽ നിസ്സാരവൽക്കരിച്ച ഭട്ടര്, സീറ്റിന്റെ താഴെയുള്ള ഡസ്റ്റ്ബിന്നിൽ വായിലുള്ള മുറുക്കാൻ തുപ്പിവെച്ചു, രണ്ടുമൂന്നു ചുവന്ന തുള്ളികൾ എന്റെ കാലിരിക്കുന്നതിന്റെ രണ്ടി ഞ്ചകലത്തിൽ വീണുടഞ്ഞു, പിന്നെയത് പടർന്നു. പതിവുപോലെ നാളെയും ഈ ഡസ്റ്റ്ബിന്നും നിലവുമൊക്കെ തുടച്ചു വൃത്തിയാ ക്കേണ്ട, കാലിൽ വാതമുള്ള, നര നെറുകിൽക്കയറിയ ആ സ്ത്രീടെ ദുരവസ്ഥയോർത്തു നെടുവീർപ്പിട്ടു. വല്ല്യ പട്ടേലിന്റെ കഴുത്തിലെ ഞരമ്പ്, സ്വതേ ദുർബലനും വീക്കനുമായ നൂലാൽ മുറിഞ്ഞതെ ങ്ങനെയന്ന സംശയം എഗൈൻ ഭട്ടരുടെ സമക്ഷത്തിലെത്തിച്ചു.

“അല്ല സാർ, ഈ നൂലോണ്ടൊക്കെ ഒരാൾടെ നെക്ക് കട്ടാവോ.”

ഹിഗ്ലീഷ് ഭാഷയിൽ ചോദ്യമെറിഞ്ഞുകൊണ്ടയാൾടെ മൂക്കിന്റെ തുമ്പിലിരിക്കാൻ കിണഞ്ഞുപരിശ്രമിക്കുന്ന മൂളനും സാമൂഹ്യവിരുദ്ധ നുമായ കുഞ്ഞൻ കൊതുകിന്റെ ജീവനിൽ ഹാനി സംഭവിക്കുമെന്ന വേദനയോടെ ഞാൻ ഉത്തരത്തിനായി കാത്തിരുന്നു.

“അരെ യാർ ഇട്സ് നോട് എ സ്വീയിങ് ത്രെഡ്,”

അരിപ്പശയും സോപ്പുവെള്ളവും കലക്കി ചൂടാക്കിയ മിശ്രിത ത്തിൽ കുപ്പിച്ചില്ലും ചില്ലറ കിടുപിടി സാമാനങ്ങളും നിറങ്ങളും ശുദ്ധമായ കോട്ടൺ നൂലിൽ തേച്ചു പിടിപ്പിച്ച് ഉണ്ടാക്കുന്നതാണത്രെ,

“വീ കനോട്ട് ടച്ച് ദിസ് ത്രെഡ് വിത്ത് അവർ നേക്കഡ് ഹാന്റ്. സോ വീ യൂസ്ഡ് റ്റു കവർ ഫിംഗേർസ് വിത്ത് പ്ലാസ്റ്റെർ ബിഫോർ സ്റ്റാർട്ട് കൈറ്റ് ഫ്ളയിംഗ്.”

ഈ നൂലിനെ ഹിന്ദിയിൽ ‘ഫിർക്കി’, ഗുജറാത്തിയിൽ ‘മാഞ്ച’ യെന്നും ഓമനിച്ചു വിളിക്കുന്നു. അയാൾടെ കൂർപ്പിച്ച ചുണ്ടുകൾ

ഡസ്റ്റ്ബിൻ ലക്ഷ്യമാക്കി നീങ്ങിയതും ഞാൻ എഴുന്നേറ്റു മാറി നിന്നു.

മഹാത്മാഗാന്ധിയെന്ന മഹാത്മാവിന്റെ പേരിനോട് ചേർന്നു നിൽക്കുന്ന ഞങ്ങടെ ഓഫീസിലെ ഗാന്ധിയെ കൂടുതൽ ശ്രദ്ധിക്കാൻ തുടങ്ങിയിരുന്നു. ജനാർദ്ദൻ പട്ടേലിന്റെ കാലശേഷം മോൻ പട്ടേൽ ചാർജ്ജ് എടുത്തപ്പോൾ അച്ഛന്റെ ആ പഴയ സഹയാത്രികനെ തിരിച്ചു വിളിക്കകയാണത്രെ ചെയ്തത്. പറന്നുപോയ കിളി തിരികെ വന്നെങ്കിലും കൂടുകൂട്ടിയ കിളികളുടെ കളകളാരവം ശിരസ്സിനുള്ളിൽ കുറുകുറ ശബ്ദമുണ്ടാക്കിക്കൊണ്ടിരുന്നതിനാൽ ആള് പെർഫെക്ട്ലി ഓക്കേ അല്ല. സിമ്പിൾ ആയി പറഞ്ഞാൽ, കൊഴപ്പൊന്നുല്യ സൂക്ഷിക്കണം, ന്നാലും കുഴപ്പമൊന്നുല്ല്യ പക്ഷേ സൂക്ഷിക്കണം എന്നാണ് അവസ്ഥയെന്ന് ഭട്ട് സാറിന്റെ വിവരണത്തിൽ നിന്നെനിക്ക് മനസ്സിലായി.

സാലറിയിൽ നിന്ന് ആയിരം നാട്ടിലേക്കയയ്ക്കും. മാസവസാനമാകുമ്പോഴേക്കും ഇവിടത്തെ കാര്യം വല്ല്യ പരുങ്ങലിലാണ്. ആയിരം കൊണ്ടവരുടെ കാര്യവും നടക്കുന്നില്ല ബാക്കി ആയിരം കൊണ്ട് എനിക്കിവിടെയും തികയുന്നില്ല. ആദ്യ ശമ്പളംകൊണ്ട് വാങ്ങിയ ഷൂസിന്റെ ഹീൽഭാഗം ഊരിപ്പോയിരിക്കുന്നു, തൽക്കാലം മറ്റേ ഹീലും വലിച്ചൂരി സബർമതി പുഴയിലേക്ക് വലിച്ചെറിഞ്ഞു.

സത്യം പറഞ്ഞാൽ ഹീലില്ലാതെ നടക്കാനാണ് കൂടുതൽ സുഖം.

■

രക്ഷാബന്ധൻ

സമയം നടന്നും ഇഴഞ്ഞും ഓടിയുമൊക്കെ ഓഗസ്റ്റിൽ എത്തിയിരിക്കുന്നു. ജീവിതത്തിൽ പ്രകടമായ മാറ്റങ്ങളൊന്നും ഉണ്ടായില്ലെന്ന് ബസിന്റെ സൈഡ് സീറ്റിലിരുന്നു ചൂടുകാറ്റേറ്റ് ചിന്തിച്ചുകൊണ്ടിരിക്കുന്ന വേളയിലാണ് കടകൾക്കു മുന്നിൽ തൂങ്ങിയാടുന്ന വർണ്ണനൂലുകൾ ശ്രദ്ധയിൽ പെട്ടത്. ഇവിടെ ഇത് ശ്രാവണമാസമാണത്രേ. രക്ഷാബന്ധൻ ഉത്സവമാണത്രെ. നോർത്തിലെ പെണ്ണുങ്ങൾ എത്ര ദൂരെയാണെങ്കിലും രാഖിയെന്ന വർണ്ണനൂലുകളുമായി ആങ്ങളാവകാശം കെട്ടിയുറപ്പിക്കാൻ അന്നേ ദിവസമെത്തിയിരിക്കും. ആ ദിവസം നാളെയാണ് കൂടാതെ ലീവുമാണ്. മറ്റന്നാൾ സൺഡേയുമാണ്. കുപ്പിയിൽനിന്നു വന്ന ഞാനെന്ന ഭൂതം ഹാപ്പിയുമാണ്.

രക്ഷാബന്ധൻ ദിവസം രാഖി കെട്ടാൻ ഒരു മുഹൂർത്തമുണ്ട്. ഇന്നത് കാലത്ത് പത്ത് മുതൽ രണ്ടുമണിവരെയാണ്. ലീവുകിട്ടിയതുകൊണ്ട് മാത്രം രക്ഷാബന്ധനെ സ്നേഹിച്ച ഞാൻ ഇതൊന്നും എന്നെ ബാധിക്കുന്ന കാര്യമല്ലല്ലോ എന്ന വിചാരത്തിൽ ഏഷ്യാനെറ്റിൽ പ്രേംപൂജാരി സിനിമ കണ്ടോണ്ടിരുന്നു.

അച്ഛന്റെ മറ്റൊരു സഹോദരനും ഫാമിലിയായിവിടെയാണ് താമസിക്കുന്നത്, അച്ഛന്റെ ചെറിയച്ഛന്റെ മകനാണ്. മോഹനേട്ടൻ എന്ന് സ്നേഹത്തോടെ വിളിക്കുന്ന ആളും പ്രഭച്ചേറിയമ്മയും നിവേദിതയെന്ന മോളും പെട്ടെന്നാണ് കയറിവന്നത്. ടിവി സൈലന്റാക്കി എണീറ്റ് നിന്നു. നാട്ടിൽ നിന്നും ഞാനാദ്യമായി കയറിയ ട്രെയിനിൽ കുറച്ചപ്പുറത്തുള്ള കമ്പാർട്മെന്റിൽ ഇവരുമുണ്ടായിരുന്നു ഗുജറാത്തിലേക്ക്. എന്നോട് കൈയും കാലുമൊക്കെ ശുദ്ധമാക്കി വരാൻ പറഞ്ഞു, വലിയ താമ്പാളമെടുത്തതിൽ കുറച്ചരിമണികളും ചുവന്നപൊടിയും വർണ്ണനൂലും വെച്ചിരിക്കുന്നു. ഒറ്റമോളായതുകൊണ്ട് രാഖികെട്ടാൻ നാട്ടിൽനിന്നും വന്ന ഞാനെന്ന കസിൻ സഹോദരന്റെ നെറ്റിയിൽ ചുവന്നപൊടി ചാലിച്ചത് ഗോപിതൊട്ടു.

അരിമണികളിൽ കളർ കലർന്നത് തലയിൽ വിതറി. പിന്നെ വലത്തേ കയ്യിലതുകെട്ടിത്തന്നു ഡയമണ്ട് ആകൃതിയിൽ പുറമെ സിൽവർ കോട്ടിങ്ങുള്ള അതിമധുരമെന്റെ വായിൽതന്നു. ശേഷം രാജൻ ചെറിയച്ഛന്റെ മോൾ ആതിരയും ഇതാവർത്തിച്ചു. എനിക്ക് വല്ല്യ സന്തോഷമാണ് പെങ്ങന്മാർ നമ്മളെ സ്നേഹിക്കാനൊക്കെ പറഞ്ഞാൽ. ഷാജു മാമ്പ്രയെന്ന നാട്ടിലെ കൂട്ടുകാരനോട് എനിക്കസൂയ തോന്നിയതൊരേയൊരു കാര്യത്തിൽ മാത്രമാണ്. അവന് രണ്ടു പെങ്ങന്മാരുണ്ട് തല്ലുകൂടാനും സ്നേഹിക്കാനും, ഷർട്ട് തേക്കാനുമായുമൊക്കെ.

അധികം താമസിയാതെ ഓണമെത്തി. ആ ദിവസമെല്ലാവരും ലീവാണ്. പ്രഭചെറിയമ്മയുടെ അമ്മ മരിച്ചിട്ട് മാസം പോലും തികയാത്തോണ്ട്, മോഹനൻ ചെറിയച്ഛന്റെ വീട്ടിൽ ഇത്തവണ ഓണമില്ല. അവരുടെ മോൾ നിവേദിത ഊണ് കഴിക്കാൻ വന്നിട്ടുണ്ട്. ഊണ് കഴിക്കുന്നേന് തൊട്ട് മുൻപ് അടുത്തുവന്നു.

“ഏട്ടനൊന്ന് എഴുന്നേറ്റ് നിന്ന് കണ്ണടച്ചേ” പറഞ്ഞതും ഞാൻ റെഡിയായി നിന്നു. അവളെവിടെയോ ഒളിപ്പിച്ചു വെച്ച കവറെന്റെ കൈയിൽ വെച്ചു തന്നു. വിചാരിക്കാതെ ഓണക്കോടിയുമായി വന്ന് സ്നേഹംകൊണ്ട് വീർപ്പുമുട്ടിയിരിക്കുന്ന എനിക്കിപ്പോൾ രണ്ടു പെങ്ങന്മാരുള്ള ഷാജു മാമ്പ്രയോട് അസൂയ തീരെയില്ല.

ഒരുമാറ്റവുമില്ലാത്ത എനിക്ക് പണ്ടൊക്കെ വല്യ ഇഷ്ടമായിരുന്നു തിങ്കളാഴ്ച. ഇന്നിപ്പോ ഈ ഓഫീസിൽ തിങ്കളാഴ്ച വരരുതേ എന്നാണെന്റെ പ്രാർത്ഥന. ഞാനിരിക്കുന്നിടത്ത് വെറും ഓഫീസ് മാത്രമാണ്, മാനുഫാക്ച്ചറിങ് ചെയ്യുന്ന ഫാക്ടറി സ്ഥിതിചെയ്യുന്നത് തൊട്ടടുത്ത ജില്ലയായ മെഹ്സാനയിലാണ്, സെയിൽസ്, അക്കൗണ്ട്സ് പിന്നെ മുതലാളിമാരും ഗാന്ധിയും ഞാനെന്ന ഭൂതവുമിരിക്കുന്നത് ഇവിടെയാണ്. എന്റെ സീറ്റിനരുകിലിരിക്കുന്ന ഫോൺ മണിമുഴങ്ങി.

“കീർത്തി കാ കമ്പ്യൂട്ടർ ഓപ്പൺ കരോ, ഡെസ്ക്ടോപ് മെ ടെൻഡർ കർക്കേ ഏക് വേർഡ് ഫയൽ ഹേ, ഉസ്കാ പ്രിന്റ് നിക്കാലോ.”

കാര്യമെനിക്ക് മനസ്സിലായി. പക്ഷേ ആരാണ് കീർത്തി. ആ ഒഴിഞ്ഞു കിടക്കുന്ന കസേരയിൽ ഇരുന്നിരുന്ന, ഇത്രയുംനാൾ ലീവായിരുന്ന പെണ്ണിന്റെ പേരാണോ കീർത്തി. ഈ മുരടന്മാരായ ആണുങ്ങളുടെയും പാവമായ എന്റെയുമിടയിൽ ഒരു പെണ്ണിന്റെ സീറ്റുണ്ടായിരുന്നോ?, ഇതൊന്നും ഞാനറിയാതെ പോയല്ലോ ഈശ്വരാ. ഞാൻ പതുക്കെ ആ സീറ്റിനടുത്ത് പോയി നിന്നു. ആ കസേരയിൽ തലവെക്കാൻ സാധ്യതയുള്ളതായിട്ടെനിക്ക് തോന്നിയ ഭാഗത്ത്

കൈവിരലുകളൊഴുക്കി, അവളിരിക്കുന്ന സീറ്റിലേക്ക് നോക്കി. അവിടം അധികം താഴ്ന്നിട്ടൊന്നുമില്ല അപ്പോൾ കീർത്തി വണ്ണം കുറവായിരിക്കും. വരാനിരിക്കുന്ന നാളുകളെന്നിൽ രോമാഞ്ചമുണ്ടാക്കി. അതിനു കാരണമുണ്ട്. കൂട്ടത്തിൽ ഇരുപത്തഞ്ചു വയസ്സിനു താഴെയുള്ളത് ഞാൻ മാത്രമാണ് ബാക്കിയെല്ലാം നാല്പത്തഞ്ച് കഴിഞ്ഞവരാണ്. കല്യാണം കഴിഞ്ഞിരിക്കുമോ? ആ. കഴിഞ്ഞാലും എനിക്ക് വിഷയമല്ല എന്നൊക്കെ അതിവേഗത്തിൽ എന്റെ തലയിൽ മങ്ങിയ അക്ഷരത്തിൽ തെളിഞ്ഞുകൊണ്ടിരുന്നു. ആ മൗസിൽ കൈയമരുമ്പോൾ ഒട്ടുമതിന് വേദനിക്കരുതേയെന്നുമാത്രമായിരുന്നു എന്റെ പ്രാർത്ഥന. എന്റെ കീർത്തിടെ കമ്പ്യൂട്ടർ അവളുടെ മൗസ് അവളുടെ കസേര ഇലയ്ക്കും മുള്ളിനും കേടില്ലാത്തപോലെയെന്നൊക്കെയുള്ള ആ ഒരു രീതിയിൽ ഞാൻ അവിടന്ന് പ്രിന്റുമായി മൊതലാളീടെ ക്യാബിനിൽ പോയി. നേരം വൈകിയതിന് എനിക്ക് കുറേശ്ശേ മനസ്സിലാവുന്ന ഗുജറാത്തി തെറി കേട്ട് തിരിച്ചു പോന്നു.

സാധാരണ കാണാറുള്ളത് പോലെയല്ല, ഇവിടെ റിസപ്ഷനിസ്റ്റ് ആണൊരുത്തനാണ്. ജയകുമാർ എന്നാണയാൾടെ നാമധേയം. കുറെ പട്ടേൽമാരുടെയും ഭട്ടിന്റെയും ഇടയിലൊരു വെറുംപേര് മാത്രമുള്ളയാൾ. അയാൾ കാണുമ്പോ കാണുമ്പോ എന്നോട് ചങ്ങാത്തം കൂടാൻ വരുകയാണ്. ഇംഗ്ലീഷ് നന്നായി സംസാരിക്കാൻ അറിയാമെന്ന അഹങ്കാരം അയാളുടെ ചെവിയിൽ പൂടയായ് പൊങ്ങിനിൽക്കുന്നുയെന്നാൽ, മീശയ്ക്ക് ചെമ്പൻ കളറുമായിരുന്നു. എന്നോട് അയാൾക്കെന്തോക്കെയോ ചോദിക്കാനുണ്ടെന്നു മനസ്സിലായി. "വാട്ട് ഈസ് ദി മാറ്റർ" എന്ന് ചോദിക്കാൻ ഞാൻ വെമ്പൽക്കൊണ്ടു. പക്ഷേ അയാൾ ശേഷം പറയാൻ പോകുന്ന കാര്യത്തിനും ഇംഗ്ലീഷിൽ മറുപടി പറയേണ്ടി വരുമെന്നതിനാൽ ഞാനതിനു മെനക്കെട്ടില്ല. പിറ്റേന്ന് ഓഫീസിൽ തിരക്കുകുറഞ്ഞ ടൈമിൽ ജയകുമാർ എന്റെടുത്തു വന്നിരുന്നു. ആൾക്കെന്തോ കാര്യമായി ചോദിക്കാനുണ്ട്, കുഞ്ഞുനാണം അയാളുടെ മുഖത്ത് പ്രകടമാണ്.

ആൾക്കറിയേണ്ടത് സ്ത്രീകളുടെ പ്രധാന സ്വകാര്യ അവയവങ്ങളുടെ പേരുകൾ മലയാളത്തിൽ എങ്ങനെ പറയും എന്നാണ്. തല്പര കക്ഷിയും അത്യാവശ്യം നല്ല രീതിയിൽ തെറികൾ കൈകാര്യം ചെയ്യാൻ കഴിയുന്ന ആളെന്ന നിലയ്ക്ക് ഇവിടെ വന്നതിനു ശേഷം ഇതൊന്നുമുപയോഗിക്കാൻ അവസരമില്ലാത്തതിനാൽ ഞാൻ നിരാശനുമായിരുന്നു. ബയോളജിയിൽ ഉണ്ണിത്താൻ മാഷ് പറഞ്ഞ പുംബീജം അണ്ഡം സ്റ്റാൻഡേർഡിലല്ല, അതുക്കുംമേലെ സ്കൂളിന്റെ

പടിക്കൽ സബർജില്ലി വിൽക്കുന്ന ഗോപിയേട്ടന്റെ ഭാഷാസമൃദ്ധി യുടെ നിഘണ്ടുവിലെ പര്യായപദങ്ങളിൽനിന്നും മൂർച്ചയേറിയ രണ്ടെണ്ണമെടുത്തു ജയകുമാറിനിട്ടുകൊടുത്തു. 'വേലക്കാരിയായി രുന്താലും നീയെൻ മോഹവല്ലി, നീയെൻ മോഹവല്ലി'പോലെയുരു വിട്ടുകൊണ്ടയാൾ നടന്നകന്നു. അന്യഭാഷ പഠിക്കുമ്പോൾ ഏറ്റവു മാദ്യം വൊക്കാബുലറിയിൽ രേഖപ്പെടുത്തുന്നത് 'മ്യൂട്ട് മോഡി'ൽ ഇടാൻ പാകത്തിനുള്ള പദങ്ങളാണെന്ന് ഒന്നൂടെ ഉറപ്പിച്ച് ആ പാവം മേലേപ്പറമ്പിൽ ജയകുമാറിനെ നോക്കി ഊറിച്ചിരിച്ചുകൊണ്ട് ഞാൻ ജോലിയിലേക്ക് തിരിഞ്ഞിരുന്നു.

കീബോർഡിൽ നേരത്തെ കാണാതെ പോയത് 'വൈ' ആയി രുന്നെങ്കിൽ ഇന്നത് 'ജി' ആയിരുന്നു, ജയകുമാർ സീറ്റിൽ പോയി രുന്നതും കന്നിമൂലയിൽ നിന്ന് ഗാന്ധിമാമാ എണീറ്റുവന്നെന്റെ മുന്നിൽ നിന്നു

"ഹേ മിസ്റ്റർ, ഐ ടോൾഡ് യു ആൾറെഡി. ബിവേർ ദിസ് ഡോഗ് ആൾസോ."

ഇയാൾ ഇടയ്ക്കിടയ്ക്കിതെന്നോട് പറയുന്നതെന്തിനെന്നു ടൈപ്പ് കട്ടയുടെ അപതാളത്തിനിടയിൽ വീണുകിട്ടിയ ഗ്യാപ്പിൽ ഞാൻ ചിന്തിച്ചു.

"കീർത്തി ജോയിൻ ചെയ്യുന്ന ദിവസമാണിന്ന്."

ആരോ പറയുന്നതു കേട്ട ഞാൻ മനസ്സിൽ അവൾക്കായൊരു കൂടാരം പണികഴിപ്പിച്ചുകൊണ്ടിരുന്നു. അസ്ഥിവാരം കീറി തറ പണി യിച്ചു, ബെൽറ്റ് വാർപ്പ് വരെയായിരിക്കുന്നു. ഇനി കുറച്ച് ദിവസം ഇതൊന്ന്കിടന്ന് ഉറയ്ക്കണം. കൂടാരം പതുക്കെ പണിയാം. ആദ്യം കീർത്തിയൊന്നു വരട്ടെ, ഞാനുമിരുന്ന ആ കസേരയിൽ എനിക്ക ഭിമുഖമായിയൊന്നിരിക്കട്ടെ. ഇനിയങ്ങോട്ട് ജോലിക്ക് വരാനെന്നെ പ്രേരിപ്പിക്കുന്ന ഘടകവും മാഗ്നെനറ്റുമൊക്കെ അവളായിരിക്കും. ഇരുന്നിരുന്ന കസേരയിൽ നിന്നെണീക്കാതെ പിന്നിലെ പോക്ക റ്റിൽ നിന്ന് വട്ടത്തിലുള്ള ചീർപ്പെടുത്തു. വലത്തേ കയ്യിലെ നാലു വിരലുകൾ അതിൽ തള്ളിക്കയറ്റി തലയുടെ വകച്ചിലിന്റെ ഇടത്തേ ഭാഗം ഇടത്തുനിന്നും മേലോട്ടും ബാക്കിയുള്ളത് വലത്തുനിന്നും മേലോട്ടും സെറ്റ് ആക്കി വെച്ചു.

മുടി സൈഡിലേക്ക് പതിഞ്ഞു കിടന്നാൽ എന്നെക്കണ്ടാൽ കോട്ടയം കുഞ്ഞച്ചനിലെ പരിഷ്കാരിയായ കുഞ്ചനെപ്പോലെ തോന്നിപ്പിക്കുമെന്ന് വർഷങ്ങൾക്ക് മുന്നേ ബോധ്യപ്പെടുത്തിയത് കാഞ്ഞിരശ്ശേരി ബാർബർഷോപ്പിലെ സുധേട്ടനാണ്. മൂപ്പർക്കതൊരു വീക്നെസ്സാണ്. ആര് വന്നാലും മുടിയിൽ ധാരാളം വെള്ളം സ്പ്രേ

ചീറ്റിക്കും, നിർത്തുന്നതിന് തൊട്ടുമുൻപ് മുഖത്തേക്ക് നിറയൊഴിക്കും, ആ സമയത്ത് ഒരുമാതിരിപെട്ടവർ ശ്വാസം മുട്ടി ഹോ ഹോ ഹ്വാ, പോലുള്ള വാക്കുകൾ പ്രയോഗിച്ചാൽമാത്രം അയാളാ യന്ത്രം ഓഫാക്കും. മുടി നടുവകഞ്ഞു രണ്ടുസൈഡിലേക്കും ഒട്ടിച്ചു ചീന്തി വെക്കും. ബാർബർഷോപ്പിന്റെ വാതിൽ തുറന്നിടും, എന്റെയീ ഓഞ്ഞ ലുക്ക് കാണാൻ സുധേട്ടന് പുതിയ കസ്റ്റമേഴ്സ് വരരുതേ യെന്ന പ്രാത്ഥനയിൽ നമ്മളീയിരുപ്പ് തുടരുമ്പോൾ ആള് തൊട്ട ടുത്ത കുട്ടേട്ടന്റെ ചായക്കടയിൽപോയി പാലുംവെള്ളവും ഉഴുന്നു വടയും കഴിക്കും. അവിടെയുള്ളവരോട് കരുണാകരൻ രാജി വെയ്ക്കാനുണ്ടായ കാരണങ്ങളെക്കുറിച്ചും ആന്റണിയും വയലാർ രവിയും രാജ്യസഭാ സീറ്റിൽ മത്സരിച്ച് രവിയേട്ടൻ ജയിച്ചതും അവര് തമ്മിൽ ഒന്നും രണ്ടും പറയാതെ ഉടക്കിയതുമൊക്കെ നേരിട്ട് കണ്ട പോലെ സംസാരിക്കുന്നത് മുടിയിൽ വെള്ളം ചാലിച്ച് തേച്ചോ ട്ടിച്ച പരിഷ്കാരിയായ എനിക്കിവിടെയിരുന്നാൽ കേൾക്കാം, കുട്ടേ ട്ടന്റെ അടുപ്പിലെപുക മുകളിലെ ഓടിന്റെ ഇടയിലൂടെയൊക്കെ നൂഴ്ന്നുവന്ന് ഇന്നാരൊക്കെ കട്ടിങ്, ഷേവിങ്ങ് അതിൽ കുട്ടികളെത്ര, നരച്ചമുടിയെത്ര, കറുപ്പെത്ര, വെളുപ്പെത്ര എന്ന് കണക്കെടുക്കാൻ വരും. കണ്ണിൽ നിന്ന് വെള്ളവും, ബാർബർഷോപ്പിലെ ചുവരിൽ മാരുതി കാറിൽ നീലഷർട്ടും നീലപാന്റുമിട്ടു ചാരിനിൽക്കുന്ന ലാ ലേട്ടനെയും പുകമറഞ്ഞു കാണാതാകുന്നതോടുകൂടി നിവൃത്തി യില്ലാത്ത ഞാൻ പുറത്തിറങ്ങും. അതേ സമയം നേരെ മുന്നിലെ വീട്ടിലെ, ക്ലാസ്സിൽ പഠിക്കുന്ന പെൺകുട്ടി പുറത്തിറങ്ങും മാധവേ ട്ടന്റെ കടയിലേക്ക് പഞ്ചാര വാങ്ങാൻവരും. എന്റെ ഈ കുഞ്ചലുക്ക് ആ കുട്ടിയടക്കമാരും കാണാതിരിക്കാൻ കൈകൊണ്ട് ഒട്ടിച്ചമുടിയെ അതിവേഗം സ്വാതന്ത്രമാക്കും. മുകളിലേക്ക് കയറ്റി വെക്കും.

ചായകുടിയും രാഷ്ട്രീയവും മൂക്കുമുട്ടെയാവുമ്പോൾ സുധേട്ടൻ തിരിച്ചുവരും. വീണ്ടുമെന്റെ മുടി ഒട്ടിച്ചുവെക്കും. ഇനിയിതിന്റെയിട യിൽ ചായകുടിക്കാൻ പോയാൽ ലാലേട്ടന്റെ ഫോട്ടോകീറി ഞാനോടി രക്ഷപ്പെടും എന്നുറപ്പിച്ചതാണ്,

പക്ഷേ അയാൾ പിന്നെ പോയില്ല.

■

കീർത്തിയെന്ന സുന്ദരി

കിഴക്കൻകാറ്റിൽ ചാലിച്ച ചന്ദനഗന്ധം അവിടെമാകെ നിറഞ്ഞു, ഓഫീസിലെ മിക്കവരും വാതിൽക്കലേക്ക് പുഞ്ചിരിയോടെ നോക്കി നിന്നു. പിങ്ക് കളറിലുള്ള ലാച്ച'യിൽ വാതിൽ തുറന്നവൾ അകത്തു കയറി. കീർത്തിയുടെ വരവാണ്. എന്റെ കണക്കുകൂട്ടലുകൾ ഏതാണ്ട് ശരിയായിരിക്കുന്നു. അങ്ങോട്ടുമില്ല ഇങ്ങോട്ടുമില്ല, ശിഷ്ടം പൂജ്യമെന്നുറപ്പിച്ച് എന്നോടുതന്നെ 'വെൽഡൺ മൈ ബോയ്' എന്ന് പറഞ്ഞുകൊണ്ട് ഞാൻ നേരത്തെ വന്ന ചന്ദനഗന്ധത്തിന്റെ ഉറവിടത്തെ കണ്ണിമയ്ക്കാതെ നോക്കിനിന്നു.

അപരിചിതത്വത്തിന്റെ വരമ്പ് മറികടക്കാനെന്നോണം ഒരു ചെറുപുഞ്ചിരി എനിക്ക് തന്ന് അവൾ സീറ്റിലിരുന്നുകൊണ്ട് പൊടി പിടിക്കാൻ തുടങ്ങിയ മോണിറ്ററിനെ, ആ സാധനത്തിനെങ്ങാനും വേദനിച്ചാലോ ന്ന് കരുതിയാവണം, മൃദുവായി തുടച്ചു. പട്ടേലും ഭട്ടരും ജയകുമാറും ഗാന്ധിയൊന്നും എനിക്കിപ്പോൾ ഒരു വിഷയ മല്ല. സത്യമായും ഇപ്പോൾ എന്റെ മുന്നിൽ വേറെയൊന്നുമില്ല.

അവൾ വീണ്ടും എന്നെ നോക്കി പുഞ്ചിരിച്ചു.

അവൾ മലയാളിയാണെന്ന് ഒറ്റ നോട്ടത്തിൽ ഞാൻ തിരിച്ചറി ഞ്ഞിരിക്കുന്നു. ആ മുടി ഓല മെടഞ്ഞപോലെ ഇടാൻ മലയാളി കൾക്കല്ലാതെ മറ്റാർക്ക് കഴിയും, തുളസിക്കതിരിന് രാജകീയമായിട്ട് കാലുമ്മേ കാലും വെച്ചിരിക്കാൻ മലയാളിപെണ്ണിന്റെ മുടിക്കെട്ടി ലല്ലാതെ മറ്റെവിടെയാണ് പറ്റുക.

നേരത്തെ കാണാതായ 'ജി' കിട്ടിയ സന്തോഷവും കീർത്തിയെ കണ്ട സന്തോഷവുമെന്റെ മുഖത്ത് സൂക്ഷിച്ചു നോക്കിയാൽ കാണാ മായിരുന്നുവെന്ന് കമ്പ്യൂട്ടർ സ്ക്രീനിനെ കണ്ണാടിയാക്കിയപ്പോൾ മനസ്സിലാക്കി. ഞാനാ സ്ക്രീൻ നോക്കി മുടി ഒന്നുകൂടി മുകളി ലേക്ക് കയറ്റിവെച്ചു, വിരലുകൾകൊണ്ട് മീശ ഒതുക്കിവെച്ചു.

"നാട്ടിലെവിടാണ് നിങ്ങടെ വീട്?"

ഈശ്വരാ, മലയാളിയാണ്. മലയാളി തന്നെയാണ്, മലയാളി മാത്രമാണ്. എന്റെ ആഗ്രഹങ്ങളൊക്കെ നടത്തിത്തരുകയാണോ താങ്കൾ, നന്ദിപറയാതെ ഇനിയൊരടി മുന്നോട്ട് പോകാനാനെനിക്കാവുമായിരുന്നില്ല.

"തൃശ്ശൂരാണ്."

മുഖത്തേക്ക് നോക്കാൻ ഭയന്ന ഞാൻ മിന്നൽ പോലൊരു നോട്ടത്തിനൊപ്പം മറുപടി പറഞ്ഞു. കലാമണ്ഡലത്തിനടുത്തെന്ന് പറഞ്ഞൊപ്പിച്ചു. അതൊരു സൈക്കോളജിക്കൽ മൂവായിരുന്നു. ഡാൻസ് പഠിച്ചവരും പഠിക്കാൻ കഴിയാത്തവരുമായ ഒരുമാതിരി സുന്ദരീമണികൾക്ക് കലാമണ്ഡലം എന്ന് കേട്ടാലുള്ള ആ സന്തോഷം ഞാൻ കൃത്യമായി കീശയിൽ സൂക്ഷിച്ചിട്ടുണ്ടായിരുന്നു.

"ഞങ്ങൾ കൊല്ലമാണ്, ഇഞ്ചവിള, കേട്ടിട്ടുണ്ടോ."

"ഇല്ല."

രണ്ടു കക്ഷവും കഴുത്തിനോടടുപ്പിച്ചു ചേരുന്ന തരത്തിൽ ശബ്ദമുണ്ടാക്കി

ഞാനവളെ നോക്കിയിരിക്കുമ്പോൾ അരക്കെട്ടുവരെ എത്തേണ്ടുന്ന മുടിയെ മൂന്നുമടക്കാക്കി വെച്ച്, വ്യാഘ്രത്തിന്റെ വായപോലൊരു ക്ലിപ്പുമിട്ടു ജോലിയിൽ മുഴുകി. ആ സീൻ കാണുന്നത് തന്നെ നയനാനന്ദകരമാണ്. ഞങ്ങടെ സംസാരം കൊഴുക്കുംതോറും പലരും ഞാനിരിക്കുന്ന ഭാഗത്തേക്ക് ഒളികണ്ണിട്ട് നോക്കുന്നതെനിക്ക് കാണാമായിരുന്നു. താരതമ്യേന ഉയരംകുറവുള്ള ജയകുമാർ തള്ളവിരലിൽ പൊങ്ങി നോക്കുന്നുണ്ടായിരുന്നു. ഞാനവരെയിടയ്ക്കിടയ്ക്ക് നോക്കിക്കൊണ്ടിരുന്നു, അവർക്കു വയസ്സ് മുപ്പതോളമായിട്ടുണ്ടെന്നു ഏതാണ്ടൊരു സ്കാനിങ് നടത്തിയപ്പോൾ മനസ്സിലായി.

"ഷി ഈസ് ആൾസോ ബാച്ചിലർ, നോട്ട് മാരീഡ്."

തൊട്ടടുത്തിരിക്കുന്ന ഭട്ട് സാറത് പറയുമ്പോളേക്കും എന്റെ നോട്ടം ഇമ്മീഡിയറ്റായി പിൻവലിച്ചിരുന്നു.

ഊണ് കഴിക്കാൻ നേരമായിരിക്കുന്നു. ലീവ് കഴിഞ്ഞു വരുമ്പോൾ നാട്ടിൽ നിന്ന് കൊണ്ട് വന്ന കടുമാങ്ങയിൽ നിന്നൊരെണ്ണവും അതിനുമുകളിലേക്ക് ചുവന്ന അച്ചാറിന്റെ വെള്ളവും ഒഴിച്ചുതന്നു. ചപ്പാത്തി ക്യാബേജ് തോരനിൽ മുക്കിത്തിന്നുമ്പോൾ ഇന്നേ ദിവസം ചോറ് കൊണ്ട് വരാമായിരുന്നുവെന്നെനിക്ക് തോന്നി. കടുമാങ്ങ, മോര്, പുഴുങ്ങല്ലരി ചോറ് വല്ലാത്ത കോമ്പിനേഷനാണ്. ഊണ് കഴിഞ്ഞിരിക്കുമ്പോൾ നല്ല നെയ്മണമുള്ള ഉണ്ണിയപ്പമൊരെണ്ണത്തെ എനിക്ക് സമ്മാനിച്ചു.

അവർ നാട്ടീന്ന് കൊണ്ടുവന്ന സാധനങ്ങൾ കഴിയുന്നവരെ എനിക്ക് തന്നോണ്ടിരുന്നതോടൊപ്പം ദിവസങ്ങളും ഇറ്റിറ്റു വീണു കൊണ്ടിരുന്നു. ഞങ്ങൾ കൂടുതൽ സംസാരിക്കാൻ തുടങ്ങി. ഞായ റാഴ്ചകളിലും എനിക്ക് ഓഫീസിൽ ഹാജരാകണമെന്ന തോന്നൽ രാത്രി വൈകിയും വീട്ടിൽ പോകാതിരിക്കാനുള്ള തോന്നൽ കണ്ണാടി യിൽ നിന്ന് കണ്ണെടുക്കാനേ തോന്നുന്നില്ല.

ഒരുച്ചയ്ക്ക് ഭക്ഷണത്തിനു മുൻപ് കൈകഴുകാൻ മറ്റുള്ളവർ വരി നിൽക്കുമ്പോൾ ഞാനിരിക്കുന്നിടത്തേക്ക് പാദസരം കിലുക്കി ചിൽ ചിൽ നടന്നുവന്ന കീർത്തി ടിഫിൻബോക്സ് എനിക്ക് നേരെ നീട്ടി.

"വിശപ്പില്ല വിനൂ, നീ കഴിക്കുമോ ഇത്."

വളരെ വേണ്ടപ്പെട്ടവർ വിളിക്കുന്ന ആ വിളിയിൽ പഞ്ഞിമിട്ടായി പോലെ ഞാനലിഞ്ഞില്ലാതെയായി.

ചപ്പാത്തി കാബ്ബേജ് തോരനുമായി കലർത്തിയെങ്ങനെ കഴിക്കും എന്ന് ആലോചിച്ചിരിക്കുമ്പോളാണ് ഈ ഇടപാട്.

"നീ കഴിക്കുന്നില്ലേ, വാട്ട് ഹാപ്പെൻഡ്."

തിരിച്ചു മലയാളത്തിലെ പറയൂ എന്നെനിക്ക് ഉറപ്പുള്ളവരോട് ഇടയ്ക്ക് ഞാൻ മുറിയിംഗ്ലീഷ് കാച്ചും എന്ന സത്യം വെളിപ്പെടു ത്താൻ എനിക്കിത്തിരി ചമ്മലുണ്ട്.

"ഇല്ലടാ, വിശപ്പ് തോന്നണില്ല. കാലത്ത് നാസ്ത കുറച്ച് ഹെവി യായി, വയറിരിക്കുന്നത് നോക്ക്."

ഇത്രയും പറഞ്ഞതും ഞാനിരിക്കുന്ന ഭാഗത്തേക്ക് ചേർന്ന് നിന്നതും ഒരുമിച്ചായിരുന്നു. ഇടയ്ക്ക് പിന്നിലേക്ക് കണ്ണോടിച്ചു കൊണ്ടവൾ അടുത്തേക്ക് കയറിനിന്നു.

"നിനക്ക് വിശ്വാസമില്ലെങ്കിൽ നീ തൊട്ടു നോക്ക്."

ഈശ്വരാ, സണ്ണി ലിയോണിന്റെ സിനിമ കാണാൻ പോയ തിയേ റ്ററിൽ സണ്ണി ലിയോണിനെ കാണാനും കൂടെനിന്ന് ഫോട്ടോയെ ടുക്കാനും കഴിഞ്ഞ ഫീൽ. ഇങ്ങനെയുള്ള അവസരങ്ങൾ നാളേക്ക് അല്ലെങ്കിൽ പിന്നേക്ക് വെക്കരുതെന്ന് ഇക്കണോമിക്സ് ക്ലാസിലെ പ്രിയപ്പെട്ടവളുടെ കല്യാണം കഴിഞ്ഞ് പോയപ്പോൾ എനിക്ക് മന സ്സിലായതാണ്. എന്നെയിതൊക്കെ ചെയ്യാൻ പ്രേരിപ്പിക്കുന്നതും, സംഭവിപ്പിക്കുന്നതുമായ അദൃശ്യശക്തിയെ ഒരു സെക്കൻഡ് പ്രാർ ത്ഥിച്ചുകൊണ്ട് ചൂണ്ടുവിരൽ അവളുടെ വയറിനു നേരെ നീങ്ങി. ലക്ഷ്യസ്ഥാനത്തിനു പുൽക്കൊടിയുടെ ദൂരമേയുള്ളൂ, നേരെത്തെ കൈ കഴുകാൻ പോയവർ തിരിച്ചു സീറ്റിൽ എത്താറായി. ഞാൻ കൈ പിൻവലിക്കാൻ ശ്രമിക്കുന്നത് മുൻപ് അവളെന്റെ കയ്യിൽ

പിടിച്ചുകൊണ്ടവളുടെ ആലില വയറിന്റെ മധ്യഭാഗത്ത് വെച്ചു. കൈ പൊള്ളും വേഗത്തിൽ ഞാനത് തിരിച്ചെടുത്തു. എന്റെ ശരീരത്തിലെ രോമങ്ങളെല്ലാം സടകുടഞ്ഞെഴുന്നേറ്റ് വരാനിരിക്കുന്ന പ്രേമഗാനത്തിന് ചുവടുവെയ്ക്കാനായി കാതോർത്തു നിന്നു.

അവൾ കൊണ്ടുവന്ന ചോറും മോരുകറിയും അച്ചാറുംകൂട്ടി ഉരുട്ടി കഴിക്കുമ്പോൾ എന്റെ വിരലുകളിലിടക്കോരോ മുത്തം കൊടുക്കാനെനിക്ക് കൊതിയായി.

ഭക്ഷണം കഴിഞ്ഞതിന്റെ ആലസ്യത്തിൽ അരമണിക്കൂർ വിശ്രമ വേളയിൽ പുസ്തകത്തിൽ എന്തോ കുത്തിക്കുറിക്കുന്ന അവളെ നോക്കി കടമ്മനിട്ട സാറിന്റെ 'ശാന്ത'യിലെ അറിയുന്ന വരികളിൽ ചിലത് മനസ്സിൽ ചൊല്ലിനോക്കി.

"വിടരുന്ന പുഞ്ചിരി നാളം കൊളുത്തി വരിക
എന്നരികത്തിരുന്ന് സന്ധ്യാലക്ഷ്മികീർത്തനം പോലെ
ലളിതസുഭഗമായ് എന്തെങ്കിലും നല്ല
നാലഞ്ച് വാക്കുകൾ ഓതി നിറയുക ശാന്തേ..."

■

ജയകുമാറിന്റെ ട്രാൻസ്ലേഷൻ

ദിവസങ്ങൾ കൊഴിയുന്നതിനേക്കാൾ വേഗതയിൽ ഞങ്ങൾ തമ്മിലടുത്തു കഴിഞ്ഞിരുന്നു. സ്കൂൾ കോളേജ് കാലത്തെ പ്രണയങ്ങളും നഷ്ടങ്ങളുമെല്ലാം പരസ്പരം പങ്കുവെച്ചു. 'എനിക്ക് ഇരുപത്തിമൂന്ന്, അവൾക്ക് മുപ്പത്' ആയിരുന്നു. പണ്ട് ചെറുതുരുത്തി സൂരജ് തിയറ്ററിൽ നൂൺഷോയ്ക്ക് വന്ന സിനിമയെ ഓർമ്മിപ്പിക്കുന്നുവെങ്കിൽ അതെന്റെ തെറ്റല്ല.

സ്നേഹസംഭാഷണത്തിനിടയ്ക്ക് ഞങ്ങൾ തമ്മിലുള്ള പ്രായവ്യത്യാസത്തെക്കുറിച്ച് ഞാൻ ഒന്നുരണ്ടുപ്രാവശ്യം സൂച്ചിപ്പിച്ചതിന് അവള് പറഞ്ഞ ഉദാഹരണം സൈഫ് അലിഖാൻ അമൃതസിംഗ് ദമ്പതികളുടേതാണ്. കല്യാണം നടക്കുമ്പോൾ അമൃതയ്ക്ക് മുപ്പത്തിമൂന്ന് സൈഫിന് ഇരുപത്തിഒന്ന്. എനിക്കറിയുന്ന ആൾടെ പേര് ഞാനും എന്റെ മനസ്സാക്ഷിയോട് പറഞ്ഞുകൊണ്ടിരുന്നു മ്മടെ സച്ചിൻ ടെണ്ടുൽക്കർ. ആളും വൈഫിനേക്കാൾ പ്രായം കുറവല്ലേ. പിന്നെ എനിക്കെന്താ, കാഞ്ഞിരശ്ശേരി അഞ്ചുപറ കണ്ടത്തില് വേനൽകാലകളികളിൽ എത്രയോ സിക്സർ വാടാച്ചികുളത്തിന്റെ മോളിൽകൂടി പറത്തിയിരിക്കുന്നു.

വീട്ടിൽ പറയാതെ താലികെട്ടാം. പതിയെ പതിയെ അറിയിക്കാം. അപ്പോളേക്കും എല്ലാം കലങ്ങിത്തെളിയുമെന്ന തോന്നലിൽ ഞങ്ങൾ തീരുമാനത്തിലെത്തിക്കഴിഞ്ഞിരിക്കുന്നു. കൊല്ലത്തുള്ള അവളുടെ വീട്ടിലെ അവസ്ഥ അത്ര സുഖകരമല്ല, സാമ്പത്തികമായി വളരെ പിന്നിലാണ് എന്നൊക്കെ പറഞ്ഞുമനസ്സിലാക്കി തന്നു.

കോലുകൊണ്ടുള്ള അടിയുടെ വേദന മൂത്ത്, ചെണ്ട ഇലത്താളത്തിനോട് പരിഭവം പറയാൻ ചെന്നപ്പോൾ ഇലത്താളത്തിനെ മുഖമടച്ച് പൊത്തിയടിക്കുന്നതാണ് കാഴ്ച. തിരിഞ്ഞുനടക്കുമ്പോൾ ഇലത്താളം കരഞ്ഞുകൊണ്ട് പറഞ്ഞുത്രെ

"അടികൊണ്ടാലും നിനക്ക് നല്ലൊരു പേരെങ്കിലുമുണ്ട് ചെണ്ടേ. എന്നെ നോക്ക് നാട്ടാര് 'കുഞ്ചിഞ്ചി'ന്നാണ് വിളിക്കണത്."

ഇതാണിപ്പോ ഞങ്ങടെ അവസ്ഥ.

കർമ്മനിരതനായി കീബോർഡ് കുത്തിപ്പൊളിക്കുന്നതിനിടയിൽ കീർത്തി വന്നെന്റെ അരികത്ത് നിന്നു. പ്രണയപരവശനായി ഞാനാ കണ്ണുകളിലേക്ക് കഴുകനെപ്പോലെ നോക്കിയിരുന്നു. പക്ഷേ തിരിച്ചവൾ പാമ്പിനെ പോലെ അടുത്തേക്ക് വന്നു. ഇരുന്നിരുന്ന കസേരയിൽ നിന്ന് ഞാൻ പിന്നോട്ടാഞ്ഞു. ചുവരിലിടിച്ചെന്റെ കസേര സ്ട്രക്കായി. ഓൾടെ കണ്ണുകൾ ചുവന്നിരിക്കുന്നു, ചുണ്ടുകൾ കൂർപ്പിച്ചിരിക്കുന്നു, ദേഷ്യം കൊണ്ടവളുടെ പല്ലുകൾ കൂട്ടിയിടിച്ചുകൊണ്ടിരുന്നു.

"നിന്നോട് കുറച്ചടുത്തു എന്നുള്ളത് ശരിതന്നെ. എന്റെ ശരീരഭാഗങ്ങളെക്കുറിച്ച് മലയാളത്തിൽ ആ ജയകുമാറുമായി പറഞ്ഞു രസിക്കാണ് ല്ലെ ഇവിടെ പണി."

ജയകുമാർ എന്ന 'രോംകൂപ്' എന്നോട് ചോദിച്ച് മനസ്സിലാക്കിയ അവയവമലയാളങ്ങൾ എന്റെ പെണ്ണിനോട് പറയാനായിരുന്നു എന്ന് ആ നിമിഷം വരെ ഞാൻ ചിന്തിച്ചിട്ടേയില്ല. 'ചുണ്ടോടടുക്കുന്ന എന്റെ മദ്യഗ്ലാസിൽ സിഗരറ്റ് ചാരം തട്ടാൻ തുനിഞ്ഞ' അവന്റെ ചങ്കിൽ മേശപ്പുറത്തിരിക്കുന്ന മൂർച്ചയുള്ള റൊട്ടോമേക്ക് പേന കുത്തിയിറക്കിയിട്ട്, അയാൾടെ മുന്നിലിരിക്കുന്ന ടെലിഫോണിന്റെ ചുരുണ്ടുകൂടിയ കേബിൾ കഴുത്തിലിട്ട് മുറുക്കിയതിന് ശേഷം, അവന്റെ ചെറുവിരൽ പ്ലഗിനുള്ളിലേക്ക് തള്ളികയറ്റി, സ്വിച്ച്ഓൺ ചെയ്ത് അവനെ ഇലക്ട്രിഫൈ ചെയ്താലോ എന്നാണ് ഞാനിപ്പോൾ ചിന്തിക്കുന്നത്.

കീർത്തി എന്റെ കൈയുംപിടിച്ച് ജയകുമാറിന്നരികിലെത്തി.

"നീ പറഞ്ഞിട്ടല്ല ഇയാള് പറഞ്ഞത് എന്ന് തെളിയിക്ക്."

അവൾ സൈഡിലോട്ട് മാറി നിന്നു.

ജയകുമാർ നോർമലായി തന്നെ ചിരിച്ചുകൊണ്ട് ഞങ്ങളെ നോക്കി.

"ഞാൻ പറഞ്ഞിട്ടാണോ നിങ്ങൾ കീർത്തിയോട് ആ വാക്കുകൾ പറഞ്ഞത്."

അയാൾ 'യെസ്' എന്നു പറഞ്ഞു ചിരിച്ചു.

"ഇതിനൊക്കെ മലയാളത്തിൽ എന്താ പറയാ ന്ന് ജയകുമാറെന്നോട് ചോദിച്ചു. പക്ഷേ അതു നിന്നെ കാണുന്നതിന് മുൻപാണ്."

കീർത്തി, ജയകുമാറിന്റെ മുൻപിലിരിക്കുന്ന വെള്ളമെടുത്തെന്റെ മുഖത്തൊഴിച്ചു. ഒഴിഞ്ഞ കുപ്പി ജയകുമാറിന്റെ മുഖത്തെറിഞ്ഞു. ജയകുമാർ അപ്പോളും ചിരിച്ചുകൊണ്ടിരുന്നു. ശബ്ദകോലാഹലങ്ങൾ ക്യാബിനകത്തേക്ക് വരെ എത്തിയപ്പോൾ ബാബുഭായ്സേട്ട് മൂന്നു പേരെയും അകത്തേക്കു വിളിപ്പിച്ചു. പറയാനുള്ളത് മൂന്നുപേരും പറഞ്ഞു. ജയകുമാറും കീർത്തിയും ഒരുപോലെ എന്റെ പേരു പറഞ്ഞു. ജയകുമാറിന് അസഭ്യമലയാളം പറഞ്ഞുകൊടുത്ത് കീർത്തിയെ അനാവശ്യവാക്കുകൾ വിളിപ്പിച്ചു എന്ന കുറ്റത്തിന് എന്നെ പുറത്താക്കി. കീർത്തിയോട് മര്യാദ പുലർത്താത്ത ജയകുമാറിന്റെ ചീട്ടുകീറി. ഓഫീസ് സ്റ്റാഫിന്റെ മേൽ വെള്ളമൊഴിക്കുക, ശബ്ദമുയർത്തുക പോലുള്ള കുറ്റത്തിന് കീർത്തിയും ഔട്ട്.

കീർത്തി കരഞ്ഞുകൊണ്ട് പുറത്തേക്ക് പോയി. ജയകുമാർ അയാളുടെ സീറ്റിൽ തന്നെ പോയിരുന്നു. ഞാനെന്റെ കമ്പ്യൂട്ടർ ഷട്ട് ഡൗൺ ചെയ്യാനായി കസേരയിലിരുന്നു.

"ഐ ഓൾവെയ്സ് ടോൾഡ് യൂ ടു കീപ് ഡിസ്റ്റൻസ് വിത്ത് ദീസ് ബാസ്റ്റാർഡ്സ്, നൗ യു ലോസ്റ്റ് യുവർ ജോബ് ആൻഡ് ഗോയിംഗ് ഔട്ട്സൈഡ് ദി ഓഫീസ്."

ഇത്രയും പറഞ്ഞ ഗാന്ധി കണ്ണുനീർ തുടച്ചു. മെല്ലെ നടന്നു പോയിട്ടയാളുടെ ടൈപ്പിംഗ് മെഷീനിൽ അമർത്തിക്കൊണ്ടിരുന്നു.

ഇറങ്ങുന്നേനു മുൻപ് എനിക്കവിടെ യാത്ര പറയാൻ ഗാന്ധി യല്ലാതെ മറ്റാരുമുണ്ടായിരുന്നില്ല. കുറേനേരം കാത്തുനിന്നിട്ടും അയാൾ ആ ടൈപ്പ്റൈറ്റിങ്ങ് മെഷിനിൽ നിന്നും തലയുയർത്തിയില്ലെന്നു മാത്രമല്ല യന്ത്രക്കട്ടകളിൽ അമർത്തിയടിച്ചുകൊണ്ടിരുന്നു.

അയാളുടെ തോളിൽ ഇത്രനാളും എനിക്ക് കിട്ടിയ വാത്സല്യത്തട്ടുകൾ സ്നേഹഭാഷയിൽ തിരികെക്കൊടുത്ത്, കണ്ണ് നിറച്ചു ഞാനും ഇറങ്ങി നടന്നു.

■

നൽകാൻ മടിച്ച പൂച്ചെണ്ടുകൾക്ക്

ഒക്ടോബർ മാസമായിരിക്കുന്നു. ജോലി നഷ്ടപ്പെട്ടകാര്യം ഞാനിതുവരെ ആരെയും അറിയിച്ചിട്ടില്ല. പിറ്റേന്നും പതിവുപോലെ ഓഫീസിൽ പോയി. അവർ അതുവരെയുള്ള ശമ്പളം കൃത്യമായി കവറിലിട്ടുതന്നിട്ട് ഡോർ കാണിച്ചുതന്നു.

എനിക്കവളോടൊന്നു സംസാരിക്കണം. ബൂത്തിൽ നിന്ന് അവളുടെ മൊബൈലിലേക്ക് പല പ്രാവശ്യം വിളിച്ചു നോക്കി. അറിയാത്ത നമ്പർ ആയതോണ്ടായിരിക്കും. എന്റെ കയ്യിൽ മൊബൈൽ ഇല്ലല്ലോ. നാട്ടിൽ അച്ഛൻ ജോലിയവസാനിപ്പിച്ചു വരുമ്പോൾ നോക്കിയ 3310 കൊണ്ട് വന്നിട്ടുണ്ട്. തൽക്കാലം റീചാർജ്ജ് ചെയ്തു പയോഗിക്കാനുള്ള വകുപ്പില്ലാത്തതുകൊണ്ട് അച്ഛനത് തന്നിരുന്നില്ല. അവൾ താമസിക്കുന്ന സ്ഥലം തിരഞ്ഞുകൊണ്ട് ആ വലിയ സിറ്റിയിൽ എങ്ങോട്ടെന്നില്ലാതെ കുറെ അലഞ്ഞുതിരിഞ്ഞു. ഇത്രയും വലിയ അഹമ്മദാബാദിൽ അവളെ കണ്ടുപിടിക്കാൻ ഞാൻ പല വട്ടം പല വഴിയും കയറിയിറങ്ങി. ലക്ഷക്കണക്കിന് ആളുകൾ താമസിക്കുന്നിടത്ത് കീർത്തിയെ പോയിട്ട് ജ്യോതിയെ പോലും കണ്ടുപിടിക്കാൻ കഴിഞ്ഞില്ല. ഈ ജ്യോതി ആരാണെന്ന് എനിക്കുമറിയില്ല.

ജോലിപോയിട്ട് നാലു ദിവസമായിരുന്നു.

പതിവുപോലെ കാലത്ത് ജോലിക്കെന്നും പറഞ്ഞു പോകുന്നുണ്ട്. കീർത്തിയെ തിരയുന്നുണ്ട്. വൈകീട്ട് തിരിച്ചുപോകുന്നുണ്ട്. ഓഫീസിലെ പ്യൂണിനെ വഴിയിൽവെച്ച് കണ്ടപ്പോൾ പറഞ്ഞത് ജയകുമാർ റീജോയിൻ ചെയ്തുവെന്നാണ്. കീർത്തിയെ പുറത്താക്കിയതല്ലത്രെ സ്വയം അവസാനിപ്പിച്ചതാണ് ജോലി. പ്യൂണിനോട് അവളുടെ വീടിരിക്കുന്ന സ്ഥലത്തിന്റെ ഡീറ്റൈൽ ഓഫീസിലെ റെക്കോർഡ് നോക്കി മനസ്സിലാക്കാൻ റിക്വസ്റ്റ് ചെയ്തതിന് പകരമായി ഇരുന്നൂറ് രൂപയാണയാൾ ചോദിച്ചത്. നാളെ അഡ്രസ്സ്

തരുമ്പോൾ തരാമെന്ന ഉറപ്പിൽ അയാൾ പുച്ഛത്തോടെ തിരിച്ചു നടന്നു.

അതിസന്തോഷത്തോടെയാണ് പിറ്റേന്ന് നേരം പുലർന്നത്, രാത്രി കുറെനേരം അഡ്രസ് തിരഞ്ഞുപോകുന്നതും അവളുടെ കൂടെയിരുന്നു. ചായ കുടിക്കുന്നതുമൊക്കെയായ സ്വപ്നങ്ങൾ മനപ്പൂർവ്വം കാണാൻ ശ്രമിച്ചിരുന്നു. പിന്നെപ്പോളോ ഉറങ്ങിപ്പോയി.

നിഷാദിന്റെ ഓഫീസിൽപോയി മുന്നൂറുവാങ്ങി പ്യൂണിനെ കാത്തുനിന്നു. ആദ്യമേത്തന്നെ ഇരുന്നൂറു വാങ്ങി പോക്കറ്റിലിട്ട് അഡ്രസ് എനിക്കുനേരെ നീട്ടി. വല്ലാത്ത അവസ്ഥയായിരുന്നു അത്. സമയം കളയാതെ ആദ്യം കണ്ട ബസ്സിൽ കീർത്തിയുടെ അഡ്രസിലേക്ക് തിരിച്ചു. ഉള്ളിൽ ചെറിയ ഭയപ്പാടുണ്ടെങ്കിലും സത്യാവസ്ഥ അവള് മനസ്സിലാക്കും. വീണ്ടുമെന്നെ സ്നേഹിക്കും. അവളുടെ കൂടെ ജീവിക്കണം, എന്റെ കൈത്തണ്ടയിൽ പാറിപ്പറക്കുന്ന മുടിയഴിച്ച അവളെയുറക്കണം. പിന്നെന്തൊക്കെയോ ചെയ്യണം, മരണംവരെ കൂടെയുണ്ടാവണം.

അവളുടെ ഫ്ളാറ്റിന്റെ ഗേറ്റിൽ ശങ്കരാടിയുടെ രൂപമുള്ള വാച്ച്മാൻ, പേരും വരവിന്റെ ഉദ്ദേശ്യവും ആരാഞ്ഞു. എന്റെ വരവിന്റെ യഥാർത്ഥ ഉദ്ദേശ്യം എങ്ങനെ ഈ ശങ്കരാടിയോടു പറയും. പേർസണൽ മാറ്റർ എന്നൊക്കെ ഒരുവിധം പറഞ്ഞൊപ്പിച്ചു. പേരും വിലാസവും രജിസ്റ്ററിൽ കുറിച്ച് മാമൻ എനിക്ക് മുന്നിൽ പച്ചക്കൊടി വീശി.

എ ബ്ലോക്കിലെ നാന്നൂറ്റിരണ്ടിനു മുന്നിലെ കോളിംഗ് ബെല്ലിൽ എന്റെ തള്ളവിരൽ അമർന്നു. അടച്ചിട്ട വാതിലിനകത്തുനിന്നു 'ജയ് ഗണേശാ ദേവാ' ഗാനമുയർന്നു. പിന്നെയും പിന്നെയും ഏറെ നേരം ഞാനാ പാട്ടുകേട്ട് വാതിലിനു വെളിയിൽ നിന്നു. ഗണേശഗാനം കുറെ നേരം മുഴങ്ങിയപ്പോൾ അടുത്തമുറിയിലെ പഞ്ചാബി ആന്റി തല പുറത്തേക്കിട്ട് എന്നെ നോക്കി.

"ക്യാ ഹുവാ... കിസ്കോ മിൽനാ ഹേ."

"മേം കീർത്തി കാ ദോസ്ത് ഹും."

ആന്റി പുറത്തേക്കിറങ്ങിവന്നു.

"കഹാ സെ ആ രഹാഹേ."

"മണിനഗർ."

"വോ തോ ഗാവ് ഗയി."

"കബ്..." അന്തംവിട്ട ഞാൻ അറിയാതെ ചോദിച്ചുപോയി

"ഉസ്കി ഓഫീസ് മേ കുച്ച് പ്രോബ്ലം ഹുവാ ഹേ. ഇസിലിയെ ജോബ് ഛോഡ്ക്കെ ചലി ഗയി."

ആ വാക്കുകൾ കേൾക്കാൻ ശക്തിയും ത്രാണിയും എനിക്കില്ലാത്തതിനാൽ ഭൂമി രണ്ടാകുന്നതുപോലെയും ആകാശം ഇടിഞ്ഞു വീഴുന്നതായും തോന്നിപ്പിച്ചു.

അവിടന്ന് ഇറങ്ങി നടന്ന് ഗേറ്റ് വരെയെത്തിയതെങ്ങനെയെന്ന് എന്റെ കാൽവിരലുകൾക്ക് പോലും കൃത്യമായി മനസ്സിലാക്കാൻ കഴിഞ്ഞിട്ടില്ല, ഞാനാ ചെയ്തതൊക്കെ യാന്ത്രികം മാത്രം. ലാലേട്ടൻ രാജാവിന്റെ മകനിൽ പറഞ്ഞ പോലെ യാന്ത്രികം മാത്രം.

"കാം ഹോഗയാ ക്യാ."

ഗേറ്റിൽ എത്തിയപ്പോൾ മാമനാരാഞ്ഞു.

"ഹോഗയാ ഹോഗയാ. ശങ്കരാടിമാമ. സബ് ഖത്തം ഹോഗയാ."

നീ നൽകാൻ മടിച്ച പൂച്ചെണ്ടുകൾക്ക്
എന്റെ വിളക്കിൽ എരിയാത്ത ജ്വാലകൾക്ക്
എന്റെ മണ്ണിൽ വീണൊഴുകാത്ത മുകിലുകൾക്ക്
എന്നെ തഴുകാതെയെന്നിൽ തളിർക്കാതെ
എങ്ങോ മറഞ്ഞൊരുഷസന്ധ്യകൾക്കെന്റെ നന്ദി! നന്ദി!

കൺപീലി നനച്ചുകൊണ്ടു ഞാൻ തിരിഞ്ഞു നടന്നു. ഒ എൻ വി സാർ ഇതൊക്കെ എഴുതിവെച്ചത് അഹമ്മദാബാദിലെ ഏഴുനിലയുള്ള ഫ്ളാറ്റിനു താഴെവെച്ച്, മുള്ളൂർക്കരയിൽ നിന്ന് പമ്പരം കറങ്ങിയെത്തിയ എനിക്ക് ചൊല്ലാൻ വേണ്ടിയാവണം, എന്നെ കരയിക്കാനും കൂടിയാവണം.

■

ഇന്ദ്രകൂടം@ജിമെയിൽ.കോം

പണിയും പോയി പെണ്ണുംപോയി ആ വഴിക്ക് നിഷാദിന്റെ പൈസയും. ആ കൊടുംസങ്കടത്തിൽ മൂന്ന് വിൽസ് വാങ്ങി നിന്ന നില്പിൽ വലിച്ചുതീർത്തു തെക്കോട്ടുനടന്നു. പിന്നെയും കറങ്ങി ത്തിരിഞ്ഞുകൊണ്ടിരുന്നു. നിഷാദിന്റെ ഓഫീസിൽ പോയി അവ നോട് കാര്യം പറഞ്ഞ് കുറേ കരഞ്ഞു.

"അളിയാ, ഡാ രണ്ടെണ്ണം അടിക്കണം, വല്ല വഴിയുണ്ടോ."

ശരിയാക്കാം, ഓക്കേ എന്നൊക്കെ അർത്ഥംവരുന്ന തള്ളവിരൽ പൊക്കി കാണിക്കുക മാത്രമാണവൻ ചെയ്തത്. ചെറിയച്ഛനെ വിളിച്ച് നിഷാദിന്റെയടുത്ത് പോകുന്ന കാര്യം പറഞ്ഞു. ബസ്സിൽ തിക്കിത്തിരക്കി നിർണ്ണയ് നഗറിലെത്തി.

അവൻ അമൂലിന്റെ പാൽപാക്കറ്റുംതൂക്കി ദൂരേന്നു നടന്നുവരു ന്നത് ഞാൻ കൗതുകത്തോടെ നോക്കി നിന്നു. ബാച്ച്ലർ ആയി ജീവിക്കാൻ ഭയങ്കര സുഖമാകും. എപ്പ വേണെങ്കിലും വരാം, പോകാം, കള്ളുകുടിക്കാം, സിഗരറ്റ് വലിക്കാം നമ്മുടെ രാജ്യത്ത് മ്മള് രാജാവ്. എനിക്കവെനോടസൂയ തോന്നി. പഞ്ചാരട്ടിൻ ചായ പ്പാത്രത്തിലേക്ക് കമിഴ്ന്നു വീണ കടുംമധുരത്തിൽ ഫീൽഗുഡ് ചായ ചൂടോടെ കുടിണ്ട് കഴുകിവെച്ചു കുളിമുറിയിൽ കയറി. അവന്റെ മൈബൈൽ എടുത്ത് വീട്ടിലേക്കും ഒന്നുരണ്ടു കൂട്ടുകാരെയും വിളിച്ചു സംസാരിച്ചുകൊണ്ടിരുന്നു. ഞാനിപ്പോൾ ഇന്ദ്രകൂടത്തിന്റെ കൂടെയാണ് എന്നു കേട്ട കൂട്ടുകാരൊക്കെ രണ്ടായിരം കിലോമീറ്ററ കലെ നിന്നെന്നോട് ചിയേർസ് പറഞ്ഞു.

ഇന്ദ്രകൂടമെന്നത് നിഷാദിന് ഇരുനിലംകോട് അമ്പലത്തിൽ വെച്ചിട്ട പേരാണ്. ലാലേട്ടന്റെ നരസിംഹം റിലീസായി തൊട്ടടുത്ത കൊല്ലം സത്യമേവ ജയതേ എന്ന സുരേഷ് ഗോപി സിനിമയുമി റങ്ങി. ഒന്നില് ഇന്ദുചൂടൻ മറ്റേതിൽ ചന്ദ്രചൂടൻ. ഇരുനിലംകോട് അമ്പലനടയിൽ പത്തിരുപതു പേരിരുന്നു കൂട്ടംകൂടുന്നതിനിടയിൽ

'ഇന്ദ്രചൂടൻ' എന്ന് നിഷാദിന്റെ വായിന്നു വീണു. കേട്ടു നിന്നവർ അതിനെ ഇന്ദ്രകൂടൻ എന്നാക്കി, മറ്റു ചിലരതിനെ ഇന്ദ്രകൂടം എന്നാക്കി. അന്നുമുതൽ മുള്ളൂർക്കര പഞ്ചായത്തിൽ അവൻ ഇന്ദ്ര കൂടം എന്ന പേരിലറിയപ്പെട്ടു. കളത്തിലെ രാമഷ്ണൻ അവന് ഇമെ യിൽ ഐഡി ഉണ്ടാക്കി കൊടുത്തു

"ഇന്ദ്രകൂടം@ജിമെയിൽ.കോം."

റൂമിനു പുറത്തിറങ്ങി അവൻ ആരെയോ വിളിച്ച് എന്തൊക്കെ യോ ബ്രാൻഡുകൾ പറയുന്നതു കേട്ടപ്പോൾ ഒരു നിമിഷം അപ്സര ബാറിലെ തെക്കേ മൂലയിൽ ഒറ്റക്കിരുന്നു രണ്ടുമൂന്നു പെഗ്ഗുകൾ ഓർഡർചെയ്ത് കാത്തിരിക്കുന്ന ഫീൽ ഉണ്ടാക്കി. പത്തു മിനിറ്റ് കഴിഞ്ഞില്ല, വാതിലിൽ ഒരാൾ മുട്ടുന്നു. വൃത്തിയായി ഷർട്ട് ഇൻ സൈഡ് ചെയ്ത ചുള്ളൻ, കയ്യിലുള്ള കറുത്ത ബാഗ് നിഷാദിന് നേരെ നീട്ടിക്കൊണ്ട് അയാൾ വീടിനു പുറത്തുനിന്നു. ആ ബാഗ് അകത്തേക്കെടുത്ത് അതിനുള്ളിലെ കുപ്പിമാറ്റി ഒരഞ്ഞൂറും മൂന്ന് നൂറിന്റെ നോട്ടും കൈമാറി. മദ്യനിരോധനമാണിവിടെ. പക്ഷേ അയൽ സംസ്ഥാനങ്ങളായ മഹാരാഷ്ട്ര, രാജസ്ഥാൻ പിന്നെ യൂണി യൻ ടെറിട്ടറികളായ ദ്യൂ, ധമൻ എന്നിവിടങ്ങളിൽ നിന്ന് ചെക്ക് പോസ്റ്റ് കടത്തി വെട്ടിച്ചു കൊണ്ട് വന്ന് ഇരട്ടി വിലക്ക് വിൽക്കുന്ന പരിപാടിയാണ്.

നിയമം ലംഘിക്കുന്ന ഒരുത്തനെയും ഞാൻ സപ്പോർട്ട് ചെയ്യു കയുമില്ല. അതിൽ പങ്കാളിയാകുകയുമില്ല.

"നമ്മടെ നാട്ടിൽ എത്രമണിവരെ സാനം കിട്ടും."

അവൻ ചോദിച്ചു

"മാക്സിമം പത്ത്." ഞാൻ പറഞ്ഞു.

"ബ്ലാക്കിലായാലും ആ സമയം കഴിഞ്ഞാ നടക്കില്ലല്ലോ, എന്നാൽ ഇവിടെ രാത്രി രണ്ടുമണിക്കും വേണെങ്കിൽ കിട്ടും കാരണ മെന്താണെന്നറിയോ, ഇതേയ് ഡ്രൈ സ്റ്റേറ്റാണ്. അതന്നെ കാരണം."

അതെനിക്ക് പുതിയ അറിവായിരുന്നു. ഇന്ദ്രകൂടം കുപ്പിയുടെ മൂടിതുറന്ന് മൂക്കിന്റെടുത്തേക്കടുപ്പിച്ചു ഇടത്തേ മൂക്കിലൂടെ ശക്തി യായി ശ്വാസം വലിച്ചു കയറ്റി മറ്റേ ദ്വാരത്തിലൂടെ പുറത്തുവിട്ടു. പ്രാണായാമമെന്നാൽ ഇതാണോയെന്ന് ഡൗട്ടടിച്ചിരിക്കുന്ന എന്നെ നോക്കി അവൻ പറഞ്ഞു.

"ഒറിജിൻലാ ഒറിജിൻലാ."

ശ്വാസോച്ഛ്വാസത്തിലൂടെ ഇതിന്റെ ക്വാളിറ്റി തിരിച്ചറിയാൻ തക്ക വിധത്തിലേക്കുള്ള അവന്റെ ഉയർച്ച ഞാനഭിമാനത്തോടെ

നോക്കിയിരുന്നു. കാഞ്ഞിരശ്ശേരി ദേശത്തിന്ന് ഇത്രേം ഉന്നതങ്ങളി ലെത്തിയവർ ,വിരലിൽ എണ്ണാവുന്നവരേയുണ്ടായിരുന്നുള്ളൂ.

സ്റ്റീൽ ഗ്ലാസ്സും, ഒരു കുപ്പിഗ്ലാസും നിരത്തിവെച്ച് സ്വർണ്ണനിറ മുള്ള വിസ്ക്കി ഉയർത്തിയൊഴിച്ചു. ചിയേഴ്സിന് ശേഷം അവന തെടുത്തൊന്നു നുണഞ്ഞു. ഗ്ലാസ് താഴെ വെച്ചു. ഞാനാണെങ്കിൽ ചുണ്ടിലടുപ്പിച്ച് ഒറ്റവലിക്ക് അകത്താക്കി അവന്റെ ഗ്ലാസ്സിന്റെ തൊട്ട ടുത്തു വെച്ചു. കുടിയൻ എന്ന നിലയിൽ നിഷാദിന്റെ വളർച്ചയെന്നെ അസൂയാലുവാക്കി. കാടുമാങ്ങാ അച്ചാറിന്റെ ചുവപ്പിൽ തരിത്തരി യുള്ള വെള്ളവും ദിവസങ്ങളോളം പഴക്കമുള്ള മിക്സ്ചറും കൂട്ടി പകുതിയിലധികം വെടുപ്പാക്കി അന്തമില്ലാതെ കിടന്നുറങ്ങി. പ്ലാസ്റ്റിക്കുചാക്ക് വലിച്ചുകീറുന്ന പോലുള്ള എന്തോ ശബ്ദംകേട്ട് ഞെട്ടിയെണീറ്റ ഞാൻ കണ്ടത് ക്ലോസെറ്റിലേക്ക് തല താഴ്ത്തി ആ ഫ്ളാറ്റും തൊട്ടടുത്ത ബിൽഡിങ്ങും വിറയ്ക്കുമാറുച്ചത്തിൽ ഛർദ്ദി ക്കുന്ന ഇന്ദ്രനെയാണ്. പുറമുഴിഞ്ഞു കൊടുക്കണമെന്ന് എനിക്ക് അതിയായ ആഗ്രഹമുണ്ടെങ്കിലും എണീറ്റ് നിൽക്കുക എന്നത് തന്നെ പോസിബിൾ അല്ലാത്ത ശാരീരികാവസ്ഥയുള്ളവന് ആ ഇരിക്കു ന്നവന്റെ ചങ്കുപൊട്ടി ചോരവന്നാലും വിഷയമല്ല. രണ്ടുകയ്യും ചേർത്ത നിലയിൽ കാലിന്റെ ഗ്യാപ്പിലേക്ക് കയറ്റിവെച്ച് വീണ്ടും ഉറക്കത്തിലേക്ക് നൂഴ്ന്നു പോയി.

കാലത്ത് ചായയുമായി എന്നെ തട്ടിയുണർത്തിയ അവൻ കുളിച്ചു കുട്ടപ്പേട്ടനായി ഷർട്ട് ഇൻസൈഡ് ചെയ്ത് പോകാൻ റെഡിയായി രിക്കുന്നു. ചായകുടിച്ച് എന്റെ കയ്യിന്നു ഗ്ലാസ് വാങ്ങി കഴുകിവെച്ച് രണ്ടുപേരും വാതിൽപൂട്ടി പുറത്തിറങ്ങി.

ഇന്നലത്തെ ഛർദ്ദിക്ഷീണത്തിൽ ഇന്ദ്രകൂടത്തിന്റെ കണ്ണുകൾ തുറന്നാലും അടഞ്ഞതുപോലിരിക്കയായിരുന്നു.

■

ചിന്മയ് യാഗ്നിക്കും അഷ്ക്കാഭായും ഞാനും

കടമറ്റത്ത് കത്തനാർ കണ്ടോണ്ടിരിക്കുമ്പോൾ ഞെട്ടിപ്പിക്കുന്ന ബാസ്സിൽ ചെറിയച്ഛനൊരു ക്വസ്റ്റിൻ എല്ലാരുമിരിക്കുന്ന സദസ്സിലേക്കിട്ടു.

"നിനക്ക് ജോലി മാറണോ, ഒരു വാക്കൻസി ഉണ്ട്."

പണിപോയ എന്റെ തലേൽക്കൂടെ ഒരു ചാക്ക് ഞാവൽപഴം ഒറ്റയടിക്ക് വീണു. ജോലിപോയ കാര്യം ആരുമറിയാത്ത സ്ഥിതിക്ക് ഒന്ന് ബലം പിടിച്ചേക്കാമെന്ന് ഉറപ്പിച്ചു.

"ഈ ജോലി കുഴപ്പമൊന്നുമില്ല, അടിപൊളിയാണ്" എന്ന് പറയാൻ തുടങ്ങിയപ്പോൾ തന്നെ കത്തനാർ എയറിലൂടെ ബാലൻസ് ചെയ്തുപോയി, താഴേന്ന് വെപ്പുപല്ല് വികലമായി ഫിറ്റുചെയ്ത യക്ഷി അട്ടഹസിച്ചുകൊണ്ടിരുന്നു. ടിവിക്കു മുന്നിലെല്ലാരും പേടിച്ചിരിക്കുന്നു. എനിക്ക് ചിരിയും സങ്കടവും മാറിമാറി വന്നു.

പിറ്റേന്ന് ഇന്റർവ്യൂവിന് വട്ടുവയിലാണ് പോകേണ്ടത്. ആദ്യമായി ട്രെയിനിൽ ആ സ്ഥലത്തിയപ്പോ ഒരു ഇളംകാറ്റടിച്ചെന്റെ കോലൻ മുടി പറന്നത് ഞാനോർത്തു. പുറമേന്ന് നോക്കുമ്പോ ചെറിയ വർക്ക്ഷോപ്പാണെന്ന് തോന്നുന്ന തരത്തിലുള്ള വെരിസ്മാൾകമ്പനി ബട്ട് ഓഫീസ് കിണ്ണംകാച്ചിയാണ്. ആദ്യമായി പണികഴിപ്പിച്ച ഓഫീസിലേക്ക് കമ്പ്യൂട്ടർ ഓപ്പറേറ്ററെയാണ് ആവശ്യം. മൊതലാളി സുന്ദരനും വാചാലനുമായിരുന്നു. അരവിന്ദ്സ്വാമിക്ക് വെണ്ടർ ഡാനിയലിലെ തിലകന്റെ മുടിക്ക് ഡൈ അടിച്ച ലുക്ക്.

"ആപ്കാ ഇഡ്ഡലി വടാ ദോശാ ബഹുത് ഖായാ ഹു മേ, മേരാ ബച്പൻ കാ ദോസ്ത് കേരളയ്റ്റ് ഹേ, ശശി പിഷാരടി."

ആൾ ഫോണെടുത്ത് ദോസ്ത് പിഷാരടിയെ വിളിച്ചിട്ടെനിക്ക് ഫോൺ തന്നു.

'ബോൽ ചിന്മയ്' എന്നാണ് അപ്പുറത്തെ ശശിയേട്ടന്റെ ചോദ്യം. ഓപ്പോസിറ്റ് ഇരിക്കണ വെണ്ടർ ഡാനിയൽ അരവിന്ദ് സ്വാമി എന്നോട് ആംഗ്യഭാഷയിലും പതിഞ്ഞ സ്വരത്തിലും 'ബാത്ത് കർ' എന്ന് പറഞ്ഞു.

ഇന്റർവ്യൂന് പോയ ആദ്യദിവസത്തെ ഈ അങ്കംവെട്ട് പ്രതീക്ഷിക്കാത്തതും ആനന്ദകരവുമായിരുന്നു. ഞാൻ മലയാളത്തിൽ പറയാൻ തുടങ്ങിയപ്പോളേക്കും 'ആരാ എവിടുന്നാ'ന്നൊക്കെ ഡീറ്റെയിൽസ് ചോദിച്ചു മനസ്സിലാക്കി ചിരിച്ചു കൊണ്ട് 'ഫോൺ ചിന്മയ്ക്ക് കൊടുക്ക്'ന്ന് പറഞ്ഞിട്ട് പിന്നെ അവരായി അവരുടെ പാടായി.

ബയോഡാറ്റയിൽ ചെറിയ ഭംഗിയുള്ള അക്ഷരത്തിൽ 3500 എന്നെഴുതി അതിനു പുറമെ ഒരു വട്ടം വരച്ചിട്ട് തിരിച്ചു തന്നിട്ട് പറഞ്ഞു,

"ബാഹർ അഷ്കാ ഭായ് ബൈട്ടാ ഹേ, മിൽക്കെ ജാനാ."

പുറത്തിറങ്ങി ആദ്യം കണ്ടയാളാണ് അഷ്കാഭായ്, മെലിഞ്ഞുണങ്ങിയ ദേഹം, ശരീരമാകമാനം ചുളിവുകൾ വീണിരിക്കുന്നു. നല്ല കറുപ്പ്നിറത്തിൽ മൊളിഞ്ഞ തൊലിയിൽ വാസലിൻ പുരട്ടിയത് വെയിലടിക്കുമ്പോൾ മിന്നിക്കൊണ്ടിരുന്നു. അയാളടുത്തേക്ക് വന്നെനിക്ക് കൈ തന്നു.

"മി അശോക് ധാഡ്വേ, മറാട്ടീ ഹു തും സുരേഷ് നായർ കോ ജാൻതെ ഹോ, രാമൻ ഭായ് കോ പെഹ്ചാൻതെ ഹോ" രാജൻ പിള്ളെ, വേണു നായർ എന്നിങ്ങനെ മിനിറ്റ് നേരം കൊണ്ട് ആൾക്കറിയുന്ന മല്ലൂസിന്റെ പേരുകൾ ചോദിച്ചുകൊണ്ടിരുന്നു.

"നാം സുനാ ഹേ ക്യാ."

എന്ത് സുനയാണ് ആൾ ചോദിച്ചത് എന്നാലോചിക്കുമ്പോൾ പിന്നിൽ നിന്ന് മറ്റൊരാൾ

"യഹാ പാനിപൂരിവാലെ സെ ജ്യാദ സുരേഷ് നായർ ഹേ."

പാനീപൂരി വിൽക്കുന്ന ആളുകളെക്കാൾ കൂടുതൽ സുരേഷ് നായരുണ്ട്. എന്ന ആ കോമഡി എനിക്ക് രസിച്ചു.

"ഉദയ് ഗാനു."

ഇടതൂർന്ന നരച്ചമുടിയുള്ള, മുഖം കണ്ടാൽ അമ്പതിന് താഴെ പ്രായമുള്ളയാൾ സ്വന്തം പേര് പറഞ്ഞെനിക്കു നേരെ കൈ നീട്ടി.

"വെൽക്കം മിസ്റ്റർ നായർ."

ഈശ്വരാ ജാതിപേരോ! ഞാനിന്നുവരെ ഇത് എസ് എസ് എൽ സി ബുക്കിൽ മാത്രം കണ്ടതാണ്. എൻ എസ് എസിന്റെ കരയോഗം

തല്ലിപിരിഞ്ഞിട്ട് ഇപ്പോ വീണ്ടും തുടങ്ങിയെന്നു കേട്ടു. പക്ഷേ നമുക്കതിൽ താല്പര്യമില്ല. വീണ്ടുമൊരാൾ കടന്നു വന്നു.

"ഹലോ മിസ്റ്റർ നായർ, മേരാ നാം അരവിന്ദ് ജഗാണി."

വീണ്ടും ജാതിപ്പേര്. ഇവരിത് കളിയാക്കുകയാണോ? അല്ല കാര്യമായാക്കുകയാണ്. എല്ലാരും പരസ്പരം ജാതിപേര് വിളിച്ചാണ് അഭിസംബോധന. മുതലാളിയെ ഒഴിച്ച്.

അശോക് ധാഡവേ എന്ന അഷ്കഭായ്, ആക്ടിവ സ്റ്റാർട്ടാക്കി എന്നോട് പിന്നിൽ കയറിയിരിക്കാൻപറഞ്ഞു. കാലുയർത്താൻ ശ്രമിച്ചപ്പോൾ കാൽ ഒരു പരിധിയിൽകൂടുതൽ പൊങ്ങുന്നില്ല. ട്രെയിൻ കേറണെന്റെ തലേന്ന് തൃശ്ശൂർടൗണില് പോയി രണ്ടു കോട്ടൺ പാന്റും മൂന്നാല് ഷർട്ടുകളും വാങ്ങിയിരുന്നു പ്രൊട്ടക്ഷനുവേണ്ടി രണ്ടു ഷെഡ്ഡികളും. എത്ര ശ്രമിച്ചിട്ടും എന്റെ കാലുയർത്തി ആളിരിക്കുന്ന ആക്ടിവടെ പിന്നിലെ സീറ്റിലിരിക്കാൻ കഴിയുന്നില്ല. നായമൂത്രസ്യ സ്റ്റൈലിൽ ചെരിഞ്ഞു മറ്റേക്കാൽ പൊക്കിനോക്കി, ആനപ്പാപ്പാൻ ഡ്രൈവിംഗ് സീറ്റിലിരിക്കുന്ന പോലെ പിൻകാല് പൊക്കി കയറാൻ നോക്കി, പിന്നിലൂടെ വന്ന് രണ്ട് കാലിലെയും തള്ളവിരലിൽ ഉയർന്നുപൊങ്ങി നടന്നുകയറാൻ ശ്രമിച്ചു. മുന്നിലെ സീറ്റിൽ കയറിയിരുന്ന അയാൾ ഇതൊന്നും കാണാതെ മറ്റെന്തിലോ വ്യാപൃതനാണ്. കയ്യിലെ പ്ലാസ്റ്റിക്കിന്റെ നൈസായ കൈവെള്ളയോളം വലുപ്പമുള്ള കടലാസ്സിൽ ഉണക്കടക്ക ആ പേപ്പറിനോളം തന്നെ നൈസായി കട്ട് ചെയ്തിട്ടിരിക്കുന്നു അതിൽ പുകലപ്പൊടികൾ വിതറിയിരിക്കുന്നു, നഖത്തിന്റെ വലുപ്പത്തിൽ ചുണ്ണാമ്പ്പാക്കറ്റ് പൊട്ടിച്ചൊഴിക്കുന്നു, കയ്യിട്ട് നന്നായി കശക്കുന്നു. ഞാനാദ്യമായി കാണുന്ന ഈ കെമിക്കൽ ട്രാൻസ്ഫോർമേഷൻ നോക്കി നിൽക്കണ നേരം ആവശ്യത്തിനുള്ളതെടുത്ത് വായിലിട്ട് ബാക്കിയുള്ളത് അതിന്റെ കൂടെയുള്ള ഈളൻ നൂലിൽ കെട്ടി കോണിപ്പടിയിറങ്ങിയെത്തിയ സഹവർക്കർ മിസ്റ്റർ ജഗാണിക്കു കൊടുത്ത് വണ്ടി സ്റ്റാർട്ടാക്കി. ഞാനാ സമയംകൊണ്ട് ആക്ടിവ പിടിച്ചു ചെരിച്ച് അയിന്റെ മോളിൽ കയറിപ്പറ്റി. ആൾ പർച്ചേസിങ്ങിന് പോണ വഴിക്കാണ് ചെറിയച്ഛന്റെ വീട്. അവിടെയെത്തുന്ന മുപ്പത്തിയഞ്ച് മിനിറ്റിനുള്ളിൽ ഏതാണ്ട് എഴോളം പ്രാവശ്യം വണ്ടിനിർത്തി. സ്വാതന്ത്ര്യത്തോടെ ആവേശപൂർവ്വം പല ജംഗ്ഷനുകളിലും ഓട്ടോ സ്റ്റാൻഡിനു മുന്നിലുമൊക്കെ തുപ്പിവെച്ചു. ഈ മനുഷ്യന്റെ ലൈഫിൽ കൂടുതൽ തവണ ചെയ്തത് ഈ പ്രവർത്തിയാണെന്ന് തോന്നിപ്പോയി.

ചെറിയച്ഛന്റെ വീടിന്റെ പുറത്ത് നീലത്തിൽ മുക്കിയപോലെ രണ്ട പരിഷ്കൃത ചെരുപ്പുകൾ പരസ്പരം അയിത്തം പാലിച്ച് രണ്ടരുകിൽ

കിടപ്പുണ്ട്. ദി സെയിം ടൈമിൽ അകത്തുനിന്ന് ചൂളം വിളിച്ചെത്തിയ ചിക്കന്റെ ഗന്ധം ഒരറിയിപ്പും കൂടാതെ എന്റെ മൂക്കിന്റെ തുമ്പ് വരെ വന്ന് സഡൻ ബ്രേക്കിട്ടു നിന്നു. കൊതിയൻ പാറ്റയെ പോലെ ഞാനകത്ത് കടന്നു.

അവിടെയൊരാൾ ഇരിക്കുന്നു ആ നീലക്കളർപുരണ്ട ചെരുപ്പിന്റെ ഓണറാണയാളെന്ന് ഒറ്റനോട്ടത്തിൽ എനിക്ക് മനസ്സിലായി. രാജൻ നാമധേയ ഹ തൃശ്ശൂർ സ്വദേശിന ഹ മാത്രമല്ലഹ ഞങ്ങടെ വടക്കഞ്ചേരിക്കാരസ്യ കൂടിയാണത്രേ മൂപ്പര്. ചെറിയച്ഛന്റെ ക്ലോസ് ഫ്രണ്ടും. വയസ്സ് അമ്പതിനോടടുത്ത് പ്രായവുമുള്ള ആളോട് "തൽക്കാലം നീ ഇവിടെ നിക്ക്, വേറെ റൂം ശരിയാവണ വരെ."

ചെറിയച്ഛൻ സ്നേഹം കലർന്ന അധികാരസ്വരത്തോടെ സമാധാനിപ്പിച്ചു. അധികം സംസാരിക്കാത്ത രാജേട്ടൻ തലയാട്ടികൊണ്ട് ചിക്കന്റെ ചാർ ചോറിൽ നന്നായി കുഴച്ചു കഴിച്ചോണ്ടിരുന്നു. ആ സന്തോഷത്തിൽ ഇടയ്ക്കൊരു കൊണ്ടാട്ടമുളക് കടിക്കാനും അദ്ദേഹം മറന്നില്ല.

ആളധികമുള്ളതുകൊണ്ടും ചിക്കൻ അഞ്ചെട്ട് മിനുട്ടിനുള്ളിൽ തീരുമെന്നുള്ളതുകൊണ്ടും ഇള്ളേല് വലിയ പീസ് കൈലുകൊണ്ടിളക്കി തപ്പികൊണ്ടിരുന്ന എന്റെ കയ്യിൽനിന്നും കരയ്ക്കടുക്കാറായ ഒരു വണ്ടൻപീസ് താഴേക്കന്നെ വീണു മുങ്ങാംകുഴിയിട്ട് പോയി.

"ഈശ്വരാ, ഈ ചെറിയ വീട്ടിൽ ആൾറെഡി അഞ്ച് പേരുണ്ട്. അവിടെക്കായിതാ ഒരാൾ കൂടി."

എന്റെ ആവാസവ്യവസ്ഥയുടെ സന്തുലിതാവസ്ഥ മാറ്റിമറിക്കാനും എന്റെ ഭക്ഷണത്തിൽനിന്നും പങ്കുപറ്റാനുമായെത്തിയ നീലത്തിന്റെ കളറുള്ള ചെരുപ്പിട്ട രാജൻ, ബ്രോക്കോളിമുടി, സുമാർ അമ്പത് വയസ്സ്.

■

താരാ വിനാ ശാം മനേ...

രാജിച്ചേച്ചീടെ കാര്യം കഷ്ടമായി തുടങ്ങി. ചെറിയച്ഛൻ, രണ്ടു കുട്ടികൾ, ഭർത്താവിന്റെ ഏട്ടന്റെ മോനായ ഞാനും പിന്നെ ഭർത്താവിന്റെ കൂട്ടുകാരനും. പലർക്കും പല സമയത്താണ് ഓഫീസിൽ പോകേണ്ടത്. ഫുഡ് കൊണ്ടുപോകണം. പോണേനുമുന്നേ എന്തേലും അകത്താക്കണം. ചെറിയ കുട്ടിക്ക് എട്ടുമണിക്ക് പോണം. മൂത്തയാൾക്ക് പതിനൊന്നു മണി, എനിക്ക് എട്ട് മണിക്ക്, രാജേട്ടൻ ഒമ്പത് മണിക്ക്. ചെറിയച്ഛന് ഒമ്പതരക്ക് പോയാലും മതി. എല്ലാം കഴിഞ്ഞിട്ട് ഒന്ന് റസ്റ്റ് എടുക്കുമ്പോളേക്കും എട്ട് മണിക്ക് പോയ ചെറിയവൻ എത്തും. ഉച്ചക്കുള്ള ഫുഡ് കൊടുത്ത് ഉറക്കാൻ കിടത്തും. അപ്പോളേക്കും മൂത്തവളുടെ വരവായി. ഇതൊക്കെ റിപ്പീറ്റ് ചെയ്യുമ്പോളേക്കും വൈകുന്നേരമാകും. കാലത്ത് പോയ ഞാനടക്കമുള്ളവർ തിരിച്ചെത്തും. വൈകിട്ടത്തെ ചായയായി. രാത്രിയിലെ ചോറായി. കൂട്ടാനായ്. പപ്പടമായി. എല്ലാമായി. അവരുടെ ഈ കഷ്ടപ്പാടുകൾ മൈൻഡ് ചെയ്യാതെ പപ്പടം ചോറിൽ ഭയാനക ശബ്ദത്തോടെ പൊടിച്ച് മുകളിൽ ഒരു തുള്ളി മോരും കടുമാങ്ങയുടെ പാതിപോളിഞ്ഞ കഷ്ണവും ചേർത്ത് മൂക്കുമുട്ടെ വെട്ടിവിഴുങ്ങി എന്നേക്കാൾ മുന്നേ ഉറക്കവും അതിനേക്കാൾ ശബ്ദത്തിൽ കൂർക്കവും വലിച്ച് രാജേട്ടൻ ഉറക്കത്തിന്റെ അഗാധഗർത്തത്തിലേക്ക് വീണുപോയിക്കഴിഞ്ഞിട്ടുണ്ടാകും, കുറച്ചുനേരം തിരിഞ്ഞും മറിഞ്ഞും കിടന്ന് നേരത്തെ രാജേട്ടൻ വീണ വഴിയേ ഞാനും മയങ്ങിവീണുപോയിക്കൊണ്ടിരുന്നു.

അപ്പോളും അടുക്കളയിൽ നിന്ന് പാത്രങ്ങൾ കൂട്ടിമുട്ടുന്ന ശബ്ദം വന്നോണ്ടിരിക്കും, അവരുറങ്ങാൻ നേരം പാതിരയാവും. നാല് മണിക്ക് എണീക്കേണ്ടതാണ് അവർക്ക്. അവർക്ക് മാത്രം.

ആദ്യ ദിവസമാണ്. ചിന്മയ്മുതലാളിയും ഞാനും മാത്രമാണ് ആപ്പീസിൽ. കാസ്റ്റിംഗ് ഫർണസ് എന്ന ജീവിതത്തിൽ ഇന്നുവരെ

കേൾക്കാത്ത സാധനം ആണ് ഉണ്ടാക്കുന്നത്. വെറുതെ ഇരുന്നാൽ മതി. ഇടയ്ക്കിടയ്ക്ക് മൊതലാളി വിളിക്കും മെയിൽ അയക്കാൻ ഉള്ളത് എഴുതിത്തരും. ടൈപ്പ് ചെയ്യണം ക്ലിക്ക് ചെയ്യണം. വെറുതെയിരിക്കണം, സംഗതി രസണ്ട്. ഞാൻ ഹാപ്പിയായി. ഇവിടെത്തന്നെയാണ് ഞാൻ വരേണ്ടിയിരുന്നത്. ഇവി ടക്ക് വേണ്ടിയാണ് ഞാൻ കെട്ടും ഭാണ്ഡവുമായി വണ്ടി കേറിയത്. കീർത്തിയുടെ ചാപ്റ്റർ പൂർത്തിയായത് നന്നായി. അതോണ്ടല്ലേ പണി പോയത്. അപ്പോ ഉല്ലേ ഈ പണി കിട്ടിയത്.

ഒക്ടോബർ മാസമാണ്. നവരാത്രിയാണ്. ഇവിടെയിതു ഉത്സവകാലമാണ്. ഒമ്പതു ദിവസം രാത്രിവെളുക്കുവോളം "ഡാണ്ടിയ" ഡാൻസ് കളിച്ചിട്ട് വെളുപ്പിന് എഴുന്നേറ്റ് കൂളായി ജോലിക്ക് പോകും. ഇവരുടെ ഡാൻസ് കാണാൻ വാ പൊളിച്ചു നിന്ന നമ്മൾ എണീക്കാൻ വൈകും, ഓഫീസിൽപോയി ഉറക്കംതൂങ്ങി ചീത്തകേൾക്കും. ഇല്ലെങ്കിൽ ലീവാകും. നമ്മുടെയൊക്കെ ബോഡിസിസ്റ്റത്തെ തന്നെ ബാധിച്ചുകളയും. വലിയ സൗണ്ടിൽ പാട്ടുവെച്ച് സ്ത്രീകൾ പരമ്പരാഗത വസ്ത്രങ്ങൾ ധരിച്ചാണ് നൃത്തം ചെയ്തിരുന്നത്. ഡ്രെസ്സിൽ അവിടെയിവിടെയായി കണ്ണാടിയും ആഭരണങ്ങളും കൊണ്ട് അലങ്കരിക്കുന്നു. പുരുഷന്മാർ പ്രത്യേക തലപ്പാവ് ധരിക്കുന്നു. നൃത്തം ചെയ്യുന്നവർ കാലുകളും കൈകളും ഡ്രം സ്പന്ദനങ്ങൾക്ക് അനുസരിച്ച് ചലിപ്പിക്കുന്നു. ഡോലക്, തബല തുടങ്ങിയ വാദ്യങ്ങളും അകമ്പടിയായി ഉപയോഗിക്കുന്നു. യഥാർത്ഥ നൃത്തം വളരെ സങ്കീർണ്ണവും വേഗതയേറിയതുമാണ്. പക്ഷേ ഓരോ ഫ്ളാറ്റിനു താഴെയും ഓരോ കൂട്ടം അവരുടെ സെറ്റപ്പ് അനുസരിച്ച് സ്പീക്കറിൽ പാട്ട് വെച്ച് ആ താളത്തിനൊത്ത് അച്ഛനും അമ്മയും മരുമകളും മകനും പേരക്കുട്ടിയുമൊക്കെ ആടിത്തിമർക്കുന്നു. വലിയ പാർട്ടിപ്ലോട്ടുകൾ എന്ന് വിളിക്കുന്ന ഗ്രൗണ്ടിൽ സർവ്വാഭരണവിഭൂഷകളായ സ്ത്രീകൾ തകർത്താടും. അവരെ നോക്കി വെള്ളമിറക്കാനുള്ള അവസരമായതുകൊണ്ട് ഉറക്കമൊഴിച്ചാലും ബോഡി ഡാമേജ് ആയാലും വേണ്ടില്ല, പണി പോയാലും പട്ടിണി കിടന്നു ചത്താലും ഞാൻ ഡബിൾ ഒക്കെയാണ്.

"താരാ വിനാ ശാം മനേ എക്ലാദു ലാഗേ, താരാ വിനാ ശാം"

ബാക്ക്ഗ്രൗണ്ടിൽ ഈ പാട്ടിനൊപ്പം സുന്ദരിമാരായ പലർക്കുമിടയിൽ വട്ടത്തിൽ നൃത്തം വെച്ച് പോകുന്ന അഴകികളിൽ ഒരുവൾ ആറാം തമ്പുരാനിലെ മഞ്ജു വാര്യരെ പോലെ തിരിഞ്ഞും മറഞ്ഞും ഒളികണ്ണിട്ടു നോക്കുന്നത് എന്നെത്തന്നെയാണ്. എന്നെ മാത്രമാണ്. ഈ സ്പാർക്ക് ഐഡന്റിഫൈ ചെയ്യാനെനിക്കുള്ള

കഴിവിൽ ഞാൻ അഭിമാനം കൊണ്ടു. സ്കൂളിലും ഡിഗ്രിക്ക് പഠിക്കുമ്പോളുമൊക്കെ സ്നേഹംകൊണ്ട് വീർപ്പുമുട്ടിച്ച പ്രിയപ്പെട്ടവൾമാർക്ക് ആ നിമിഷം ഡെഡിക്കേറ്റ് ചെയ്തുകൊണ്ട് ഞാൻ പ്രസ്തുത വർക്കിൽ വ്യാപൃതനായി. ഈ കലാപരിപാടി ഏതാണ്ട് അഞ്ചാറു ദിവസം തുടർന്നു. നേരം വെളുക്കണ വരെ ഇവരുടെ ”ഡാണ്ടിയ” കണ്ടിരുന്ന ഞാൻ ഇടയ്ക്കൊരു ദിവസം ലീവുമെടുത്തു. പനിയും തലവേദനയുമായതിനാൽ ആ ദിവസത്തെ ലീവ് വേണമെന്ന അപേക്ഷ മൊതലാളി അംഗീകരിച്ചു. ഇതിനിടയിൽ എനിക്കൊരു കാര്യം മനസ്സിലായി ആ സുന്ദരിപ്പെണ്ണ് താമസിക്കുന്നത് നേരത്തെ ബേസ്ന നടത്തിയ വീടിന്റെ ഓപ്പോസിറ്റാണ്. അത് മാത്രല്ല അവർ റബാരികളും പാൽക്കച്ചവടക്കാരുമാണ്. 'പാവങ്ങൾ എത്ര ബുദ്ധിമുട്ടിയാണ്' ഞാൻ മനസ്സിൽ പറഞ്ഞു. നാളെ ദസ്സറയാണ് നമ്മുടെ നാട്ടിലെ പുസ്തകം പൂജ എടുക്കുന്ന ആ ദിവസം 'ഫാഫ്ടാ വിത്ത് ജിലേബി' കഴിക്കണം എന്നാണ് ആചാരമത്രേ. കോടികളുടെ ബിസിനസ്സാണ് ആ ദിവസം നടക്കണത്.

തൊട്ടടുത്ത കടയിൽ 'ഫാഫ്ടയും ജിലേബിയും' വാങ്ങാൻ ചെറിയച്ഛൻ തന്ന പൈസയുമായി വരിനിൽക്കുമ്പോളാണ് തൊട്ടുപിന്നിൽ പേരറിയാത്ത മേരാ പ്രിയപ്പെട്ടവൾ വന്നുനിന്നത്. നടി ഗൗതമിക്ക് ഇത്തിരികൂടി വണ്ണംവെച്ചാലുള്ള അവസ്ഥ. ദാറ്റ് ഈസ് ദി ലുക്ക് ഓഫ് മൈ പെണ്ണ്. കടലമാവിൽ അയമോദകവും മഞ്ഞപ്പൊടിയും പിന്നെന്തൊക്കെയോ സാധനങ്ങളും ചേർത്ത് പ്രത്യേക ഷേപ്പിൽ എണ്ണയിലിട്ടുണ്ടാക്കുന്നതാണ് 'ഫാഫ്ട'. വലതുഭാഗത്ത് എണ്ണയിൽ മൊരിയണത് ജിലേബിയും. രുചിമുകളങ്ങളിപ്പോ പൊട്ടുമെന്നായപ്പോൾ പിന്നിൽ നിന്നൊരു തട്ടായിരുന്നു. മാറ്റാരുമല്ല മ്മടെ ഗൗതമി തന്നെ. ഈ വരിയിനിയൊരിക്കലും തീരരുത്, ഇതിങ്ങനെ മഹാരാഷ്ട്ര ഗോവ വഴി മംഗലാപുരം കടന്ന് കേരളത്തിലെത്തുന്നതുവരെ നീണ്ടുപോട്ടെ എന്ന് പ്രാർത്ഥിച്ച എനിക്ക് നാലഞ്ച് മിനുറ്റ് ആ സ്പർശനസുഖം ലഭിച്ചു. വരി നീങ്ങുന്നതോടൊപ്പം പിന്നിൽ നിന്ന് തരക്കേടില്ലാത്ത ഹാപ്പിനെസ്സ് കിട്ടിക്കൊണ്ടിരുന്നു. അവൾ മനപ്പൂർവ്വമാണോ അതോ അറിയാതെയാണോ എന്ന് മനസ്സിലാക്കാൻ ഞാൻ എന്നാലാവത് ശ്രമിച്ചുകൊണ്ടിരുന്നു. 'ഫാഫ്ട' തിളയ്ക്കുന്ന ചൂട് മുഖത്തടിച്ചപ്പോളാണ് വരിയിലൊന്നാമനായത് ഞാനറിഞ്ഞത്. തൊട്ടുപിന്നിൽ അവളും. വാങ്ങി തിരിച്ചു നടന്നു. ഫ്ളാറ്റിലേക്ക് പോകുന്ന ഇടവഴിയിൽ ഞങ്ങൾ രണ്ടാളും മാത്രമായി നടക്കുന്നു

“തമാരൂ നാം സൂ ഛെ, തമേ മാരി സാതെ ഗർബാ രംശോ.”

ചീങ്കണ്ണ്യാ... സ്റ്റോ...

ഇത്രയും പറഞ്ഞുകൊണ്ട് ഞാനെന്ന കമലഹാസന്റെ ഗൗതമി ഓടി അകത്തേക്ക് കയറിപ്പോയി. ആ പറഞ്ഞതിനെ മലയാളത്തിൽ തർജ്ജമ ചെയ്തുകൊണ്ട് മനസ്സിൽ പറഞ്ഞുനോക്കി 'തമാരു' എന്നാൽ 'താങ്കളുടെ'ന്നാണ് 'നാം'ന്റെ അർത്ഥം അറിയാത്ത ആരുണ്ട്, 'സൂ' എന്നാൽ 'എന്താണ്' അപ്പോൾ അത് പിടികിട്ടി പിന്നെയവൾ പറഞ്ഞതിലെന്തോ പിശകുണ്ടല്ലോ ഞാനതും വായു വിലിട്ട് തർജ്ജമ ചെയ്ത നോക്കി. ഈശ്വരാ, ഈ പെണ്ണിതെന്താണ് പറയണത്. സംഗതി തല്പരകക്ഷിയാണ്. ഈയുള്ളവനും പ്രായം ഇരുപത്തിരണ്ടായി എങ്കിലും സൂരജിൽ പോയി 'നോൺ' ഷോ കണ്ടിട്ടുണ്ട് എന്നല്ലാതെ ഇത്യാദി കർമ്മങ്ങളിലേർപ്പെടാനുള്ള ഭാഗ്യമോ ധൈര്യമോ ഇതുവരെ ഉണ്ടായിട്ടില്ല. അങ്ങനെയൊക്കെ പ്രവർത്തിക്കാനുള്ള ആമ്പിയർ ണ്ടോ ന്ന് ടെസ്റ്റ് ചെയ്യാനുള്ള അവ സരമാണോ ഈ വന്നേക്കണത്. 'തമേ മാരി സാതെ'ന്ന്ച്ചാൽ നിങ്ങൾ എന്റെ കൂടെ ന്നാണ് 'ഗർഭ രംശോ' ഈശ്വരാ രംശോ ന്ന് പറഞ്ഞാൽ കളിക്കുമോന്നാണ് ഇടയിലുള്ള ഗർഭ എന്താണ് ന്ന് ജനിച്ച അന്നുമുതൽ എനിക്കറിയാം. മാവേലിസ്റ്റോറിൽ പോകാൻ വെച്ച പൈസയെടുത്ത് വടക്കാഞ്ചേരി പ്രിൻസിൽ രതിനിർവേദം കണ്ടത് ഓർമ്മയിലിട്ടയവിറക്കി.

എന്തേലും നടക്കും അതുറപ്പാണ്.

■

സനെഡോ സനേഡോ

നവരാത്രിയുടെ അവസാനദിവസമാണ്. ഇന്നാണ് ഓള് ഗർഭാരംശോ ചെയ്യാൻ വിളിച്ചിരിക്കുന്നത്. ഇതെവിടെക്കായിരിക്കും അവള് വിളിക്കണത്. എന്റെ മനസ്സിലെ ബാലൻ കെ നായർ ചിന്തകൾ അനുവാദം പോലും ചോദിക്കാതെ വ്യത്യസ്ത ഇടങ്ങളിലേക്ക് പ്രയാണം ചെയ്തുകൊണ്ടിരുന്നു.

സമയം പോകുന്നേയില്ല, എങ്ങനെങ്കിലും രാത്രിയായാൽ മതി. അഞ്ചാറുപ്രാവശ്യം അവരുടെ വീടിനു മുന്നിലൂടെ തെക്കോട്ടും വടക്കോട്ടും നടന്നു. ഇടയ്ക്ക് ഒളികണ്ണിട്ട് നോക്കിയപ്പോൾ കണ്ടത് നിലത്തിരുന്ന് അവള് കൂളായി തൈര് കടയുന്നതാണ്. ഇത്രയും സീരിയസും ഇമോഷണലുമായ കാര്യം സംഭവിക്കാൻ പോകുന്നതിന്റെ ടെൻഷനോ സന്തോഷമോ ഒന്നും പ്രകടമല്ലാത്ത ആ ഇരിപ്പിൽ അവളെ കാണാനും അതിഭയങ്കരമായ ലുക്കായിരിന്നു.

നടന്നുനടന്ന് ടെലിഫോൺ ബൂത്തിൽ കയറി നിഷാദിനെ വിളിച്ചു. കാര്യങ്ങൾ അവനോട് തുറന്നു പറഞ്ഞതു നന്നായി. വിദഗ്ധമായ ചില ഉപദേശങ്ങളാണ് അവനെനിക്ക് വേണ്ടി എന്റെ കാതിൽ മൊഴിഞ്ഞത്, ആദ്യം വേണ്ടത് സംരക്ഷണമാണ് എന്ന അവൻ നൽകിയ വിലപ്പെട്ട ഉപദേശം വികാരവായ്പോടെയാണ് ഏറ്റുവാങ്ങിയത്. ജീവിതത്തിൽ ആദ്യമായിട്ടാണ്. കാര്യങ്ങൾ നല്ലപടിയെ നടക്കാൻ ഞാനൊരു പുഷ്പാഞ്ജലിയും വെടിവഴിപാടും മനസ്സിൽ നേർന്നു.

രാത്രിയായി കൊണ്ടിരുന്നു. ഇതിനിടയിൽ പലപ്രാവശ്യം ആ വഴിയിലൂടെ നടന്നുനോക്കി. ആരെയും കാണുന്നില്ല ഒന്നും മനസ്സിലാകുന്നില്ല. ഇതെവിടെയാണ് എന്റെ ഗൗതമി എവിടെയാണ് രാത്രി ശാന്തി മുഹൂർത്തം സെറ്റ് ചെയ്തിരിക്കണത്. ഇരുട്ടു പകലിനെ വീണ്ടും വീണ്ടും സ്നേഹിച്ചുകൊണ്ടിരുന്നു. ഇതിനിടയിൽ ഫാഫ്ടയും ജിലേബിയും അകത്താക്കി, നേരം പോവാൻ പത്തുരൂപടെ പാനി പൂരി കഴിച്ചു. വിൽസ് ഒരെണ്ണം അത് വലിച്ച് അയിന്റെ പുക കൂടി അന്തരീക്ഷത്തിലേക്ക് ഉയർത്തിവിട്ടു. പകലിനുമേൽ ഇരുട്ട് പൂർണമായ അധികാരം സ്ഥാപിച്ചുകഴിഞ്ഞിരിക്കുന്നു.

ചീങ്കണ്ണ്യാ... സ്റ്റോ...

ഡാണ്ടിയയ്ക്ക് സമയമായിരിക്കുന്നു അന്തരീക്ഷത്തിൽ പാട്ട് ഉച്ചത്തിൽ

"കേസരിയോ രംഗ് തനെ ലാഗ്യോ രെ ലെ ഗർബാ"
"കേസരിയോ രംഗ് തനെ ലാഗ്യോ രെ ലെ ഗർബാ"

ആഹ... അതുശരി അങ്ങനെയാണല്ലേ. ഈ പരിപാടിക്ക് എന്നെ കിട്ടില്ല. കാര്യമെനിക്ക് താൽപ്പര്യണ്ട്. ആഗ്രഹണ്ട്. അതൊക്കെ ശരി തന്നെ. പക്ഷേ എന്നോട് സ്വകാര്യായി പറയുക 'ഗർഭാ രംശോ ന്ന്' ന്നിട്ട് നാട്ടുകാരെല്ലാം കേൾക്കച്ചലെ മൈക്ക് സെറ്റിൽ ഉറക്കെ പാട്ട് വെക്കുക.

'ധോലിഡാ ധോൾ തൂ ധിമേ വഗാഡ്നാ,
ധിമേ വഗാഡ്നാ, രധിയാടി രാത്ടീനു ധോലിടാ'

ബാക്ഗ്രൗണ്ടിൽ ഭയങ്കരമായ ശബ്ദത്തോട് മറ്റൊരു പാട്ട് കൂടി മുഴങ്ങിക്കൊണ്ടിരുന്നു.

'ചലോ ഗർബാനു ടൈം തായ്ഗയു ഛെ'

ഗർഭടെ സമയമായീന്ന്.

അമ്പതും അറുപതും വയസ്സുള്ളവർ വരെ കൂട്ടത്തോടെ അനൗൺസ്മെന്റ് ഭാഗത്തേക്ക് ഓടുന്നു, കൂടെ ഗൗതമിയും. പിന്നാലെ ഞാനുമോടി, ഞാനില്ലാതെ ഗൗതമിക്കെന്തൂട്ട് ഗർഭ. ചെന്ന പാടെ വട്ടത്തിന് നടുക്കായി വെച്ച ദേവിയുടെ ഫോട്ടോക്ക് മുന്നിൽ ഓരോരുത്തരായി കയ്യിലെ താമ്പാളത്തിൽ പൂവും മധുരവും വിളക്കു മൊക്കെ വെച്ച് ആരതി ഉഴിയുന്നു. അതിനു മുന്നേ തന്നെ പാട്ട് മാറിയിരിക്കുന്നു. ആ ചടങ്ങവസാനിച്ചതിനു ശേഷം വീണ്ടുമാ ശബ്ദം കേട്ട ദിക്കിലേക്ക് കണ്ണും കരളും കാതുമയച്ചു.

'ചലോ ഗർബാ രംവാ'

നിമിഷനേരംകൊണ്ട് രണ്ടുകയ്യിലും പലനിറത്തിലുള്ള ചെറിയ കോലുകൾ തിരുവാതിരക്കളി പോലെ പരസ്പരം തട്ടി അവർ വട്ടത്തിൽ മുന്നോട്ട് നീങ്ങിയും നിന്നിടത്ത് നിന്ന് തിരിഞ്ഞും ഇടയ്ക്ക് കുമ്മിയടിച്ചും അതിവേഗത്തിൽ ചുവട് വെച്ചുകൊണ്ടിരുന്നു. എന്റെ ഗൗതമി ഇപ്പോളും തിരിഞ്ഞുനോക്കുന്നു. എന്നെ മാത്രമല്ല അവൾ പലരെയും നോക്കുന്നു.

എന്റെ ഗർഭയ്ക്കുള്ള വെള്ളം ഞാൻ വാങ്ങിവെച്ചു. അതിലിത്തിരി ജീരകമിട്ടാൽ ഊതി ഊതി കുടിക്കാം. ഞാൻ തിരിഞ്ഞുനടന്നു

'സനെഡോ സനേഡോ ലാൽ ലാൽ സനേഡോ'

പിന്നിൽ നിന്നുവന്ന താളം എന്നെയും കവച്ചുവെച്ചു മുന്നോട്ട് പോയി ഞാൻ പീച്ചേ ക്ക് നോക്കാനേ പോയില്ല. ■

രാജേട്ടനൊപ്പം ഘർ വാപ്പസി

ജോലിക്ക് പോകാൻ വലിയ ആകാംക്ഷയും ഹാപ്പിനെസ്സും തുളുമ്പി നിൽക്കുന്ന അവസ്ഥയിലാണ് ഞാൻ. മാർക്കറ്റിംഗ് നമ്മുടെ അഭി ലാഷമായി ഉള്ളിൽ കുത്തി നിറച്ചിരിക്കയാണ്. അതിനുകാരണം അച്ഛന്റെ കസിനായ മോഹനൻ ചെറിയച്ഛനാണ്. ആൾക്ക് കൈ നിറയെ കാശും അപ്പീസിലെ പരമാധികാരവുമാണ്. വർക്കേഴ്സായ ഗൻശ്യാം കമറും, കിഷോർ ഗോക്കലെയുമൊക്കെ ആശ്രിതരായി വീട്ടിലും വരുന്നു. ഇസ്ലലിമാവു വാങ്ങുന്നത് മുതൽ സ്കൂട്ടറിലും ആക്ടിവയിലുമൊക്കെ മാറി മാറി പെട്രോൾ അടിക്കുന്നതുവരെ ആശ്രിതരാണ്. ഓണത്തിനും വിഷുവിനുമൊക്കെ ഈ വർക്കേഴ്സ് ലീവ് ആകുമെന്ന് മാത്രമല്ല, അവിയലും തോരനും എന്നു വേണ്ട പുളിയിഞ്ചിവരെ കൂട്ടി കുടുംബസമേതം ഊണ്കഴിച്ചിട്ട് അവസാനം രണ്ടു പപ്പടം പൊട്ടിച്ചു തിന്നിട്ടേ പോകൂ. കേരളത്തിനു പുറത്ത് ഞങ്ങളടക്കം പതിനഞ്ചോളം പേർക്ക് വേണ്ടി സദ്യയുണ്ടാക്കി ഞങ്ങളെ ഊട്ടുന്ന പ്രഭച്ചെറിയമ്മയെ എണീറ്റുനിന്ന് രണ്ടു കൈ കൊണ്ടും തൊഴണമെന്ന് എനിക്ക് പലപ്പോളും തോന്നിയിട്ടുണ്ട്.

സുഖസമൃദ്ധമായ ആൾടെ ലൈഫ് സ്റ്റൈൽ എന്നെ കുറച്ചൊ ന്നുമല്ല ആകർഷിച്ചത്.

നവരാത്രി കഴിഞ്ഞുള്ള ക്ഷീണത്തിൽ ഒക്ടോബർ കൊഴിഞ്ഞു വീണു, അല്ലെങ്കിൽ ഗർബകളിയുടെ ആലസ്യത്തിൽ തളർന്നു വീണൂന്നു പറയാം. ഇനി ദീപാവലിയുടെ വരവാണ് ബഡാ ത്യോഹാർ. ഒരാഴ്ചത്തെ ലീവാണ്, മ്മടെ ഓണവും ഇവിടത്തെ ദീവാലിയും തമ്മിൽ ചെറുതല്ലാത്ത ബന്ധമുണ്ട് ന്ന് സ്പിരിച്ച്വലായി ചിന്തിച്ചാൽ നോ എത്തും പിടിയും കിട്ടൽ. പക്ഷേ രണ്ടിനും ഉത്സവ പ്രതീതിയാണ് ഒരാഴ്ചയോളം ലീവാണ്, കൂടെ ബോണസ് കിട്ടും. സ്കൂൾ പൂട്ടും, പുതിയ ഡ്രസ്സ്, വിരുന്നിനു പോക്ക്, മധുരം കൊടു ക്കൽ വാങ്ങൽ. ഓണത്തിനില്ലാത്തത് പടക്കം മാത്രം. അതിവിടെ

കണ്ടോടം കേട്ടോടം പൊട്ടിക്കൊണ്ടിരിക്കും. നടന്നു പോകുമ്പോൾ വശങ്ങളിൽ നിന്നൊക്കെ ചില വികൃതികൾ കുഞ്ഞോല പടക്കങ്ങൾ കാലിൽ തൊട്ടുതൊട്ടില്ല നിലയിൽ മുന്നിലേക്ക് എറിയുന്നു. ആ പൊട്ടലിലുള്ള നമ്മുടെ ഞെട്ടലിൽ അവര് ഹാപ്പി.

രാത്രിയേറെ വൈകിയിരിക്കുന്നു അടുക്കളയിലെ ശബ്ദങ്ങൾ തൽക്കാലം നിലച്ചിരിക്കുന്നു. ചെറിയ ഇടവേളക്ക് ശേഷം അഞ്ച് മണിക്ക് വീണ്ടും കൂട്ടപൊരിച്ചിൽ തുടങ്ങും. തൊട്ടടുത്ത് കിടക്കുന്ന രാജേട്ടൻ തിരിഞ്ഞും മറിഞ്ഞും കിടക്കുന്നു. കിടന്ന കിടപ്പിൽ എന്തൊക്കെയോ കണക്കുകൂട്ടുന്നുണ്ട്. വിരലിൽ ഓരോന്ന് നിവർത്തി എന്തൊക്കെയോ എണ്ണി നോക്കുന്നുണ്ട്. സംഗതി കിളി പോയോ ന്ന് സംശയിച്ച് ഞാനെണീറ്റിരുന്നു

"രാജേട്ടാ, ന്താ പ്രശ്നം, ഉറങ്ങണില്ലേ?"

ആളും എണീറ്റിരുന്നു

"ദീവാളിക്ക് നാട്ടിൽ പോണം, മക്കളെ സ്വപ്നം കണ്ടു."

ഇത്രയും പറഞ്ഞു എനിക്ക് മുഖം തരാതെ ചുവരിനഭിമുഖമായി തിരിഞ്ഞുകിടന്നു. സാധാരണയിൽ കൂടുതലായി നിർത്താതെയുള്ള ശ്വാസോച്ഛ്വാസം കേട്ടാലറിയാം നെഞ്ചുരുകയാണെന്ന്. ഇതുപോലെ കരഞ്ഞുത്തീർത്ത പ്രവാസിയുടെ മകനായതുകൊണ്ട് എനിക്കത് ആരെക്കാളും മനസ്സിലാകും. കരയണ്ട ന്ന് പറയാനും സമാധാനിപ്പിക്കാനും പുറംഭാഗത്ത് തട്ടാനും എന്റെ കൈ ഞാനറിയാതെ നീങ്ങി. ഇനിയിപ്പോ കരച്ചിലിന്റെയും ഉറക്കത്തിന്റെയും ഇടയ്ക്കുള്ള അവസ്ഥയാണെങ്കിലോ എന്നോർത്ത്, പോയ കൈ തിരികെവന്നു.

ആള് കരയട്ടെ, കരഞ്ഞുറങ്ങട്ടെ.

പിറ്റേന്ന് കാലത്ത് ചെറിയച്ഛനും ഫാമിലിയും ദീപാവലിക്ക് നാട്ടിൽ പോകുന്ന കാര്യം പറഞ്ഞു. രാജേട്ടൻ പോകുന്ന കാര്യം പറഞ്ഞതിന്റെ ഹാങ്ങോവർ തീർന്നില്ല ഇതായിപ്പോ ഓഫീസ് ഫോണിൽ നിന്ന് നിഷാദിനെ വിളിച്ചപ്പോൾ അവനും പറയുന്നു. ദീപാവലിക്ക് നാട്ടിൽ പോണം.

അത് തന്നെ ഞാനും മനസ്സിൽ പറഞ്ഞു.

ഓഫീസിൽനിന്ന് അരക്കിലോയുള്ള സ്വീറ്റ്സ്, വർഷം തികയാത്ത ദീപാവലിയായതുകൊണ്ട് എനിക്കും മഹേഷ് ജാദവിനും ആയിരം വെച്ചിട്ടൊരു പാരിതോഷികം. ബാക്കിയെല്ലാർക്കും ഒരു മാസത്തെ സാലറി.

സാലറിക്ക് ഡേറ്റ് ആയിട്ടുമില്ല. അഷ്കാഭായിയോട് അപേക്ഷിച്ചതിന്റെ ഫലമായി മുൻകൂർ സാലറി കിട്ടി. കയ്യിൽ നാലായിരത്തി

അഞ്ഞൂറു രൂപയുണ്ട്. ഞങ്ങടെ ദേശീയോത്സവമായ ഇരുന്നിലം കോട് ഷഷ്ഠിയാണ്. അതൊന്നു കൂടാം. വീട്ടുകാരെ കാണാം. പിന്നെ യെനിക്കുവേണ്ടി കാത്തിരിക്കുന്ന ചിലരുണ്ട്. അവരേം കാണണം.

വേരാവൽട്രിവാൻഡ്രം എക്സ്പ്രസ്സിൽ ചെറിയച്ഛനും കുടും ബവും സ്ലീപ്പർ കോച്ചിലും ഞാനും രാജേട്ടനും നിഷാദും 'ചാലു ഡബ്ബ' എന്നറിയപ്പെടുന്ന ജനറൽ കമ്പാർട്ട്മെന്റിലും കയറിക്കൂടി. ട്രെയിൻ പുറപ്പെടുന്നത് സോമനാഥ് അമ്പലം സ്ഥിതി ചെയ്യുന്ന വേരാവൽ എന്ന സ്ഥലത്താണ്. അവിടുഷനിൽനിന്നുമൊക്കെ ഈ ചാലു ഡബ്ബ കുത്തി നിറച്ചാണ് വന്നത്. ഞാനും പിന്നെ ഞങ്ങളു മതിൽ കുത്തിനിറയപ്പെട്ടു. ടോയ്‌ലറ്റിൽ പോകാൻ എണീറ്റവന്റെ സ്ഥലം നിൽക്കുന്നവർ കയ്യടക്കും. വാഡോദര കഴിഞ്ഞു സൂറത്ത് എത്തുമ്പോളേക്കും നിറഞ്ഞു കവിഞ്ഞിരുന്നു.

മൂത്രമോ അതുമായി ബന്ധപ്പെട്ട മറ്റെന്തെങ്കിലും പാതകമോ ചെയ്യേണ്ടി വരുമെന്നുള്ളതിനാൽ വെള്ളം അളന്നുകുറിച്ചാണ് കുടിക്കുന്നത്, ചിലപ്പോൾ തൊണ്ടയിലെ വെള്ളംവറ്റി ഓക്സിജൻ എടുക്കാൻ ബുദ്ധിമുട്ടുണ്ടാവുമ്പോൾ മാത്രം രണ്ടു തുള്ളി അത്രന്നെ. ചിലർ മരിക്കാൻ വരെ തയ്യാറാണ്. ഒരു പകലും രാത്രിയും പിന്നൊരു പകലും കുറ്റിയടിച്ചു നിൽക്കുന്നതിലും ഭേദം ഓക്സിജൻ കിട്ടാതെ മലയാളി യാത്രികൻ വേരാവൽ എക്സ്പ്രസ്സിൽ മരിച്ചുപോയി എന്ന വാർത്ത നാളത്തെ പേപ്പറിൽ വരുന്നത് തന്നെയാണ്. കുക്കുമ്പർ നാലായി മുറിച്ചതിന്റെ നടുവിൽകൂടെ നല്ല പെട മസാലയിട്ടത് വന്ന പ്പോൾ നിഷാദ് മൂന്നെണ്ണം വാങ്ങി ഒന്നെന്റെ കയ്യിൽ തന്നു. സംഗതി 'എ കുക്കുംബർ കണ്ടൈൻസ് 99 ശതമാനം വാട്ടർ' എന്ന് അന്ന് വായിച്ചിട്ടില്ലെങ്കിലും പിന്നെ കുറെ നേരത്തേക്ക് വിശപ്പും ദാഹവു മുണ്ടായില്ല. അതിലെ മസാല തരികളിലെ തരിപ്പ് അമ്പലംക്കുന്ന് സ്കൂളിൽ നാരങ്ങയിൽ പുരട്ടി ഗോപിയേട്ടൻ തരുന്നതിനെ ഓർമി പ്പിച്ചു.

മഹാരാഷ്ട്ര സ്റ്റേറ്റ് ആരംഭിച്ചതിന്റെ ആഘോഷമായ വടാപാവ് പിന്നീടുള്ള എല്ലാ സ്റ്റോപ്പിലും വന്നുകൊണ്ടിരുന്നു. ബൺ രണ്ടായി പൊളിച്ചിട്ട് അതിന്റെ നടുക്ക് ഉരുളകിഴങ്ങിന്റെ ബോണ്ട പോലൊരു സാധനവും ഒരു പച്ചമുളകും ഒരു സുഖത്തിന് വേണ്ടി വെച്ച് കഴി ക്കുന്ന ഈ സാധനമാണ് മുംബൈക്കാരുടെ കുബ്ബൂസ്.

മുകളിൽ തിങ്ങിഞെരുങ്ങി കയറിയിരിക്കുന്നവന്റെ കാലിലെ പൊടി അവരിളകുമ്പോളും എണീക്കാൻ തുടങ്ങുമ്പോളുമൊക്കെ പ്രസാദംപോലെ താഴേക്ക് വിതറിക്കൊണ്ടിരുന്നു. അതൊന്നും ശ്രദ്ധി ക്കാനോ അവരാരാണെന്ന് പോലും മനസ്സിലാക്കാൻ ശ്രമിച്ചാൽ

പോയ്പോകുന്ന ഇരിപ്പിടത്തെയോർത്ത് ആ പ്രസാദം തനിക്ക് ലഭിക്കരുതേ എന്ന ആഗ്രഹത്താൽ തലവെട്ടിച്ചു വെട്ടിച്ച് രക്ഷപ്പെട്ടു കൊണ്ടിരുന്നു.

അടിവയറ്റിൽ ശക്തമായ വേദന തുടങ്ങി. ചെരിഞ്ഞിരിക്കാൻ അതിയായ ആഗ്രഹമുണ്ട്. മൂന്നാൾക്കുള്ള സീറ്റിൽ എട്ടോളം ഘടാ ഘടിയൻമാരാണ്. ഇനിയും പോകാതിരുന്നാൽ എന്റെ ബ്ലാഡർ പൊട്ടുമെന്നെനിക്ക് തോന്നിയപ്പോൾ ഞാനടിയറവ് പറയുകയായിരുന്നു. എഴുന്നേൽക്കാനുള്ള ആഗ്രഹം എന്നിൽ മുളപൊട്ടിയെന്ന് മനസ്സിലാക്കിയ രണ്ടുമൂന്നു പേര് എനിക്കഭിമുഖമായി നിൽപ്പുറപ്പിച്ചു. ഞാൻ എണീറ്റുനടന്നു. നിലത്തിരിക്കുന്നവരെ ചവിട്ടാതെ ടോയ്ലറ്റിൽ എത്തുകയെന്നത് ദുഷ്കരം തന്നെയാണ്. ചിലരെയൊക്കെ ചവിട്ടി. ചവിട്ട് കൊള്ളാത്തവർ ഭാഗ്യവന്മാർ. ടോയ്ലറ്റിൽ നിന്നിറങ്ങുമ്പോൾ ബാലപാഠം അഭ്യസിപ്പിച്ച സങ്കടമാമനെ ഞാനോർത്തു. ആള് തൃശ്ശിനാപ്പിള്ളിയിൽ കച്ചോടത്തിനു പോയിരിക്കയാണത്രേ. അല്ലെങ്കിൽ ഷോർണൂർ സ്റ്റേഷനിൽ കാത്ത് നിൽക്കേണ്ടയാളാണ്. ആ വെടിമരുന്നിന്റെ ചൂരിൽ നിന്നിറങ്ങുമ്പോ ഞാനും മനസ്സിൽ പറഞ്ഞു.

“ഒരൊറ്റ മറ്റോന്മാര് വെള്ളമൊഴിക്കില്ല, പിന്നെങ്ങനെ റെയിൽവേ നന്നാവും.”

ഷൊർണൂർ സ്റ്റേഷൻ എത്തുന്നത് വരെ എനിക്ക് ആ ടോയ്ലറ്റിന്റെ മുന്നിൽ നിന്നൊരടി ഇളകാൻ കഴിഞ്ഞില്ല.

തൊട്ടടുത്തായി നിഷാദും രാജേട്ടനുമുണ്ടായിരുന്നു.

■

അമേരിക്കയിലെ ജോലി

ട്രെയിൻ കാസർകോട് എത്തിയപ്പോൾ തന്നെ മിക്കവരുടെയും മുഖത്ത് ആത്മവിശ്വാസവും ധൈര്യവും നിറഞ്ഞുനിന്നു. ആ സ്റ്റോപ്പിൽ ചായ കുടിക്കാൻ ഇറങ്ങിക്കയറുന്ന ചിലരുടെയൊക്കെ കയ്യിൽ 'ഇലയട' കാണുന്നു. വീടെത്തിയാൽ മതി എന്ന അവസ്ഥ യിൽ കണ്ണൂരും തലശ്ശേരിയും കോഴിക്കോടും കുറ്റിപ്പുറവും പട്ടാമ്പി റെയിൽവേ സ്റ്റേഷനും കടന്നു ഷൊർണൂർ എത്തിയിരിക്കുന്നു.

വീട്ടിലെത്തി ചായ കുടിച്ചു. കുളിയും തേവാരവും കഴിഞ്ഞു. കയ്യിലൊന്നു മില്ലാതെയാണ് വരവ് എന്ന് പറയാതെത്തന്നെ അവർക്ക് മനസ്സിലായിക്കഴിഞ്ഞിരിക്കുന്നു. ഒരു ടവലെങ്കിലും ആദ്യ മായി ലീവിന് വരുന്ന, ആ വീട്ടിലെ ഒരേയൊരു വരുമാനമുള്ള വനിൽ നിന്നും പ്രതീക്ഷിക്കാതിരുന്നാലാണ് അവരെ കുറ്റം പറ യേണ്ടത്. അനിയൻ ഒന്നും മിണ്ടാതെ അകത്തേക്ക് പോയി. അച്ഛനും അമ്മയും അവരുടെ റൂമിലേക്കും.

"അവിടെ തുടക്കക്കാർക്ക് സാലറി ഇത്രോക്ക്യാണ്, ഞാന്താ ചെയ്യാ."

ആരുമത് ശ്രദ്ധിച്ചില്ല.

സത്യം പറഞ്ഞാൽ അനിയന് എന്തെങ്കിലും വാങ്ങണം ന്ന് വല്യ മോഹമായിരുന്നു, ആകെ കിട്ടിയ ഈ നാലായിരത്തി അഞ്ഞൂറിനെ ഭാഗിക്കാൻ മനസ്സുവന്നില്ല.

"കയ്യില് വന്ന മഹാലക്ഷ്മിയെ പോലുള്ള അമേരിക്കയിലെ ജോലി തട്ടിക്കളഞ്ഞ മഹാപാപിയല്ലേ അനുഭവിക്ക്."

അമ്മ പറഞ്ഞിട്ട് അകത്തേക്ക് പോയി.

ഇത് കേൾക്കുന്ന ആരും എന്നെ കുറ്റം പറയാതിരിക്കില്ല. ഞാനാ യാലും പറയും. പക്ഷേ എന്റെ നിരപരാധിത്വം തെളിയിക്കാതെ ഇനിയൊരടി മുന്നോട്ട് നീങ്ങുന്നതെങ്ങനെ.

ചുരുളി പോലെ ഫ്ളാഷ്ബാക്ക് ചുഴികളായി തിരിഞ്ഞു തിരിഞ്ഞ് സീൻ മാറുന്നു:

വേനൽക്കാലത്ത് ഉണങ്ങിയ പുല്ല് ചെത്തി വൃത്തിയാക്കിയ പാടത്ത് കാലിൽ പട്ടീസ് കെട്ടിയ പത്തിരുപത് പേരുടെയിടയിലേക്ക് ഇട്ടുകൊടുത്ത അഞ്ചാം നമ്പർ പന്തിന്റെ പോലായിരുന്നു മ്മടെ അന്നത്തെ അവസ്ഥ.

കലാപവും ഭൂകമ്പവുമൊക്കെയായി ഗുജറാത്തും ബോംബേയുമൊക്കെ പത്രങ്ങളിലും ടിവിയിലുമൊക്കെ നിറഞ്ഞു നിൽക്കുന്നോണ്ട് തൽക്കാലം അങ്ങട് വിടണ്ട ന്നും, നേരെ ഗൾഫിൽക്ക് കയറ്റി വിടാൻ തീരുമാനിച്ചതിന്റെയും തുടർച്ചയായി ചേലക്കരയ്ക്കടുത്ത് താമസിക്കുന്ന, അബുദാബിന്ന് രണ്ടുമാസം ലീവിന് വന്ന, കുടുംബസുഹൃത്തായ കുട്ടമാമനെ കാണാൻ കുടുംബസമേതം ഓട്ടോറിക്ഷയിൽ യാത്രയാകുന്നു.

ചായയും മിക്സ്ചറും കഴിക്കുന്നതിന്റെയിടയിൽ ഒന്നുരണ്ടു വർഷത്തിനുള്ളിൽ രണ്ടു തേങ്ങാ മോഷണം, തൊട്ടടുത്ത പഞ്ചായത്തിൽ താമസിക്കണ വല്ല്യമ്മടെ മോൻ ഞങ്ങടെ അയൽക്കാരിയുമായി ഒളിച്ചോടാൻ കാരണക്കാരനായത്, പ്രീഡിഗ്രിക്ക് കോളേജിലേക്കാണ് ന്ന് പറഞ്ഞു കാറ്ററിംഗിന് പോയത് തുടങ്ങി കല്യാണസദ്യയ്ക്ക് പോയാൽ പൊകല കൂട്ടി വെറ്റില മുറുക്കും ന്ന് വരെ പറഞ്ഞുകൊടുത്ത് അമ്മ സ്കോർ ചെയ്തുകൊണ്ടിരിക്കുന്നു.

പുകയില ഉള്ളിൽ ചെന്നാൽ വാളു വെക്കും ന്ന് ആ സമയത്ത് ഉറക്കെ വിളിച്ചു പറയണമെന്ന് തോന്നി. പക്ഷേ ഈ സംഭവങ്ങളൊക്കെ കേട്ടും കണ്ടുംകൊണ്ടിരുന്ന അവരെന്നെ ടെലിസ്കോപ്പിന്റെ ചില്ലിൽ ഒട്ടിപ്പിടിച്ച അമീബയെപോലെ ശ്രദ്ധിക്കാൻ തുടങ്ങി.

എത്തീട്ട് മൂന്നുമണിക്കൂറാവാറായി. ഞാനെന്ന വ്യക്തിയുടെ വകതിരിവില്ലായ്മയും സാമൂഹ്യവിരുദ്ധതയുമല്ലാതെ വന്ന വിഷയം ബോംബെ മിക്ച്ചറിലെ മധുരത്തെക്കുറിച്ചും കുറച്ചു കൂടി തരട്ടെയെന്ന് മാത്രമായിരുന്നു. ആ വീട്ടിലെ എല്ലാവരും ഗൾഫിലാണ്. തൃശൂർ ജില്ലയിൽ ആദ്യമായി യൂറോപ്യൻ ക്ലോസറ്റ് ഫിറ്റ് ചെയ്ത ഹൗസാണ്. അന്നുവരെ ആ സുഖം അനുഭവിക്കാത്ത ഞാൻ ഇതിനിടയിൽ രണ്ടു പ്രാവശ്യം അത് ടെസ്റ്റ് ചെയ്തുവന്നു.

ശരിക്കും അതൊരാനന്ദം തന്നെയാണ്.

എല്ലാം കേട്ടിരുന്ന അവിടത്തെ ഗൃഹനാഥനായ കുട്ടമാമൻ വളരെ സീരിയസായി കാര്യത്തിലേക്ക് കടന്നു.

“ഒന്ന് രണ്ട് വിസയുണ്ട്. പക്ഷേ ഇവനെ കൊണ്ട് ചെയ്യാൻ പറ്റുന്ന ജോലിയല്ല, നമുക്ക് അമേരിക്കയിലും ഇംഗ്ലണ്ടിലുമൊക്കെ

ബ്രാഞ്ചുകൾ ഉണ്ട്. എന്തായാലും നോക്കാം. റെസ്യൂമെ ഒന്നയയ്ക്കണം മെയിൽ ആയിട്ട്."

ബയോഡാറ്റയ്ക്കാണ് റെസ്യൂമെ എന്നു പറയുന്നത് എന്ന് തിരിച്ചറിയാതെ ഞങ്ങൾ പരസ്പരം നോക്കിയിരുന്നു.

ഓട്ടോറിക്ഷയ്ക്ക് കൊടുത്ത പൈസ വേസ്റ്റായീന്ന് തോന്നിയതുകൊണ്ട് പുറത്ത് വെയിറ്റ് ചെയ്യുന്ന ഓട്ടോക്കാരന് ചായയും ഒരു പിടി ബോംബെ മിക്സ്ചറും എത്തിച്ചു കൊടുത്തിരുന്നു. അതിന്റെ സ്വാദ് നാവിൽ നിന്ന് പോണേനു മുൻപുതന്നെ അയാൾ നേരം വൈകിയതിന്റെ സിഗ്നലായ വാച്ച് നോക്കലും ഹോൺ അടിയും തുടങ്ങി. നിരാശരായ ഞങ്ങൾ യാത്ര പറഞ്ഞു പുറത്തിറങ്ങി. പെട്ടെന്ന് കുട്ടമാമന്റെ വൈഫ് മാമനോട് ഒറ്റ ചോദ്യമായിരുന്നു.

"നമുക്ക് വിനൂന് ആ ഇംഗ്ലണ്ടിന്റെ കൊടുത്താലോ."

കുട്ടമാമൻ ഞെട്ടിയെണീറ്റു.

"ഓഹ് വെരി സോറി. ഞാനതുമറന്നു അല്ലെങ്കിൽ നീയാ അമേരിക്കയുടെയെടുക്ക്, ഇംഗ്ലണ്ട് ഇവന് ശരിയാവുമോ."

പോകാൻ എണീറ്റ ഞങ്ങൾ വീണ്ടുമെവിടെത്തന്നെയിരുന്നു. അമ്മ അതുവരെ മുഖത്തുണ്ടായിരുന്ന നിരാശ കലർന്ന വിഷമ ഭാവം മാറ്റി നന്നായി ചിരിക്കാൻ തുടങ്ങിരിക്കുന്നു. ആ വലിയ വീട്ടിലെ രണ്ടാം നിലയിലേക്ക് അവർ രണ്ടാളും കയറി പോയിരിക്കുന്നു. അമേരിക്കയുടേം ഇംഗ്ലണ്ടിന്റേം ഓരോ വിസ കൈയിൽ വെച്ചിട്ട് കൂളായി ഇരിക്ക്യാ കുട്ടമാമൻ. ആദ്യ സാലറി കിട്ടിയാൽ മാമന് എന്തേലും കാര്യമായി ചെയ്യും. ആൾക്കതിന്റെ ആവശ്യമൊന്നുമില്ലെങ്കിലും എന്റെ കടമയാണത്. ഞാൻ വികാരാധീനനായി.

ഞാനൊരുവട്ടം കൂടി യൂറോപ്യൻ ക്ലോസെറ്റ് വിസിറ്റ് ചെയ്തു വന്നു. ശരിക്കും അതൊരാനന്ദം തന്നെയാണ്.

കുട്ടമാമനും വൈഫും കോണിയിറങ്ങിവന്നു. സർപ്രൈസ് ആയി രണ്ടുപേരും കൈ പുറകിൽ വെച്ചിട്ടുണ്ട്. എനിക്കുറപ്പായിരുന്നു, ഒരാളുടെ കയ്യിൽ ഇംഗ്ലണ്ടിലെ വിസ മറ്റേത് അമേരിക്ക.

"നിനക്കേതാണ് വേണ്ടത്?"

മാമനെന്നോട് ചോദിച്ചു.

"അമേരിക്ക മതി അമേരിക്ക."

അമ്മ പതിഞ്ഞ ശബ്ദത്തിൽ എനിക്കുമാത്രം കേൾക്കാൻ പാകത്തിന് പറഞ്ഞു.

രണ്ടും കൽപ്പിച്ച് ഞാൻ ഉറക്കെ പറഞ്ഞു

"എനിക്ക് എനിക്ക് ഇംഗ്ലണ്ട് മതി."

കുട്ടമാമൻ മുന്നോട്ട് വന്നെന്നെ ചേർത്തുപിടിച്ചു. എന്റെ ഉയരവും വണ്ണവുമൊക്കെ ഒന്നുകൂടി അളന്നു.

"ഇന്നാ പിടിച്ചോ നിനക്കിഷ്ടപ്പെട്ട ഇംഗ്ലണ്ട്" എന്ന് പറഞ്ഞ് കൈയിലുള്ള കവറിൽ നിന്നും പീറ്റർ ഇംഗ്ലണ്ടിന്റെ ടി ഷർട്ട് എനിക്ക് തന്നു. മറ്റേ കൈയിൽ അമേരിക്കടെ വിസയൊന്നുമല്ല പാൻ അമേരിക്കടെ ടി ഷർട്ടാവും ന്ന് മനസ്സിലാവാത്ത അമ്മ, വീട്ടിലെത്തുന്നതു വരെ അമേരിക്ക ചോദിക്കാത്തേന് ചീത്ത പറഞ്ഞു.

ചുരുളി വീണ്ടും പഴയപോലെ തിരിഞ്ഞുകൊണ്ടാ ഫ്ളാഷ്ബാക്ക വിടെ തീർത്തു.

■

ലിവറിന്റെ ഫീലിങ്ങ്സ്

ഒമ്പതുദിവസത്തെ ലീവാണ്, മനോജ് മാമ്പ്രടെ കല്യാണം, മാട ത്തേരി ജയേട്ടന്റെ കല്യാണം, ഇരുന്നിലംകോട് ഷഷ്ഠി, പിറ്റേന്ന് അതിന്റെ ഉറക്കക്ഷീണം. മുണ്ടത്തിക്കോടുള്ള അച്ഛന്റെ നേരെ താഴെ യുള്ള അനിയനെ കാണണം. ആ വഴിക്ക് ഗുരുവായൂരും തൊഴണം. അപ്പൊ പിന്നെ ഡേറ്റ് കഴിഞ്ഞു. തിരിച്ചു പോവാറായി.

ആഘോഷങ്ങൾക്കൊടുവിൽ തിരിച്ചുപോവുകയാണ്. വലിയ അർമാദത്തിനു ശേഷമുള്ള യാത്രയാണ്. ലിവറിന്റെ പ്രാർത്ഥന ദൈവം കേട്ടു.

“വൈകുന്നേരമാകരുതേ, ഈ കാലമാടന് കുടിക്കാൻ തോന്ന രുതേ, നിർബന്ധമാണേൽ കുറച്ചു നല്ലത് വാങ്ങി കുടിക്കടാ ദുഷ്ടാ” എന്ന അലമുറയിടൽ ആമാശയം വഴി അന്നനാളത്തിലേക്ക്, അവി ടന്ന് തൊണ്ടയിലേക്കുമെത്തി. പിന്നെ അടുത്താണല്ലോ കർണ്ണപുട ങ്ങൾ.

തിരിച്ചെത്തി ജോലിയിൽ പ്രവേശിച്ചു. ആദ്യ ദിവസങ്ങളിൽ ആരെയും കണ്ണിൽ പിടിക്കാത്ത അവസ്ഥ. ഇടയ്ക്കിടയ്ക്ക് മലയാളം കയറിവരുന്ന പ്രവണത, രണ്ടു മുട്ടൻ ചീത്ത കേട്ടപ്പോൾ മാറാനു ള്ളതേ ഉണ്ടായിരുന്നുള്ളൂ. വീണ്ടും പഴയ ഗുജറാത്തി ഫോമിലേക്ക് തിരിച്ചു വന്നു.

“ഫ്രൈഡേ ഉണ്ടായിരുന്ന ലീവ് ഉണങ്ങി നിൽക്കണ വാഴടെ തല വെട്ടണ പോലെ വെട്ടിക്കളഞ്ഞു.”

അഷ്കാഭായ് ജഗാണിയോട് പറയുന്നത് കേട്ടാണ് ഞാനവി ടേക്ക് കയറി ചെല്ലുന്നത്.

അതിമനോഹരവും ഗംഭീരവുമായിരിക്കുന്നു. കാലത്ത് എട്ടര യ്ക്ക് എത്തണം. വൈകീട്ട് സേട്ട് പോകുന്നത് വരെയിരിക്കണം. ആകെ മൂഡ്ഔട്ട് എനിക്ക് മാത്രമാണ്. ബാക്കിയെല്ലാരും വെരി

വെരി ഹാപ്പി ആയിരിക്കുന്നു. അവർക്കെല്ലാം ഡെയിലി വേജസ് ആണ്. എനിക്ക് മാത്രം മാസശമ്പളവും. ആ സന്തോഷത്തിൽ അന്ന് വൈകീട്ട് ഇറങ്ങുന്നതിനു മുൻപ് അഷ്കാഭായ് കണ്ണു കൊണ്ടും തള്ളവിരൽ താഴെയും ചൂണ്ടുവിരൽ മുകളിലുമായ ആ ആഗോള ഫേമസ് മദ്യപാന ലോഗോ എനിക്ക് നേരെ സിഗ്നലായി കാണിച്ചു.

"ഏക് മദ്യപാനീ ജൽദീ പ്രലോഭനം സെ ഗിർ ജാത്തീ ഹൈ" എന്നത് എത്ര സത്യമാണ്. ക്യാ ഹാഫ് ബോട്ടിൽ ക്യാ ഫുൾ ബോട്ടിൽ.

വൈകീട്ട് ഇറങ്ങി കാലുയർത്താൻ ശ്രമിച്ചപ്പോളാണ് മനസ്സിലായത് ഞാനിട്ടിരിക്കുന്നതാ സെയിം ടു വീലർ ഫ്രണ്ട്‌ലി അല്ലാത്ത പാന്റ് തന്നെയാണ്. കാലുയർത്തി ആളിരിക്കുന്ന ആക്ടിവടെ പിന്നിലെ സീറ്റിലിരിക്കാൻ കഴിയുന്നില്ല. നായ മൂത്രസ്യാ സ്റ്റൈലിൽ വശം ചെരിഞ്ഞു മറ്റേക്കാല് പൊക്കി നോക്കി, ആനപ്പാപ്പാൻ ഡ്രൈവിംഗ് സീറ്റിലിരിക്കുന്ന പോലെ പിന്നിലൂടെ കാലുരണ്ടും പൊക്കി കയറാൻ നോക്കി, പിന്നിലൂടെ വന്ന് രണ്ട് കാലിലെയും തള്ളവിരലിൽ ഉയർന്നുപൊങ്ങി നടന്നുകയറാൻ ശ്രമിച്ചു. മുന്നിലെ സീറ്റിൽ കയറിയിരുന്ന അയാൾ ഇതൊന്നും ശ്രദ്ധിക്കാതെ കയ്യിലെ 'മാവോ' എന്ന് ഓമനപ്പേരുള്ള അടയ്ക്കയും പുകയിലപൊടിയിൽ ചുണ്ണാമ്പുമൊക്കെ ചേർന്ന രസക്കൂട്ട് രണ്ടുകൈകൊണ്ടും തിരുമ്മി പതപ്പിക്കയാണ്. ആവശ്യമുള്ളത് എടുത്തു ന്ന് വെച്ചാൽ ആൾടെ വായ് നിറയുന്നത് വരെയെടുത്ത് ബാക്കി നൂലിൽ കെട്ടി ചുറ്റുപാടും നോക്കി ആദ്യം വന്ന ബൽദേവ് പട്ടേലിനു കൈമാറി മുന്നോട്ട് നീങ്ങി. സത്യത്തിൽ ബൽദേവ് പട്ടേലും അഷ്കാഭായിയും ബദ്ധ വൈരികളാണ്. നാലും മാവാ കൊടുത്താൽ ഇപ്പോൾ ഉള്ളതിന്റെ പകുതി ദേഷ്യം അലിഞ്ഞുപോകുമെന്നാണ് ഐതിഹ്യം.

അയാളുടെ വീട്ടിലെത്തി മുന്നിലൂടെ പോകുന്ന കനാലിലൂടെ ഒഴുകിയെത്തുന്ന ബ്രിട്ടനിയാ ബിസ്ക്കറ്റിന്റെ അട്ടപ്പെട്ടിയെ നോക്കി നിൽക്കുമ്പോൾ അഷ്കാഭായിടെ വൈഫ് ഡെലിസ ബാറിലെ സുരേഷണ്ണനെ പോലെ നാല് സ്റ്റീൽ ഗ്ലാസ് നിരത്തിവെച്ചു.

ചെറിയ വീടാണ് പക്ഷേ അദൃശ്യമായ അതിർത്തിയെവിടെയോ വരച്ച ഫീലാണ് അവിടം മുഴുവൻ. അമ്മയും അഷ്കാഭായിടെ ഭാര്യയും രണ്ടു പെൺകുട്ടികളും ഒരു ഭാഗത്ത്, അനിയൻ, വൈഫ് ഒരാൺകുട്ടി, അച്ഛൻ മറുഭാഗത്ത്. കോമണായി ബാത്രൂം മാത്രം. നിമിഷനേരം കൊണ്ട് മദ്യമെത്തുന്നു, ഒരു ഗ്ലാസ് ആൾടെ വൈഫിനും മറ്റേത് വീടിന്റെ മറ്റേ അതിർത്തിയിലുള്ള അയാളുടെ അനിയന്റെ ടെറിട്ടറിയിൽ അതിക്രമിച്ചു കടന്ന് കുന്തിച്ചിരിക്കുന്ന

അച്ഛനും കൈമാറി. ബാക്കി വന്നത് ഞങ്ങളും എടുത്തു. സ്റ്റീൽ ഗ്ലാസ്സിൽ വിസ്കി കുടിക്ക്യാ ന്ന് പറഞ്ഞാൽ നമ്പൂരി ഡോക്ടർടെ ഇൻജെക്ഷൻ ചന്തീമ്മെ മേടിക്കണേനു തുല്യമാണ്. പക്ഷേ അവ രെല്ലാം ബൂസ്റ്റ് കുടിക്കുന്ന ലാഘവത്തോടെ അകത്താക്കി.

ആ രാത്രിയുടെ നെകരത്തുള്ള മൂവാണ്ടൻമാവിന്റെ തുഞ്ചത്ത് എന്തിവലിഞ്ഞു കയറി മുഴുത്ത മാങ്ങയെ തൊട്ടുതൊട്ടില്ല ന്നായ പ്പോൾ ഞാനാ അശരീരി കേട്ടു

“മ്മക്ക് വീട് മാറിയാലോ, ഒരു പാൽക്കാരന്റെ വീടിന്റെ മുകൾ ഭാഗം വാടകയ്ക്ക് കൊടുക്കാനുണ്ട്.”

മൂവായിരത്തി അഞ്ഞൂറാണ് സാലറി. വാടകയ്ക്ക് മാറാനുള്ള കപ്പാസിറ്റി ആവാൻ ഇനിയുമേറേ കഴിയേണ്ടതുണ്ട്. ടിൽ ഡേറ്റ് അതിനെക്കുറിച്ച് ആലോചിച്ചിട്ടുപോലുമില്ല. ഞാൻ കേൾക്കാത്ത ഭാവത്തിൽ നേരത്തെ പകുതിക്ക് നിർത്തിയ മൂവാണ്ടന്റെ മുകളി ലേക്ക് കയറി തിരിഞ്ഞുകിടന്നു.

പതിവ് തെറ്റിച്ച് അന്ന് രാജേട്ടന്റെ കൂർക്കം വലിയെന്നെ ഡിസ്റ്റർബ് ചെയ്തിട്ടേയില്ല.

■

ഞാൻ സ്വതന്ത്രൻ

ചെറിയച്ഛനും കുടുംബവും തിരിച്ചെത്തുന്നു, രാജേട്ടൻ കാര്യമവതരിപ്പിക്കുന്നു. എല്ലാം തീരുമാനമാവുന്നു. അന്ന് വൈകുന്നേരം ഒരാൾ കൂടി ഞങ്ങടെ ഗ്രൂപ്പിലേക്ക് എൻട്രിയാവുന്നു. പ്രഭച്ചെറിയമ്മയുടെ ചേച്ചിടെ മോൻ രാജേഷ്മേനോൻ എന്ന ഉണ്ണിമേനോൻ.

വളരെ പെട്ടെന്ന് കാര്യങ്ങളെല്ലാം തട്ടിക്കൂട്ടി അന്ന് രാത്രിതന്നെ ആ രണ്ടുനിലവീട് കാണാൻ പോയി. തലപ്പാവും നീളൻ ജുബ്ബയും മുണ്ടുകൊണ്ട് പ്രത്യേക രീതിയിൽ പാന്റ് പോലെ കെട്ടിയ, കാതിൽ വലിയ രണ്ടു കടുക്കനിട്ടയാൾ പറയുന്നതൊന്നും എനിക്ക് മനസ്സിലായില്ല.

പത്തിരുപത് വർഷായി ഇവിടെ ജീവിക്കുന്ന രാജേട്ടൻ ആള് എന്തേലും പറഞ്ഞിട്ട് അടുത്ത സെന്റെൻസ് പറയാൻ തുടങ്ങി പാതിയാവുമ്പോൾ തലയാട്ടും. ആ നേരം കൊണ്ട് കേട്ട ഗുജറാത്തി ഭാഷയെ നെറുകം തലയിൽ ഇൻസ്റ്റാൾ ചെയ്ത ഗൂഗിൾ ട്രാൻസ്ലേറ്ററിലിട്ട് ട്രാൻസ്ലേറ്റ് ചെയ്യുകയായിരുന്നു എന്നു തോന്നിപ്പോകും. എം എസ് തൃപ്പൂണിത്തുറയുടെ സൗണ്ടും താഴ്‌വാരത്തിലെ സലിം ഗൗസിന്റെ ലൂക്കും. പേര് ഗേമർ റബാരി. റബാരി എന്നത് ജാതി പേരാണ്. പശുവിനെ വളർത്തലും പാൽ കച്ചോടവുമാണവരുടെ വരുമാനമാർഗ്ഗം. തൊഴുത്ത് എന്നത് ഒരു സങ്കല്പമാണ്. പശുക്കൾ അലഞ്ഞുതിരിഞ്ഞു നടക്കും, റോഡിൽ കിടക്കും. വാലു വെക്കും. ചാണകം മെഴുക്കും. അത് വഴി വരുന്ന വാഹനങ്ങൾ നിർത്തി ഇറങ്ങി ബഹുമാനത്തോടെ ഒരു വടിയെടുത്ത് ശരീരത്തിൽ ടച്ച് ചെയ്യാതെ 'ഹ്ഹ് ക്ർർ ഹുഹ്' ഇജ്ജാതി അപശബ്ദങ്ങൾ പുറപ്പെടുവിച്ചാൽ പോലും നമുക്കത്രേം ഭാഗ്യമുണ്ടാകണം, ആ മുണ്ടക്കൽ കുടുംബക്കാർ ഒന്നെണീറ്റ് വഴിമാറി തരാൻ.

കിടക്കയെന്നു പറയാൻ ആരെടെയും കയ്യിലില്ല, നീളത്തിലുള്ള തുണി വെട്ടിയടിച്ച് അതിൽ പഴയ കീറിയ തുണികൾ നിറച്ച ഒരു

പുതപ്പിനേക്കാൾ ഇത്തിരികൂടി കട്ടിയിൽ ഒരു തുണി. അതാണ് കിടക്ക. തലവെക്കുന്ന ഭാഗം രണ്ടുമൂന്ന് ചുരുട്ട് മടക്കിയാൽ തലയിണയായി. വിരിപ്പില്ല, പുതപ്പില്ല, മുകളിൽ ആകാശം താഴെ ഭൂമി പോലുമില്ലാത്ത അവസ്ഥ.

ചോറ്, കൂട്ടാൻ, ചായപ്പാത്രങ്ങൾ ഒരു അലുമിനിയച്ചട്ടി, മൂന്ന് ഗ്ലാസ്, ഒരൊറ്റ തവി, ഒരു സ്പൂൺ ഇത്രയുമാണ് അടുക്കളയ്ക്കായി വാങ്ങിയത്.

നിഷാദിനെ പോലെ സ്വതന്ത്രനായതിന്റെ സന്തോഷത്തിലാണ്. നമുക്ക് എന്തും ചെയ്യാം, എപ്പോൾ വേണെങ്കിലും വരാം പോകാം. പക്ഷേ ചെറിയച്ഛന്റെ ക്ലോസ്ഫ്രണ്ട് രാജേട്ടൻ അവിടെ പോയി ഡെയിലി റിപ്പോർട്ട് കൊടുക്കുമെന്ന കാര്യം മാത്രം ഞാനാലോചിച്ചില്ല.

വലിയ വ്യതാസങ്ങളൊന്നുമില്ലാതെ ദിവസങ്ങൾ തള്ളിനീക്കി. ഒരു ദിവസംപോലും ലീവില്ലാതെ ഓഫിസിൽ പോകുന്ന എനിക്ക് ആരെയും കാണാനും കേൾക്കാനുമൊന്നും താല്പര്യമോ സമയമോ ഉണ്ടായിരുന്നില്ല.

ഇത്തവണ തിരിച്ചു പോരുമ്പോൾ അച്ഛൻ പണ്ട് ഗൾഫിൽ നിന്ന് കൊണ്ടുവന്ന നോക്കിയ 3310 പാന്റിന്റെ പോക്കറ്റിലിരുന്ന് വിജ്രംഭിച്ചുകൊണ്ടിരുന്നു.

“അച്ഛനെ പരുത്തിപ്രയിലുള്ള ഏതോ സിമന്റ് കമ്പനിയിൽ ജോലിക്ക് വിളിച്ചിട്ടുണ്ട്, ഇയ്യെന്നെയൊന്നു കൊണ്ട് പോ ഗുജറാത്തിലേക്ക്.”

കരഞ്ഞുകൊണ്ടവൻ ഫോൺ വെച്ചു. ഒരു കാലഘട്ടം മുഴുവൻ ഗൾഫിൽ പണിയെടുത്ത് അവസാനിപ്പിച്ചു വന്ന ആ മനുഷ്യനെ ഇനി വീണ്ടും ജോലിക്ക് പറഞ്ഞയയ്ക്കണമെങ്കിൽ പ്രായപൂർത്തിയായ ഞാനെന്ത് ക്രൂരനും കഴിവില്ലാത്തവനുമായിരിക്കണം. രാജേട്ടൻ താഴേന്നു പിടിച്ചുകൊണ്ടു വന്ന മുമ്പിലിരിക്കുന്ന ഒരു ബക്കറ്റ് ക്ലോറിൻ വെള്ളത്തിൽ ചാടി ചാവാനുള്ള യോഗ്യതയില്ലാത്തവൻ.

സ്വയം ശപിച്ചുകൊണ്ട് അടുക്കളഭാഗത്തെ മെയിൻ പണ്ടാരി രാജേട്ടനെ സഹായിക്കുകയെന്ന ഭാവത്തിൽ വെണ്ടക്കയുടെ ഞെട്ടിയും തുമ്പും പൊട്ടിക്കുക, പരിപ്പ് കഴുകുക, കത്തിയെടുക്കുക എന്നിങ്ങനെ ബാലചന്ദ്രമേനോൻ പഴയ സിനിമകളിൽ ഓണത്തിന് ചെയ്യണപോലെ തലേകെട്ടുംകെട്ടി അടുപ്പിന്റെ അവിടെയിവിടെയായി മണം പിടിച്ചു നിന്നു.

എന്നെ സംബന്ധിച്ചിടത്തോളം രാജേട്ടൻ ഷെഫ് പിള്ളയാണ്. അത്രയ്ക്ക് എളിമയും വിനയവുമില്ലെന്ന് മാത്രം. പൂക്കളല്ല കുഞ്ഞു

പൂന്തോട്ടം തന്നെയുള്ള അഞ്ചാറു വർഷം പഴക്കമുള്ള ലുങ്കിയാണ് വേഷം.

ചോറ് വാർത്തു മാറ്റിവെച്ചു. അപ്പോളേക്കും മൂന്നാമനായ സഹ മുറിയൻ ഉണ്ണി മേനോൻ ലാൻഡഡ്. രാജേട്ടൻ പിടിച്ചുവെച്ച വെള്ള മെടുത്ത് ടോയ്‌ലറ്റിൽ കയറി. താഴേന്നു രണ്ടാം നിലവരെ ഏറ്റി വന്ന വെള്ളം രണ്ടേമുക്കാൽ മിനിട്ടുകൊണ്ട് തീർത്തു കൊടുത്താൽ ഷെഫ് പിള്ളയാണെങ്കിലും "എപ്പളാടാ മയിലേ നിന്നെ ഇണ്ടാ ക്കീത്" എന്നു ചോദിച്ചു പോകും.

പ്രായത്തിൽ ഇരുപത്തഞ്ചു വയസ്സിന്റെ മൂപ്പുള്ള ആ മൂപ്പരോട് ഉണ്ണീടെ വക പുളിച്ച ഒരു തെറി അല്ലെങ്കിൽ അയാളെ പിടിച്ച് തള്ളും എന്നു പ്രതീക്ഷിച്ച ഞാൻ മെല്ലെ കയ്യകലം പിന്നോട്ടുമാറി. ഉണ്ണിയും രാജേട്ടനും ശ്വാസം വിട്ടാലറിയുന്ന ഡിസ്റ്റൻസിലാണ്. ഇന്നത്തോടെ ഈ ഇടപാട് തീരും. ചെറിയച്ഛനെ വിളിച്ചു വരുത്തും. പ്രശ്നമാകും. ഒരു പണിയുമെടുക്കാതെ വെറുതെ ബാലചന്ദ്ര മേനോൻ കളിച്ചു നടക്കുന്ന എനിക്കും കിട്ടും ഫയറിംഗ്. ഞാനാകെ അസ്വസ്ഥനായി കഴിഞ്ഞിരുന്നു.

"ആ ഡേറ്റ് എനിക്കോർമ്മയില്ല ഏട്ടാ, ജനിച്ച ദിവസം പറയാം ഓഗസ്റ്റ് 5 1981."

അതും പറഞ്ഞ് ഉണ്ണി ചിരിക്കാൻ തുടങ്ങി.

ഉണ്ണിയുടെ ഭാഗത്തുനിന്ന് എന്ത് പ്രതികരണമാണുണ്ടാവുക എന്നാലോചിച്ച് തെല്ലൊരു ഉൾഭയത്തിലായിരുന്ന രാജേട്ടനും ദീർഘ നിശ്വാസമെടുത്തുകൊണ്ട് പൊട്ടിച്ചിരിച്ചു.

ആ ആശ്വാസക്കൂട്ടായ്മയിൽ ഞാനും പങ്കുചേർന്നു.

എസ് ഐ കൃഷ്ണൻനായരുടെ മക്കളായ ജയനേം പ്രേംനസീ റിനേം പോലെ അവർ രണ്ടാളും സസുഖം വാണിരുന്നു.

■

ഉദ്യാനപാലകൻ ജഗാണി

മൊതലാളി ചിന്മയ്ഭായ് ശരിക്കും ഞെട്ടിച്ചുകൊണ്ടിരിക്കയാണ്. ഗുജറാത്തിലെ വൻടീമുകളിലൊന്നായ കമ്പനിയിൽ എഞ്ചിനീയറായിരുന്ന ആൾ, മെഷീൻ ഫിറ്റ് ചെയ്യാൻ പോയിപ്പോയി അതിന്റെ നിർമ്മാണവുമായി ബന്ധപ്പെട്ട ഡ്രോയിങ്ങ്സ് ഓരോന്നായി ശേഖരിച്ച് പണ്ടെപ്പളോ ഫിറ്റിങ്ങ്സിനു പോയ കമ്പനിയുടെ മാനേജരുമായി ചങ്ങാത്തത്തിലായി. അടുത്ത മെഷീന്റെ ഓർഡർ സ്വന്തമായെടുത്ത് വീടിന്റെ മുറ്റത്തിട്ട് പണിതുകൊടുത്ത് പത്തുലക്ഷം വാങ്ങിയവനാണ്. വാങ്ങിയവർക്കും ലാഭം. ഇതേ സാധനം പഴയ ടീമുകൾ പതിനെട്ടു ലക്ഷത്തിനാണ് കൊടുക്കണത്.

ആളൊരു ചീങ്കണ്ണി തന്നെയാണ്.

പതുക്കെപ്പതുക്കെ ഞാനാ മനുഷ്യന്റെ വലംകൈയായി മാറിയിരുന്നു. സാലറി നാലായിരം തികച്ചില്ല എന്നു മാത്രേള്ളൂ.

ആയിടെയാണ് ആളൊരു ടവേറ കാർ വാങ്ങിയത്. തുടരെ തുടരേയുള്ള മാർക്കറ്റിംഗ് യാത്രകളുടെ തുടക്കം അവിടന്നായിരുന്നു. ഡ്രൈവറും രണ്ടോ മൂന്നോ സുഹൃത്തുക്കളും. പിന്നെ മൂപ്പരുടെ ബാഗ് പിടിക്കാനും മീറ്റിംഗുകളിൽ പെട്ടെന്ന് പേപ്പേഴ്സ് എടുത്ത് കൊടുക്കാനുമൊക്കെയായി ഞാനും.

വൺസ് അപ്പോൺ എ ടൈം. മഹാരാഷ്ട്രയിലെ താനെയിലുള്ള വലിയൊരു സ്റ്റീൽ പ്ലാന്റിൽ മീറ്റിംഗ് തകൃതിയായി നടന്നോണ്ടിരിക്കുമ്പോൾ എന്റെ 3310 പോക്കറ്റിലിരുന്ന് വിറച്ചു.

നീളൻ മേശയ്ക്ക് ചുറ്റും അവടത്തെ മാനേജർമാരും പിന്നെ ചിൻമയ്ഭായും മാത്രമാണ്. എനിക്ക് ആള് ചോദിക്കുന്ന പേപ്പേഴ്സ് അപ്പപ്പോ എടുത്ത് കൊടുക്കാ ന്നു മാത്രമാണ് പണി. പതുക്കെ പോക്കറ്റിൽ നിന്ന് മൊബൈൽ എടുത്തുനോക്കി. അനിയനാണ്.

"അവര് അച്ഛനോട് ആദ്യം പറഞ്ഞ പോലൊന്നുമല്ല ഡാ ഇപ്പൊ,

എന്തോ ഇരുമ്പ് പൊക്കാനൊക്കെ പറഞ്ഞു ത്രെ, വന്നിട്ട് റൂമിൽ കയറി കിടക്കണതാണ്.

അമ്മ ഉമ്മറത്തിരുന്നു കരയുന്നുണ്ട്.

"പിന്നെ വിളിക്കാം."

ഫോൺ കട്ട് ചെയ്ത് ഞാൻ അകത്തേക്കോടി.

"ഇതിനിടയിൽ നീ എന്തുണ്ടാക്കാനാടാ ഗ്രാസ്സ് ഹോപ്പറേ പുറത്ത് പോയത്" എന്നെഴുതിവെച്ച, ദഹിപ്പിക്കുന്ന കണ്ണുകളോടെ പുഞ്ചിരിച്ചുകൊണ്ടെന്നോട് മുൻപ് സപ്ലൈ ചെയ്ത കമ്പനിയിലെ ഇലക്ട്രിക്കൽ കൺസംപ്ഷൻ റിപ്പോർട്ട് ആവശ്യപ്പെട്ടു.

ഞാനെത്ര തിരഞ്ഞാലും ഇന്നത് കിട്ടുമെന്ന് തോന്നണില്ല. കുറെയേറെ പേപ്പറുകളുള്ള ആ ലെതർ ബാഗിൽ, എല്ലാം ഒരേപോലെ ഫീൽ ചെയ്യുന്നു. ഇടയ്ക്കിടയ്ക്ക് അച്ഛന്റെ മുഖമാണ് എനിക്ക് മനസ്സിൽ വരുന്നത്. മാത്രമല്ല ടോട്ടലി ബ്ലാങ്ക്ഔട്ട് ആയിരിക്കുന്നു. സമയം നീണ്ടുപോകുമെന്നായപ്പോൾ എന്റെ കയ്യിന്ന് ബാഗ് വാങ്ങി ആദ്യമിരിക്കുന്ന ആ പേപ്പർ എടുത്ത് ഓപ്പോസിറ്റ് ഇരിക്കുന്ന മാനേജർക്ക് നൽകി.

ഓർഡർ ഫൈനലാക്കി അവിടെനിന്നിറങ്ങി. അന്നവിടെ സ്റ്റേ ചെയ്യാനാണ് പ്ലാൻ, 'താനെ'യിലുള്ള തരക്കേടില്ലാത്ത ഹോട്ടലിൽ സ്റ്റേ ചെയ്തു. രാത്രിയിലുള്ള മദ്യപാൻ ഫങ്ക്ഷനിൽ മൊതലാളി ആൻഡ് ടീമിനേക്കാൾ ഒന്നുരണ്ടെണ്ണം കൂടുതൽ, കൂളായി വിട്ടിട്ട് അതിനേക്കാൾ കൂളായി ചോറും ദാൽ തട്ക്കയും കൂട്ടിക്കുഴച്ച് മുകളിൽ 'ലിജ്ജത്ത്' ബ്രാൻഡിന്റെ പപ്പടവും ലേശം നാരങ്ങാ അച്ചാറും തൂവി കുഴച്ചടിക്കുന്ന എനിക്ക് അവരുടെ മുഖത്ത് നോക്കി 'മ്മള് ശ്ശൂർന്ന് കുറ്റീം പറിച്ചു വന്നതാണ് ഗഡിയോളെ'ന്ന് പറയണം ന്നുണ്ട്. ബട്ട് മനസ്സ് പറയുന്നിടത്ത് നാവ് വർക്ക് ചെയ്യുന്നില്ല. വിചാരിച്ചപോലെ കയ്യെത്തുന്നില്ല, കയ്യെത്തുന്നിടത്ത് കാലെത്തുന്നില്ല ദാറ്റ് മീൻസ് ലുക്കിൽ നിൽക്കുന്നുണ്ടെന്നെയുള്ളൂ. അനങ്ങിയാൽ അടിതെറ്റും.

ഞാൻ സൈലന്റായി തൂണിൽ ചാരിനിന്നുകൊണ്ട് വലത്തേ കാല് പിന്നിലേക്കെടുത്ത് തൂണിനെ ചുറ്റിവരിഞ്ഞുകൊണ്ട് വീഴാതെ നിന്നു.

മദ്യപാനത്തിന്റെ ദൂഷ്യഫലങ്ങളെക്കുറിച്ചും കുടുംബജീവിതമെങ്ങനെ പരസ്പര ബഹുമാനത്തോടെ മുന്നോട്ട് കൊണ്ടുപോകാമെന്നും കൂട്ടത്തിൽ അവിവാഹിതനായ എന്നോട് വിശിദീകരിച്ചുകൊണ്ടിരുന്ന മിസ്റ്റർ അരവിന്ദ് ജഗാണി മൂന്ന് റൗണ്ട് കഴിയുന്നതിന്

മുന്നേതന്നെ സ്വന്തം അവിഹിതകഥകളുടെ ചെപ്പഴിച്ചു നിരത്തി വെച്ചു. വിഷയത്തിലുള്ള അദ്ദേഹത്തിന്റെ പ്രാവീണ്യത്തെപ്പറ്റി മൊതലാളി വാതോരാതെ സംസാരിച്ചുകൊണ്ടിരുന്നു. കാലങ്ങൾക്കു മുൻപ് ഒരേസ്ഥലത്ത് ജോലി ചെയ്തിരുന്നവരായോണ്ട് മൊതലാളിക്ക് ഇവരുടെയും തിരിച്ചും ഉഡായിപ്പ് ഡീറ്റെയിൽസ് മുഴുവനറിയാം. സേട്ടിന് ഏത് ലെവൽ വരെയും താഴാം. അശ്ലീലം പറയാം, തെറി വിളിക്കാം കേൾക്കുന്നവർ ചിരിച്ചുകൊണ്ടിരിക്കും. എന്തൊക്കെ വൃത്തികേട് പറഞ്ഞാലും ഒറ്റ മറുപടി മാത്രം 'നാ ഭായ്, നാ' അത്രന്നെ. ഹരം മൂത്ത ജഗാണിഭായ് കയ്യിലുള്ള മൊബൈലിൽനിന്നും അവിഹിത പാർട്ണറെ വിളിക്കുന്നു. സംസാരിക്കുന്നു. അട്ടഹസിക്കുന്നു. ചിരിക്കുന്നു. കരയുന്നു. ഇടയ്ക്ക് പിന്നിലേക്ക് തിരിഞ്ഞുനിന്ന് മൂത്രമൊഴിക്കുന്നു. ആ വലിയ ഹോട്ടലിന്റെ മുറ്റത്ത് ഡെക്കറേറ്റ് ചെയ്ത ഭംഗിയുള്ള വ്യത്യസ്ത ആകൃതിയിൽ ചെത്തിമിനുക്കിയ പുല്ലുകൾക്കും അതുവരെ കാണാത്ത ആന്തൂറിയത്തിനും ഇമ്പോർട്ടഡ് പൂവുകൾക്കും മുകളിൽ വിറ്റാമിനും വിവിധയിനം ധാതുലവണങ്ങളുമടങ്ങിയ ജഗാണിമൂത്രം ഒഴുകിനടന്നു.

പിറ്റേന്ന് അതിരാവിലെ ടവേറ സ്റ്റാർട്ടായി ഗുജറാത്തിലേക്ക് തിരിച്ചെങ്കിലും, യാത്രയ്ക്കിടയിലെ എട്ടൊമ്പത് മണിക്കൂർ എന്റെ മനസ്സ് നിറയെ ആ ചെടികളുടെയും പുല്ലിന്റെയും പൂവിന്റെയും ഭാവിയെയോർത്തുള്ള ആകുലതകളായിരുന്നു.

അതിപ്പോളും തുടർന്നുകൊണ്ടേയിരിക്കുന്നു.

■

ഷെഫ് രാജൻ പിള്ളയുടെ ബുൾസാമ്പാർ

മൊതലാളീടെ കൂടെയുള്ള ഇതുപോലത്തെ യാത്രകളാണ് ആകെയൊരാശ്വാസം.

വല്ലാത്ത ബോറടിയോടു കൂടിയ ബാച്ച്ലർലൈഫാണ്. രാജേട്ടന് എന്നേക്കാൾ ഇരുപത്തഞ്ചു വയസ്സ് കൂടുതലാണ്. ആൾക്ക് ആകെയുള്ള ഒരേയൊരു സുഹൃത്ത് ചെറിയച്ഛനാണ്. ചെറിയച്ഛന്റെ പേരും 'രാജേട്ടൻ' എന്ന് തന്നെയാണ്. ചെറിയച്ഛന് രാജൻ എന്ന് പേരുള്ള മൂന്നാല് ആത്മാർത്ഥ കൂട്ടുകാർ വേറെയുമുണ്ട്. കൊടുവാൾ രാജൻ, മേഘമണി രാജൻ, ഇൻകംടാക്സ് രാജൻ, സിംപെക്സ് രാജൻ, കളർ രാജൻ തുടങ്ങീ അവരവരുടെ ജോലിയുമായി ബന്ധപ്പെട്ട പേരുകളാണ് തിരിച്ചറിയാൻ എളുപ്പത്തിന് ഉപയോഗിച്ചിരുന്നത്. കൊടുവാൾ എന്നത് അയാളുടെ നിർത്താതെയുള്ള വിവിധ വിഷയങ്ങളിലുള്ള സംസാരത്തെയും ശൈലിയെയും മാത്രം ഉദ്ദേശിച്ചായിരുന്നുവെങ്കിൽ മേഘമണി രാജൻ എന്നത് രാജൻ ചെറിയച്ഛൻ ജോലിചെയ്യുന്ന കമ്പനിയോട് ചേർത്ത് അദ്ദേഹത്തെ വിളിക്കുന്നതാണ്. ആളൊരുപാട് കഷ്ടപ്പെട്ടതാണ്. അഹ്മദാബാദിൽ ആദ്യകാലത്ത് ജോലി ചെയ്യുമ്പോൾ അനുഭവിച്ച കഷ്ടതകൾ എനിക്കറിവുള്ളതാണ്. സ്കൂളിൽ പഠിക്കുമ്പോൾ, ചെറിയച്ഛന്റെ ലീവ് സമയങ്ങളിൽ ആ മടിയിലിരുന്ന് കയ്യിലെ പച്ച തഴമ്പുകളിൽ ഞാനെത്ര പിച്ചി കളിച്ചിരിക്കുന്നു.

മൂന്നാമനായ സഹമുറിയൻ ഉണ്ണിയുടെ ജോലി നാല്പതു കിലോമീറ്റർ ദൂരെയുള്ള ചാങ്ങോദർ എന്ന സ്ഥലത്താണ്. അവന് ഉച്ചയ്ക്ക് കാന്റീൻ ഭക്ഷണമാണ്. രാത്രി വൈകിയെത്തി കുളിച്ച് ഫുഡടിച്ച് ഉറങ്ങുമ്പോളേക്കും പാതിരാത്രിയാവും. ഞാനാണെങ്കിൽ കാലത്ത് എട്ട് മണിക്കിറങ്ങിയാൽ മൊതലാളി പോവുന്നത് വരെയാണ് ഡ്യൂട്ടി. ലീവ് നിർത്തലാക്കിയിട്ട് മാസങ്ങളായതുകൊണ്ട്

തുണി അലക്കൽ ആഴ്ചയിലൊരിക്കൽ മാത്രമാണ് അതും രാത്രിയുടെ അന്ത്യയാമങ്ങളിൽ ഉണ്ണിയും നാടുമുറങ്ങികഴിഞ്ഞതിനു ശേഷം മാത്രം.

സാലറി കിട്ടി. മണിയോർഡർ അയച്ചിട്ട് ദിവസങ്ങളായി, പക്ഷേ പൈസ കിട്ടിയിട്ടില്ല ന്നു പറഞ്ഞിട്ട് രണ്ട് ഫോൺ വന്നു കഴിഞ്ഞു. അനിയൻ കടം വാങ്ങിക്കുന്നതിന്റെ ലിമിറ്റ് ക്രോസ്സ് ചെയ്യാനിനിയധികദൂരമില്ല. കൂട്ടുകാർ പലരും ഞാൻ വിളിച്ചാൽ ഫോൺ എടുക്കാതെയായി. കടം ചോദിക്കുമെന്നറിഞ്ഞിട്ട് പോലും സോമൻ മാത്രം ധൈര്യമായി ഇങ്ങോട്ട് വിളിക്കും. പിറ്റേന്ന് ഓഫീസിൽ നിന്ന് കുറച്ചു സമയത്തെ ലീവ് ചോദിച്ചു അഷ്കഭായിടെ ആക്ടിവയുമായി വട്ടുവ പോസ്റ്റ് ഓഫീസിലെത്തി. ഇരുപതോളം പേരുടെ നീണ്ടവരിയിൽ പിന്നിലായി നിലയുറപ്പിച്ചു.

“കിട്ടാത്ത പൈസേടെ ഡീറ്റെയിൽസ് ഉൾപ്പെടുത്തി അപേക്ഷ സമർപ്പിക്കണം” എന്ന് കേൾക്കാൻ മാത്രം ഒരു മണിക്കൂർ ലൈൻ, പിന്നീട് അപേക്ഷ ഫോറത്തിനു ലൈൻ, സമർപ്പിക്കാൻ അടുത്തത്. ആരേം കുറ്റം പറഞ്ഞിട്ട് കാര്യമില്ല. യുപി, ബീഹാറിലെയൊക്കെ പതിനായിരങ്ങൾ കൂലിവേലയെടുത്ത് ജീവിക്കുന്ന ജി ഐ ഡി സി ആണ് വട്ടുവ. ഗുജറാത്ത് ഇൻഡസ്ട്രിയൽ ഡെവലപ്പ്മെന്റ് കോർപ്പറേഷന്റെ കീഴിൽ നാറോടാ, ഒഢവ്, കത്വാടാ, സാനന്ദ് തുടങ്ങീ ഇനിയുമേറേ ഇൻഡസ്ട്രിയൽ ഏരിയകളുണ്ട്. ഇതിനേക്കാൾ എനിക്ക് വലിയ വിഷയം ആ പൈസ എങ്ങനെങ്കിലും നാട്ടിൽ കിട്ടുകയെന്നതാണ്.

ഈ സമയത്തിനുള്ളിൽ ആക്ടിവയ്ക്കായി അഷ്കാഭായ് നാല് പ്രാവശ്യം വിളിച്ചു കഴിഞ്ഞിരുന്നു. തിരിച്ചെത്തി ഐശ്വര്യമായി ചീത്തകേട്ടുകൊണ്ട് വീണ്ടും ജോലിയിൽ വ്യാപൃതനായി.

രാത്രിയായിരിക്കുന്നു. മൊതലാളി ആൾക്കേറെയിഷ്ടപ്പെട്ട ഐശ്വര്യറായുടെ സ്വകാര്യ ജീവിതത്തെക്കുറിച്ച് വിശദമായി സംസാരിക്കുന്നു. അഷ്കഭായ് നീട്ടിയ അടയ്ക്കപ്പുകയില മിക്സ് ഒരു നുള്ളെടുത്ത് വായിലിട്ടുകൊണ്ട് അദ്ദേഹം ആവേശപൂർവ്വം അഭിഷേക് ബച്ചനെ ചീത്ത പറഞ്ഞുകൊണ്ടിരുന്നു. മറ്റൊരാളുടെ പേർസണൽ ലൈഫ് കേൾക്കാൻ തികച്ചും താൽപ്പര്യമില്ലാത്ത ജഗാണി അർദ്ധമാത്ര ചിരിയോടുകൂടി തലകുലുക്കി കൊണ്ടിരുന്നു. വിഷയങ്ങളിൽ നിന്ന് വിഷയങ്ങളിലേക്ക് അതിവേഗം പടർന്നുകയറി അമിതാബ് ബച്ചൻ-രേഖ സിനിമയും ജീവിതവും എന്ന വിഷയമായപ്പോളേക്കും ക്ലോക്കിൽ ഒമ്പതടിച്ചു. കാലത്ത് അകത്താക്കിയ രണ്ടിഡ്ഡലിയുടെ ഔദാര്യത്തോടെ ഇത്രനേരം പിടിച്ചു നിന്ന എന്റെ തലകറങ്ങാൻ തുടങ്ങിയിരുന്നു.

അഷ്കാഭായ് ആക്ടിവയ്ക്ക് മുകളിരുന്നു. ഞാൻ കാലുയർത്തിയിരിക്കാൻ ശ്രമിച്ചു, സ്വതസിദ്ധമായ നായ മൂത്രസ്യാ സ്റ്റൈലിൽ ചെരിഞ്ഞുകൊണ്ടൊരു കാല് പൊക്കി ട്രൈ ചെയ്തു. ആനപാപ്പാനെ പോലെ ഡ്രൈവിംഗ് സീറ്റിലിരിക്കാൻ പിൻകാല് പൊക്കി അതിലൂടെ കയറാൻ നോക്കി, പിന്നിലൂടെ വന്ന് രണ്ട് കാലിലെയും തള്ളവിരലിൽ ഉയർന്നുപോങ്ങി നടന്നുകയറാൻ ശ്രമിച്ചു. മുന്നിലെ സീറ്റിൽ ഉപവിഷ്ടനായ മനുഷ്യൻ ഉണക്കയടക്കയും പുകയിലയും ചുണ്ണാമ്പും ചേർത്ത് മൂർച്ച കൂട്ടിക്കൊണ്ടിരുന്നു. ഇടത്തോട്ട് ആക്ടിവ ചെരിച്ചതും ചാടിയിരുന്നതുമെല്ലാം അറിയാതെ അയാൾ അപ്പോളും കയ്യിലിട്ട് മിക്സ് ചെയ്തുകൊണ്ടിരുന്നു. പതിവുപോലെ വീടിരിക്കുന്ന സ്ഥലമെത്തുന്നതിനു മുൻപ് ഇത്തവണ ഒരേയൊരു സ്പോട്ടിലെ നിർത്തിയുള്ളൂവെന്നത് എന്നെ സന്തുഷ്ടനാക്കി.

ചോറടുപ്പത്ത് കിടന്നു തിളയ്ക്കുന്നു, രാജേട്ടൻ താഴേന്നു വെള്ളം കൊണ്ടുവരുന്നു. ഞാനും ഉണ്ണിയുമെത്തിയത് ഏതാണ്ട് ഒരേ സമയത്താണ്.

സാമ്പാർ അടുപ്പത്ത് കയറ്റി. തിളച്ച സാമ്പാറിന്റെ നൈസായ സുഗന്ധം അന്തരീക്ഷത്തിൽ പടർന്നുതുടങ്ങി. ഉപ്പ് കുറവാണ്, കായം കുറഞ്ഞു. കറിവേപ്പില ഇട്ടില്ല എന്നൊക്കെ പറഞ്ഞുകൊണ്ട് രാജേട്ടൻ സാമ്പാറിനെ ചുറ്റിപ്പറ്റിനിന്നു.

"ഈ സാമ്പാർ സാമ്പാറെന്നു പറഞ്ഞാൽ തൃശൂര് പാലക്കാട് ഭാഗത്തെ സാമ്പാർ അയിന്റെപ്പ്രത്തക്ക് വേറെയില്ല."

കൊല്ലംകാരനായ ഉണ്ണിയെ നോക്കി ചിറികോട്ടികൊണ്ട് പറഞ്ഞു. സംഗതി റെഡിയാവാനിനിയധികം സമയമില്ല. തൊട്ടപ്പുറത്തെ അടുപ്പിൽ ചട്ടി കയറ്റി എണ്ണ തളിച്ചു. രണ്ട് മൊട്ട പൊട്ടിച്ച് ഒഴിച്ചു കുരുമുളകും ഉപ്പുപൊടിയുമൊക്കെ ആവശ്യത്തിന് തൂവി കൊടുത്തു. കൊല്ലം സാമ്പാറിനെക്കുറിച്ചു പറഞ്ഞത് ഉണ്ണിക്കത്ര രസിച്ചിട്ടില്ല, അതവന്റെ മുഖത്ത് പ്രകടവുമാണ്.

"പക്ഷേ, നോൺവെജ് ഐറ്റംസ് കൊല്ലംക്കാരെ കഴിഞ്ഞേയുള്ളൂ മലപ്പുറം കോഴിക്കോട് പോലും."

വിശന്നു കൊഴിഞ്ഞു വീഴാറായ എന്റെയീ ഡയലോഗിൽ ഉണ്ണി ഹാപ്പി. രാജേട്ടനും ഹാപ്പി.

നന്നായൊന്നുകൂടി ചൂടാക്കി ബുൾസൈ ഒരു പ്ലേറ്റിലേക്ക് മാറ്റാനുള്ള തീവ്രശ്രമത്തിനിടയിൽ തൊട്ടടുത്ത് കായത്തിന്റെ മണമുണ്ടല്ലോയെന്ന അഹങ്കാരത്തോടെ തിളച്ചുകൊണ്ടിരിക്കുന്ന വെണ്ടയ്ക്ക സാമ്പാറിന് മുകളിലെ എയറിൽ മൂന്നാലു മലക്കം ഈസിയായി

മറിഞ്ഞുകൊണ്ട് ആ ബുൾസൈ സാമ്പാറിനടിയിലേക്ക് 'ബ്ലും' എന്ന ശബ്ദത്തോടുകൂടി കൂപ്പുകുത്തി. രാജേട്ടൻ ഉണ്ണിയെയും പിന്നീട് എന്നെയും ഇടംകണ്ണിട്ട് നോക്കി. ശേഷമവിടെ കണ്ടത് അതി വിദഗ്ധനായ ഒരു അഭ്യാസിയെപ്പോലെ അവസാനത്തെ അടവ് പയറ്റുന്ന രാജേട്ടനെയാണ്. അഞ്ചാറ് ഇരട്ടകണ്ണൻ ബുൾസൈ കൂടി ഹൈസ്പീഡിൽ ഉണ്ടാക്കി കണ്ണടച്ച് സാമ്പാറിലേക്ക് അറഞ്ചം പുറഞ്ചം തട്ടി.

നെയ്മീൻ നിർവാണഡിഷ് ആദ്യമായി ലാലേട്ടനുവേണ്ടിയുണ്ടാക്കിയ ഷെഫ് പിള്ളയെപ്പോലെ, രാജേട്ടൻ നാണത്തോടെ ചിരിച്ചു നിന്നു. ഷെഫ് പിള്ളയ്ക്ക് മുടിയില്ലയെങ്കിൽ രാജേട്ടന് ബ്രോക്കോളി വിടർന്നു നിൽക്കുന്ന പോലുള്ള കനത്ത മുടിയാണ്. ചോറിലൊഴിച്ചു കഴിക്കുമ്പോൾ സാമ്പാറിൽ മുട്ടയുടെ തൊണ്ട് കടിച്ച ഉണ്ണി ഇഞ്ചിപുളി ചിക്കൻ വിങ്സ് രുചിച്ച നടൻ ജയസൂര്യയെപോലെ തള്ളവിരൽ ഉയർത്തിക്കാട്ടി രാജേട്ടനെ പ്രോത്സാഹിപ്പിച്ചു.

പിന്നീട് ഇതൊരു പതിവായിരുന്നു ആഴ്ചയിൽ നാല് ദിവസം ബുൾസൈ ഉണ്ടാകുന്നു, എടുക്കുന്നു സാമ്പാറിലേക്ക് തട്ടുന്നു. അടുത്തതുണ്ടാക്കുന്നു തട്ടുന്നു.

പിന്നീടങ്ങോട്ട് രാജേട്ടന്റെ 'ബുൾസാമ്പാർനിർവാണ' ഞങ്ങടെ ലൈഫിലെ അവിഭാജ്യഘടകമായി തീർന്നു.

■

അനിയന്റെ വരവ്

അച്ഛന്റെ ഫോൺ വന്നിരുന്നു. മാസമയയ്ക്കുന്ന ഈ പൈസയ്ക്ക് കുടുംബത്തെ ചിലവ് പോയിട്ട് മരുന്ന് വാങ്ങാൻ തികയുന്നില്ല. നിവൃത്തിയില്ലാതെ അനിയന്റെ ടിക്കറ്റ് ചെറിയച്ഛനോട് പറഞ്ഞ് എടുപ്പിച്ച വിവരമെന്നെ അറിയിച്ചു. ആ വാർത്ത മനസ്സിനാശ്വാസം പകരുന്നതായിരുന്നു. അന്യനാട്ടിൽ ഒന്ന് കാലിടറിയാൽ കൈ തരാൻ കൂടപ്പിറപ്പിനെക്കാൾ ബെറ്റർ ആരാണുള്ളത്. അവൻ ഗുജ റാത്തിലെത്തിയിരിക്കുന്നു. രാജേട്ടന്റെ കൂടെ ഞാൻ മാറിയ ആ ഗ്യാപ്പിൽ അവൻ ചെറിയച്ഛന്റെ വീട്ടിൽ കയറിപ്പറ്റി. വളരെ പെട്ടെന്നു തന്നെ ട്രാൻസ്പോർട്ട് കമ്പനിയിൽ ജോലിചെയ്യുന്ന അനിൽ ഭായുടെ കൂടെ അവനു ജോലിയും കിട്ടി.

ഗാമർഭായിടെ വീട്ടിലെ മുകളിലെ നിലയിലെ താമസം അത്ര സുഖത്തിലായിരുന്നില്ല. രാജേട്ടനും ഞാനുമായി, രാജേട്ടനും ഉണ്ണി യുമായി, ഞാനും ഉണ്ണിയുമായി പിന്നെ ഞങ്ങൾ മൂന്നാളും കൂടി അങ്ങനെ പലതരത്തിൽ കശപിശകൾ ഉണ്ടാവുന്നത് പതിവായി ക്കഴിഞ്ഞിരുന്നു.

പ്രധാനമായും വീട്ടിൽ പണിയെടുക്കാനുള്ള കലശലായ മടി കൊണ്ട് മനപ്പൂർവ്വം മാക്സിമം ലേറ്റായി വരുന്നതാണ് ഉണ്ണിയും ഞാനുമെന്ന രാജേട്ടന്റെ വാദത്തെ, എതിർക്കാനോ അങ്ങനെ യല്ലെന്ന തെളിവ് ഹാജരാക്കാനോ കഴിയാത്തതിനാൽ തൊട്ടടുത്ത രാമചന്ദ്രൻഭായിടെ മലയാളി കടയിലും പരിസരപ്രദേശത്തുമൊക്കെ യുള്ളവർ പണിയെടുക്കാതെ തിന്നാൻ മാത്രമായി ജനിച്ച ഞങ്ങ ളോട് നികൃഷ്ട ജീവികളോടെന്നപോലെ പെരുമാറിക്കൊണ്ടിരുന്നു.

ഒരു ദിവസം രാത്രി പശു കാടിവെള്ളം കുടിക്കാൻ വരുന്നപോലെ വിശന്നു തളർന്നു പാഞ്ഞെത്തിയ ഞാനും ഉണ്ണിയും ഞെട്ടിത്തരിച്ചു പോയി. രാജേട്ടൻ ഫുഡ് ഉണ്ടാക്കിയിട്ടില്ല, ആള് കഴിച്ചിട്ടുമില്ല. സമര മാണ് കടുത്ത സമരം. നാട്ടുകൂട്ടം വിളിച്ചുചേർത്ത് ചെറിയച്ഛൻ

വിധി കല്പ്പിച്ചു. ഓരോരുത്തർക്കും ഓരോ പണി. ഗോതമ്പുമാവ് കുഴയ്ക്കുന്ന പണി ഞാനെറ്റെടുത്തു, റൊട്ടിയെന്നറിയപെടുന്ന ചപ്പാത്തിയുണ്ടാക്കാൻ ഉണ്ണി പഠിച്ചുകഴിഞ്ഞിരുന്നു. രാജേട്ടൻ ആൾടെ വായയ്ക്ക് തോന്നിയ കൂട്ടാൻ ഉണ്ടാക്കികൊണ്ടിരുന്നു. അങ്ങനെ ഞാനും റൊട്ടിയുണ്ടാക്കാൻ പഠിച്ചു. ആകൃതിയുടെ കാര്യമെടുത്താൽ, റൊട്ടി കണ്ടുപിടിച്ച ആളെങ്ങാനും അത് കണ്ടിരുന്നേൽ ടെറസിന്റെ മോളിന്ന് ചാടിച്ചത്തേനേ. അത്രയ്ക്ക് പരാജയമായിരുന്നു മേരാ റൊട്ടി. ചില ദിവസത്തെ അതിന്റെ ലുക്ക് കണ്ടാൽ വരച്ച് പഠിക്കാൻ പാടില്ലാത്ത ശത്രുരാജ്യത്തിന്റെ ആകൃതിപോലും വന്നിരുന്നുവെന്ന്, എക്സ്ട്രാ വന്ന റൊട്ടി ടച്ച് പോലും ചെയ്യാതെ പോയ, നെറ്റിയിൽ വെള്ള പുള്ളിയുള്ള പശുവിന്റെ പിൻതിരിഞ്ഞുള്ള നടത്തം കണ്ടപ്പോളെനിക്ക് മനസ്സിലായി.

അന്നും പതിവുപോലെ ഉണ്ണി മാവ് കുഴച്ചുവെച്ചു, പക്ഷേ തണുപ്പും ഉറക്കവുമെന്നെ എണീക്കാനനുവദിച്ചില്ല. 'കുറച്ചുനേരം കൂടി ചെക്കൻ കിടന്നോട്ടെ'ന്ന് കരുതിയാവണം രാജേട്ടൻ പഴയ 'ടൈംസ് ഓഫ് ഇന്ത്യ' ന്യൂസ് പേപ്പറിൽ ചപ്പാത്തി പരത്തിവെച്ചു, ഉണ്ണി വന്നെന്നെ വിളിച്ചുകൊണ്ടിരുന്നു. അപ്പോളേക്കും അവരുടെ രണ്ടാൾടേം കുളികഴിഞ്ഞിരുന്നു. ഞാൻ വീണ്ടും തലപൊക്കി 'ഡാ ഒരു രണ്ടു മിനുറ്റ്'ന്ന് പറഞ്ഞു തലചായ്ച്ചതു മാത്രം എനിക്കോർമ്മയുണ്ട്. അരമണിക്കൂറിനുശേഷം തലയ്ക്ക് മുകളിലൂടെ പോകുന്ന ചപ്പാത്തികളും ബക്കറ്റും കപ്പും ഗ്ലാസുകളുമൊക്ക വീഴുന്ന ശബ്ദം കേട്ടാണ് ഞാൻ ഞെട്ടിയുണർന്നത്. എല്ലാംകൂടി ചുരുട്ടിക്കൂട്ടി എറിയുകയാണയാൾ, തെറികൾ പറഞ്ഞു, ചുമരിലിടിച്ചു, എന്റമ്മയെയോർത്തു അച്ഛനെയോർത്തു, ഗ്യാസ് പൈപ്പൂരിയെടുത്തു, അതു കഴുത്തിലണിഞ്ഞു, നരച്ചമീശ രോമം പിഴുതു കളഞ്ഞു. "അതുകൊണ്ടരിശം തീരാതങ്ങനെ നിന്നു വിറച്ചു", ഇരുന്നു വിറച്ചു, കിടന്നു വിറച്ചു. കാര്യങ്ങൾ ഇത്രയുമായപ്പോൾ ഉണ്ണി പതുക്കെ സ്ഥലം വിട്ടു തൊട്ടുപിന്നാലെ കുളിക്കാൻ പോലും കാത്തുനിൽക്കാതെ ഞാനും.

ഒരു കാര്യം അതോടുകൂടി തീരുമാനമായി. രാജേട്ടൻ വെച്ചു വിളമ്പിയിട്ട് ഇനി ഞങ്ങള് വെട്ടിവിഴുങ്ങില്ല.

ഏതാണ്ട് ഇരുന്നൂറുമീറ്റർ ദൂരത്ത് താമസിച്ചിട്ട് പോലും അനിയനുമായുള്ള കൂട്ടിമുട്ടൽ ആഴ്ചയിലൊരിക്കൽ മാത്രമായി ചുരുങ്ങി. ഇതിനിടയിൽ മോഹനൻ ചെറിയച്ഛൻ ആൾടെ മോളെ കമ്പ്യൂട്ടർ ക്ലാസ്സില് ചേർത്തപ്പോൾ അവനേം കൂടെകൂട്ടി, ഫീസടച്ചു. പെങ്ങളില്ലാത്ത ഞങ്ങൾക്ക് അവരുടെ മോൾ വലിയ ആശ്രയമായി തീർന്നു.

കീറിപ്പൊളിയാറായ ഷർട്ടിനു പകരം ഷർട്ട് വാങ്ങിത്തന്നു, ഷൂസ് വാങ്ങിത്തന്നു എനിക്ക് പച്ചയും അനിയന് നീലയും നിറമുള്ള ജീൻസ് സമ്മാനിച്ചു.

ആരൂല്ല്യാത്തോർക്ക് ദൈവം ണ്ടാവും ന്ന് നരസിംഹത്തിൽ കനക പറയുമ്പോൾ ജീപ്പിൽ ഗേറ്റ് പൊളിച്ചു വരുന്ന പൂവള്ളി ഇന്ദുചൂടനെ പോലെയായിരുന്നു മോഹനൻ ചെറിയച്ഛന്റെ ആ എൻട്രി.

രണ്ടുപേരുടെയും സാലറി കൂട്ടി അയച്ചപ്പോൾ ആ മാസം വീട്ടിൽ വലിയ അല്ലലില്ലാതെ കടന്നുപോയി. അച്ഛൻ തലയിത്തിരി ഉയർത്തി പിടിച്ചു നടക്കാൻ തുടങ്ങിയത്രേ.

"എനിക്കിനി പേടിക്കാനില്ല... ന്റെ മക്കൾ നോക്കിക്കോളും" എന്ന ആ ധൈര്യത്തെ അഹങ്കാരമെന്ന് വിളിക്കാനൊരിക്കലും കഴിയില്ല. ജീവൻ തിരിച്ചുകിട്ടിയ സന്തോഷം അറിയാതെ പ്രകടമാകുന്നതാണ്. മുങ്ങിത്താഴാൻ പോകുന്നയാൾക്ക് പിടിച്ചു കയറാൻ കിട്ടിയ നൂലാണ്. അതിൽ പിടിച്ചു കയറാമിനി, ആ നൂല് പൊട്ടാതിരുന്നാൽ കര കയറുകതന്നെ ചെയ്യും. ആരെയും ദ്രോഹിക്കാതെ തന്നെ.

ഈയൊരു വിശ്വാസത്തിലാണ് ഇനിയുള്ള ജീവിതയാത്രകൾ.

■

മേത്തയുടെ വരവ്

ചിന്മയ്മൊതലാളീടെ ജോലി എനിക്ക് ദുസ്സഹമായിരുന്നുവെങ്കിലും തുടക്കക്കാരനെന്ന നിലയ്ക്ക് കുറെയേറെ അവസരങ്ങൾ തുറന്നു തരുന്നതായിരുന്നു.

ഇമെയിലിൽ വന്നുകിടക്കുന്ന ലോകമെമ്പാടുമുള്ള സ്ഥലങ്ങളിലേക്ക് ആളുടെ മുന്നിൽ വെച്ച് എന്നെക്കൊണ്ട് വിളിപ്പിച്ചുകൊണ്ടിരുന്നു. പലരോടും മുറി ഇംഗ്ലീഷിൽ സംസാരിപ്പിച്ചു. ഇടയ്ക്ക് ബ്ലോക്കാവുമ്പോൾ അടുത്ത സെന്റൻസിന്റെ ആദ്യ ഭാഗം പറഞ്ഞു തന്നു. സാധാരണയായി ഇന്ത്യ-പാക്കിസ്ഥാൻ വ്യാപാര ബന്ധങ്ങളില്ല എന്ന തോന്നലിൽ പാക്കിസ്ഥാനിലെ എൻക്വയറി ഞാൻ മാറ്റിവെച്ചിരുന്നു. ആളെന്നോട് വിളിക്കാൻ പറഞ്ഞു. അപ്പുറത്തെ സൈഡിൽ നിന്നും കേൾക്കാൻ സുഖമുള്ള ശബ്ദത്തിൽ നല്ല ഹിന്ദിയിൽ സംസാരം, അവിടേക്ക് ഡയറക്റ്റ് ഷിപ്പിങ് നടക്കില്ല. ഗഫൂർ കാ ദോസ്ത് പറഞ്ഞ അതേ ദുബായ് വഴി പോകുന്ന ഉരുവിലാണ് അയയ്ക്കേണ്ടതത്രേ. ഫോൺ ഡിസ്കണക്ട് ആയപ്പോൾ ഞാനാകെ ഞെട്ടിത്തരിച്ചിരിക്കയാണ്. ആഹാ..! അപ്പോൾ ഇത്രേള്ളൂ ല്ലേ കാര്യങ്ങൾ, പാക്കിസ്ഥാനിയുമായി ഇന്ത്യയിലിരുന്നു സംസാരിക്കാം ല്ലേ. ഫോൺ വിളിച്ചാൽ പൊലീസ് അന്വേഷിച്ചു വീട്ടിൽവരുമോ അറസ്റ്റ് ചെയ്യുമോ എന്നൊക്കെയായിരുന്നു എന്റെ മനസ്സിലെന്ന് മുഖത്ത് വായിച്ചെടുത്ത മൊതലാളി അടുത്ത് വന്നുപറഞ്ഞു.

"ഹം തോ ഗുജറാത്തി ലോഗ് ഹേ, ധന്തേവാലെ ഹേ, പാക്കിസ്ഥാൻ ഹോ കൊയ് ഭി ഹോ. ഹംകൊ കോയ് ഫർക്ക് നഹി പട്‌ത്താ."

പാക്കിസ്ഥാൻ അല്ല ആരായാലും ഞങ്ങ കച്ചോടം ചെയ്യും, ഞങ്ങ ഗുജറാത്തികളാണ്.

വല്യേട്ടനിൽ എൻ എഫ് വർഗീസ് പറഞ്ഞ പോലെ "ആള് പറഞ്ഞത് ന്റെ ചെവിക്കല്ല കേറീത്, ഡയറക്റ്റ് തലച്ചോറിൽക്കാ."

മ്മടെ മൊതലാളി ശരിക്കുമൊരു ചീങ്കണ്ണ്യന്നെ.

ഞാനപ്പോളേക്കും വെബ്ക്യാം ഓപ്പറേഷൻ, യാഹൂ മെസ്സഞ്ചർ പേർസണൽ ചാറ്റിംഗ്, ഗ്രൂപ്പ് ചാറ്റിംഗ്, സിഡി റൈറ്റിംഗ്, ഓർക്കുട്ട്, പാൽടാക്, ട്രെയിൻ ടിക്കറ്റ് ബുക്കിങ്, തുടങ്ങിയ വിഷയങ്ങളിൽ അഗ്രഗണ്യനായി മറ്റുള്ളവർക്ക് ഫ്രീ സേവനം തുടങ്ങിക്കഴിഞ്ഞിരുന്നു. മണിനഗർ വാർഡിൽ ഇന്ത്യൻറെയിൽവേ ടിക്കറ്റ് ബുക്ക് ചെയ്യാനറിയുന്ന ഒരേയൊരാൾ ഞാനായിരുന്നു. അതിന്റെ അഹങ്കാരം നടപ്പിലും ഇരിപ്പിലുംവരെ എന്നിൽ നിറഞ്ഞുനിന്നു. വല്ലപ്പോളും മൊതലാളി വരില്ലയെന്നുറപ്പുള്ള ദിവസങ്ങളിൽ ചില ഭക്തകുചേല സൈറ്റുകൾ തുറന്നുനോക്കലും പതിവായിരുന്നു.

ആയിടെയാണ് മൊതലാളീടെ കൂടെ പണ്ടെങ്ങോ വർക്ക് ചെയ്തിരുന്ന മഹേന്ദ്ര മേത്ത എന്നയാൾ വളണ്ടറി റിട്ടയർമെന്റ് എടുത്ത് സ്റ്റോർ കീപ്പർ കം പർച്ചേസ് മാനേജർ ആയി ചാർജെടുക്കുന്നത്. അയാളുടെ മുഖത്തെ തെളിച്ചം കുറയുന്നതും കൂടുന്നതും ഓഹരിവിപണിയെ ആശ്രയിച്ചായിരുന്നു. ഓഹരിവിപണിയിലെ കയറ്റിറക്കങ്ങളുടെ കാരണങ്ങൾ, പ്രത്യേകിച്ചൊരു റീസണുമില്ലാതെ വിപണിയിലെ ചാഞ്ചാട്ടങ്ങൾ തുടങ്ങിയ വിഷയങ്ങളിൽ മെത്താഭായ് എനിക്ക് വിശദമായി വിവരിച്ചുതന്നു. ഉദാഹരണത്തിന് സ്വർണ്ണത്തിന്റെ വിലയിലുണ്ടാവുന്ന വർദ്ധനവ് മണപ്പുറം, മുത്തൂറ്റ് പോലുള്ളവയുടെ ഷെയർ റേറ്റ് കൂടാനുള്ള കാരണമാണ്. പക്ഷേ ഇതെല്ലായിപ്പോഴും സംഭവിക്കണമെന്നില്ല. ഈ ബുദ്ധിയെന്നിൽ കുത്തിവെച്ച ആളോട് വല്ല്യ മതിപ്പ് തോന്നി.

സ്ഥിരമായി ഉച്ചയ്ക്ക് ഫുഡ് കഴിക്കാതെ പാർലെജി ബിസ്ക്കറ്റ് കഴിച്ച് അതിന്റെ മുകളിൽ ഒരു ലിറ്റർ വെള്ളം കുടിച്ച് ജീവൻ നിലനിർത്തിയിരുന്ന എന്റെയീ അവസ്ഥ കണ്ടിട്ടാവണം, മാസം തികയാറായപ്പോൾ എഞ്ചിനീയർ ഉദയ് ഗാനു എന്നയാൾ ഒരു ഇഡ്ഡലികുക്കർ വാങ്ങി എനിക്ക് സമ്മാനിച്ചു. ഇഡ്ഡലി മാവ് കടയിൽ റെഡിമെയ്ഡ് അവൈലബിൾ ആണ്. അങ്ങനെ തൽക്കാലം ആ പ്രശ്നത്തിന് പരിഹാരമായി. എന്നെയും അനിയനെയും കൂട്ടിക്കൊണ്ടുപോയി ഒരു നല്ല ഭക്ഷണം വാങ്ങിത്തന്നു. പാവങ്ങൾക്ക് ഭക്ഷണം കൊടുക്കാൻ ആളോട് ഏതെങ്കിലും പണിക്കര് പറഞ്ഞിട്ടായിരിക്കണം. ആള് വല്ല്യ പരിഗണനയോടെ ഹോട്ടലിൽ കയറ്റി സൽക്കരിച്ചുവിട്ടു.

ഇതിനിടയിൽ കമ്പ്യൂട്ടറിൽ അത്ര നിപുണനല്ലാത്ത മഹേന്ദ്ര മേത്ത ഡിലീറ്റഡ് ഫയൽസ് എങ്ങനെ റിക്കവർ ചെയ്യാമെന്ന് ചോദിച്ചപ്പോൾ ഡസ്ക്ടോപ്പിൽ കിടക്കുന്ന എക്സൽ ഫയൽ ഞാൻ

കൂളായി സെലക്ട് ചെയ്തു, ഡിലീറ്റ് ബട്ടൺ അമർത്താൻ തുടങ്ങുന്നതിനു മുൻപ് അയാൾ എന്നെ തടഞ്ഞു

“വോ കാംകാ ഫയൽ ഹേ, മത് കർ.”

ഒരക്ഷരം മിണ്ടരുത്. അതു തന്നെ ഡിലീറ്റ് ചെയ്ത് റിക്കവർ ചെയ്തു കാണിക്കാമെന്ന എന്റെ അമിതാവേശ ഡയലോഗിൽ അയാൾ നിശ്ശബ്ദനായി നോക്കിയിരുന്നു. ഡിലീറ്റ് ചെയ്തു. റിസൈക്കിൾബിന്നിൽ റീസ്റ്റോർ ചെയ്യാൻ നോക്കുമ്പോൾ കാണാനില്ല. രണ്ടുമൂന്നു പ്രാവശ്യം പുറത്തേക്ക് കടന്ന് വീണ്ടും റിസൈക്കിൾ ബിൻ തിരഞ്ഞു. അയാൾ ചുവന്നുതുടുത്തു. ചെറിയ ഒന്ന് രണ്ടു തെറിപ്പദങ്ങൾ ഒരു ട്രെയിലർ പോലെ ഉപയോഗിച്ചുതുടങ്ങി. നാല് ദിവസമായി ടൈപ്പ് ചെയ്തുണ്ടാക്കിയ ഫയൽ ആണ് നാല് സെക്കന്റ് കൊണ്ട് കളഞ്ഞുകുളിച്ചത്. ഞാൻ രാമകൃഷ്ണനെ വിളിച്ചു കാര്യം പറഞ്ഞു.

“അത് ചിലപ്പോൾ എക്സൽ ഫയൽ ആവില്ലടാ, എക്സൽ ഷീറ്റ് ആവും.”

“അപ്പോളിനി റിക്കവർ ചെയ്യാനെന്താ വഴി.”

മേത്താഭായ് ഇരിക്കുന്നിടത്തേക്ക് പുറംതിരിഞ്ഞുനിന്നു കൊണ്ട് ഞാൻ ചോദിച്ചു.

“ഒരേ ഒരു വഴി. ആൾടെ കാലിൽ വീണോ. പോയ സാധനങ്ങൾ ടൈപ്പ് ചെയ്തു കൊടുക്കേണ്ടി വരും ആശംസകൾ...”

അവൻ ഫോൺ കട്ട് ചെയ്തു.

■

റെയിൽവേ പൊലീസിന്റെ സ്നേഹോപഹാരം

രാജേട്ടനുള്ള ഭക്ഷണം അയാൾ ആവശ്യമുള്ളപ്പോളെല്ലാം ഉണ്ടാക്കി കഴിക്കാൻ തുടങ്ങി. ഉണ്ണി പുറത്തുനിന്ന് കഴിച്ചിട്ട് വരും. ഞാൻ മൊബൈലിൽ ആകെയുള്ള ഓടിക്കൊണ്ടിരിക്കുന്ന പാമ്പിന്റെ കളിയിൽ വ്യാപൃതനായിരുന്നു, അതാണെങ്കിൽ വാലും തലയും കൂട്ടിമുട്ടിക്കൊണ്ടിരുന്നു. രാജേട്ടന്റെ കയ്യിൽ മൊബൈലുമില്ല. ആള് ഭക്ഷണം ഉണ്ടാക്കും, കഴിക്കും നീണ്ടു നിവർന്നു കിടക്കും വലത്തേ കൈയിന്റെ പിൻഭാഗം കൊണ്ടു കണ്ണുകൾ മൂടിക്കിടക്കും. കാലുകൾ അതിവേഗത്തിൽ ആട്ടിക്കൊണ്ടിരിക്കും. ഒരു നേരംപോക്കുമില്ലാത്ത ഞാൻ ആ കാലുകൾ ഇളകുന്നതിന്റെ വേഗതയും മിനുട്ടിൽ എത്ര, മണിക്കൂറിൽ എത്ര എന്നൊക്കെ കാൽക്കുലേറ്റ് ചെയ്തുകൊണ്ടിരിക്കും. വേറെന്ത് ചെയ്യാനാണ് അവിടെ. ആളിടയ്ക്ക് എണീറ്റ് പോകും. കുറെ കഴിഞ്ഞു വരും. ചായ കുടിക്കും. അതിന്റെ കൂടെത്തന്നെ ചോറ് കഴിക്കും.

ഒരു ദിവസം ആള് നടക്കാനിറങ്ങിയപ്പോൾ കൂടെ ഞാനുമിറങ്ങി. അരക്കിലോമീറ്റർ ദൂരെയെത്തിയപ്പോൾ രാജൻ ചെറിയച്ഛന്റെ അവിടേക്ക് തിരിയണേയെന്നായിരുന്നു എന്റെ പ്രാർത്ഥന. രാജേട്ടൻ നടത്തം തുടർന്നു, രാമചന്ദ്രൻഭായിടെ മലയാളി കടയിലേക്കാവും എന്നു കരുതി. പക്ഷേ ആള് അയിന്റപ്പുറത്തേക്കും നടന്നുകൊണ്ടിരുന്നു.

ഞാൻ പിന്നാലെ വെച്ചുപിടിച്ചു. രാജേട്ടൻ പടിഞ്ഞാട്ടു നടക്കുന്നു, വടക്കോട്ട് വളയുന്നു, നേരെ പോകുന്നു, പിന്നേം വളയുന്നു. അതാ ഒരു അണ്ടർബ്രിഡ്ജ് വരുന്നു. അതിന്റെ ഉള്ളിലൂടെ ഊളയിട്ട് പോകുന്നു. എന്റെ കാലിൽ ഇക്കിളിപ്പെടുത്തുംവിധം ചെരിപ്പുരഞ്ഞിട്ട് ചോരപൊടിഞ്ഞിരിക്കുന്നു. വിശന്നിട്ട് തലകറങ്ങലിന്റെയും ബോധംകെടലിന്റെയും ഇടയിലെ അവസ്ഥയായ കണ്ണിന്റെ

ഉള്ളിന്റെയുള്ളിൽ വൈറ്റ് നിറത്തിൽ ന്യൂജനറേഷൻ മിന്നാമിനുങ്ങുകൾ മൂട്ടിൽ ലൈറ്റിട്ട് പറന്നുനടന്നു.

മണിനഗർ റെയിൽവേ സ്റ്റേഷനിലെത്തി, നേരെ പോയി അവിടത്തെ പാസ്സഞ്ചർ ബെഞ്ചിലിരുന്നു. "ആരെങ്കിലും നാട്ടിൽനിന്നും വരുന്നുണ്ടാകും" പക്ഷേ ഈ സമയത്ത് ഏതാണാവോ ട്രെയിൻ? ഞങ്ങൾ വന്നിട്ട് നാലഞ്ച് ട്രെയിൻ പോയി, മെമു ന്ന് വിളിക്കുന്ന സാധനം രണ്ടെണ്ണം പോയിട്ടുണ്ട്. പിന്നാലെ ഗുഡ്സ് വണ്ടിയൊരെണ്ണം പോയിട്ടുണ്ട്. ഞാനയാളുടെ തൊട്ടടുത്തായിരുന്നു. മെമു ട്രെയിനിൽ ഇറങ്ങിപ്പോയ കയ്യിൽ ടിഫിൻബോക്സുള്ള ചിലർ അയാളോട് ചിരിച്ചുകൊണ്ട് നടന്നുപോകുന്നു. വയറ്റിലൊന്നുമില്ലാത്തതിന്റെ ഫലമായി, ഉരുണ്ടുകൂടിയ വായുവിനെ ഞാൻ "ഗ്രാആ ആഹ്" എന്ന ശബ്ദത്തോടെ പുറത്തേക്ക് തള്ളി. ആ പ്രകമ്പനത്തിൽ രാജേട്ടൻ ഒന്ന് ഞെട്ടി. അയാളെണീറ്റ് നടന്നു, ഞാനുമാ പാത പിന്തുടർന്നുകൊണ്ടിരുന്നു. റെയിൽവേസ്റ്റേഷന്റെ പുറത്തേക്കാണ് പോകുന്നത്. ഒന്നുമാലോചിച്ചില്ല പിന്നാലെ വെച്ചുപിടിച്ചു.

"ടിക്കറ്റ് ദിഖാവോ."

പുറത്തിറങ്ങുന്നതിനു തൊട്ടുമുൻപ് രണ്ടുപേർ മുന്നിൽ തടഞ്ഞുകൊണ്ട് ചോദിച്ചു.

അവർ പറഞ്ഞ പൈസ അണ പൈ കുറയാതെ അയാൾ പോക്കറ്റിൽ നിന്നും എടുത്ത് കൊടുക്കുന്നു. റസീപ്റ്റ് വാങ്ങുന്നു. കൂളായി ഇറങ്ങി നടക്കുന്നു.

ഫൈൻ അടക്കാനാണോ ഈ മൂന്നു കിലോമീറ്റർ നടന്നുവന്നത്. വാട്ട് ഈസ് ഹാപ്പിനിംഗ്.

ആള് ഇരുപതു കൊല്ലമായിട്ട് വൈകുന്നേരങ്ങളിൽ വന്നിരിക്കുന്ന സ്ഥലമാണത്രെ ഈ റെയിൽവേസ്റ്റേഷൻ. എത്രയോ തവണ പോലീസ് പിടിച്ചു. എത്രയോ പ്രാവശ്യം ഫൈനടച്ചു. സ്ഥിരം യാത്രക്കാരായ പലരും അയാളുടെ പരിചയക്കാരായിരുന്നുവത്രേ. എത്രയോ പാസഞ്ചേഴ്സ് മരിച്ചുപോയി, അവരെ കാണാതാവുന്ന രാത്രികളിൽ അതുമാലോചിച്ച് വലത് കൈയുടെ പിൻഭാഗം കണ്ണിൽവെച്ച് മലർന്നുകിടന്നു കരഞ്ഞിട്ടുണ്ടത്രെ. എനിക്കയാളെ മനസ്സിലാവുന്നേയില്ല. ഇത്രയും നിഷ്കളങ്കമായ മലയാളി ഈ അഹ്മദാബാദിൽ ഉണ്ടാവില്ല.

വീട്ടിലെത്തി ആൾക്ക് ഉണ്ടാക്കിയതിൽ നിന്നൊരു ഭാഗം ചോറ് എനിക്ക് തന്നു. എന്റെ കണ്ണിൽ താമസമാക്കിയ മിന്നാമിനുങ്ങുകളുടെ വെളിച്ചം കുറഞ്ഞുവന്നു. അവരിൽ ചിലർ ഉറക്കത്തിലായി. നൗ അയാം നോർമൽ.

കിടക്കുന്നതിനു മുൻപ് കണക്കെഴുതുന്ന നോട്ട് ബുക്കിൽ എന്തോ കുത്തിക്കുറിച്ചുകൊണ്ടയാൾ മലർന്നു കിടന്നുറങ്ങാൻ തുടങ്ങി.

"ഇത്രയും നിഷ്കളങ്കമായ മലയാളി ഈ അഹ്മ്മദാബാദിൽ ഉണ്ടാവില്ല."

എന്റെ മനസ്സിൽ അതുതന്നെ റിപ്പീറ്റ് ചെയ്തുകൊണ്ടിരുന്നു.

ആ കാലുകൾ വിറക്കുന്ന വേഗതയും എണ്ണവും തമ്മിലുള്ള ബന്ധത്തെ വേഗത ഡിവൈഡഡ് ബൈ ടൈം ഈസ് ഈകൽ ടു എന്നൊക്കെ കാൽക്കുലേറ്റ് ആൽജീബ്രയും ജോമെട്രീയൊക്കെയും ഉപ്പിലിട്ട നെല്ലിക്ക കഴിക്കണപോലെ സിമ്പിളായി ചെയ്തോണ്ടി രുന്ന ഞാൻ ഉറങ്ങുന്നതിനു മുമ്പ് വെറുതെ ആ കണക്കു പുസ്ത കത്തിന്റെ പേജുകൾ മറച്ചു നോക്കി.

"റെയിൽവേ പൊലീസ് പിടിച്ച വക വിനോദ് ഇരുന്നൂറ് ക."

"ഇത്രയും നിഷ്കളങ്കമായ മലയാളി ഈ അഹ്മ്മദാബാദിൽ ഉണ്ടാവില്ല" എന്നത് മനസ്സിൽനിന്ന് മായ്ച്ചു കളയാൻ, ആ കലിപ്പ് തീരുന്നതുവരെ ഷർട്ടും പാന്റും തല്ലിത്തിരുമ്പിക്കൊണ്ടിരുന്നു.

പന്ത്രണ്ട് മണിക്ക് ഉണ്ണിമേനോൻ വരുന്നു. കൈയിലൊരു ടിവി യുണ്ട്. അവന്റെ വരവു കണ്ടാൽ 'ഒരു ചെമ്പനീർ പൂവിറുത്തു ഞാനോമലേ, ഒരു വേള നിൻ നേർക്കു നീട്ടിയില്ല' ന്നൊക്കെ പാടിയ ഗായകൻ ഉണ്ണിയേട്ടനാണെന്നു തോന്നും. ഇത്രയും ചെറിയ ടിവി ലൈഫിൽ ആദ്യമായാണ് കാണുന്നത്. പിന്നിൽ കണക്ട്ചെയ്ത കേബിളിന്റെ മറ്റേയറ്റം ടെറസ്സിന്റെ മുകളിൽവരെ കൊണ്ടുപോയി വെക്കുന്നു,

താഴെ ഡിഡി ഫോർ ആരംഭിക്കുന്നു.

വെളുപ്പിന് മൂന്നുമണിക്ക് രാജേട്ടൻ എണീറ്റ് ഉണ്ണിയുടെ പിതൃ ക്കളെ സ്മരിക്കുന്നത് വരെയായിരുന്നു അന്നത്തെ ഹിന്ദി ഗാനാ ഞ്ജലിയുടെ ആയുസ്സ്. ടിവിയുടെ വലുപ്പം ആകെക്കൂടി പാന്റിന്റെ പോക്കറ്റിൽ സുരക്ഷിതമായി ഇരിക്കുന്ന അത്രയേ ഉണ്ടാരുന്നുള്ളൂ. ഇന്നത്തെ ടാബിനേക്കാൾ ചെറിയതാണ്. പക്ഷേ അതുകൊണ്ട് ഉണ്ണി കേൾക്കേണ്ടി വന്നത് 'സോണിടെ' എഴുപത്തഞ്ച് ഇഞ്ചിന്റെ റേഞ്ചിലുള്ള തെറിയായിരുന്നു.

അനിയനുമായുള്ള കൂടിക്കാഴ്ചകൾ രാത്രി മോഹനൻ ചെറിയ ച്ഛന്റെ വീട്ടിലായി. അവർ കമ്പ്യൂട്ടർ ക്ലാസ്സ് കഴിഞ്ഞു വരുമ്പോളേക്കും ഞാനുമെത്തും. ■

ഉണ്ണിയണ്ണന്റെ ടിവി

ഉണ്ണീടെ ടിവി കാണൽ പലപ്പോളും നേരംപുലരുന്നവരെ അല്ലെങ്കിൽ രാജേട്ടൻ മൂത്രമൊഴിക്കാനെണീറ്റ് തെറിപറയുന്നവരെ തുടർന്നുകൊണ്ടിരുന്നു. അന്ന് രാത്രിയും ഉണ്ണി വരാൻ പതിവുപോലെ വൈകിയെങ്കിലും ടിവിയുടെ ശബ്ദവും കോൺട്രാസ്റ്റും ബ്രയിറ്റുമെല്ലാം മാക്സിമം കുറച്ചുകൊണ്ട് ഏറ്റവുമടുത്തിരുന്ന് അതിലേക്ക് കണ്ണുംനട്ട് ശ്രീദേവിയുടെ നാഗിൻഡാൻസ് കണ്ടോണ്ടിരിക്കുമ്പോൾ രാജേട്ടൻ എണീറ്റ് അവന്റെ മാതാപിതാഗുരുദൈവങ്ങളെ ധ്യാനിച്ചു. ശേഷം മൂത്രമൊഴിച്ചു കിടന്നു.

പിറ്റേന്ന് തലേക്കെട്ട് കെട്ടിയ ഹൗസ് ഓണർ മുകളിലേക്ക് കയറിവന്ന് ലൈറ്റ്ചാർജ്, ടിവി തുടങ്ങീയെന്തൊക്കെയോ പറഞ്ഞിട്ട് തിരിച്ചുപോയി. ഈ ടൈം പീസ് പോലുള്ള ടിവി വർക്ക് ചെയ്തിട്ട് കറന്റ് ബില്ല് ഇരട്ടിയായി എന്നതായിരുന്നു ആൾടെ കംപ്ലയിന്റ്. സെപ്പറേറ്റ് മീറ്റർ കണക്ഷൻ ഇല്ലാതെ വാടകയ്ക്ക് താമസിച്ചാൽ പണിയാകുമെന്ന് നിഷാദ് അന്ന് പറഞ്ഞത് ഞാനപ്പോൾ ഓർത്തു.

എന്റെ അവസ്ഥ പരിതാപകരമായിക്കൊണ്ടിരുന്നു. മിക്കവാറും ദിവസങ്ങളിലും പത്തു രൂപയ്ക്ക് കിട്ടുന്ന പത്ത് പാനിപൂരിയായിരുന്നു ഭക്ഷണം. ഒന്ന് രണ്ടുപ്രാവശ്യം ഭക്ഷണം കഴിക്കാതെ കോണിപ്പടി കയറുമ്പോൾ തലയൊന്നു മിന്നിയതും കാലു സ്ലിപ്പായി താഴെ വീണതുംമാത്രം ഓർമ്മയുണ്ട്. ഒരുസം സന്ധ്യയ്ക്ക് കമ്പ്യൂട്ടർ ക്ലാസ്സിനു പോയ അനിയനെയും കാത്തിരിക്കുമ്പോഴാണ് സ്ട്രീറ്റ് ലൈറ്റ് കത്തുന്ന പോലൊരു ചോദ്യം ഞാൻ കേട്ടത്.

"ഊണ് കഴിക്കണോ?"

പ്രഭ ചെറിയമ്മയാണ്. സത്യത്തിൽ ഈ ചോദ്യം എത്രയോ മുൻപേ പ്രതീക്ഷിച്ച ഞാൻ ആ ചട്ടിയിലുള്ള മുഴുവൻ ചോറും മുള്ളങ്കിയിട്ട സാമ്പാർ പാത്രവും വടിച്ചുനക്കി ഏമ്പക്കവും വിട്ട് കൂളായി ആ വീടിന്റെ പുറത്തുള്ള ഇരുമ്പൂഞ്ഞാലിൽ പോയിരുന്നാടി.

ആക്രാന്തം മൂത്ത എന്റെ അറ്റാക്ക് അന്ന് ആ വീട്ടിലെ മറ്റു മൂന്ന് പേർക്കുള്ള ചോറിനോടായിരുന്നു എന്ന് മനസ്സിലാവാത്തതുപോലെ ഞാൻ ഭക്ഷണത്തിനു ശേഷമുള്ള മയക്കമഭിനയിച്ചു. വിശപ്പ് മൂത്ത് ഭ്രാന്തനായ ഞാൻ എന്തും കഴിക്കും. എന്തും ചെയ്യും

ഡൈനിങ് ടേബിളിലെ യുക്രൈൻ-റഷ്യ യുദ്ധം വീക്ഷിച്ച ചെറി യമ്മ ഊഞ്ഞാലാടികൊണ്ടിരിക്കുന്ന എനിക്കടുത്ത് വന്നു.

“നീ ഭക്ഷണം കഴിക്കാറില്ലേ സമയത്തിന്?”

ആ ചോദ്യത്തിന് മുന്നിൽ മറുപടി പറയാനെനിക്ക് സാധിച്ചില്ല. കണ്ണുപൊത്തി കരഞ്ഞുകൊണ്ട് ഞാനവിടന്നിറങ്ങി നടന്നു.

പിറ്റേന്ന് മുതൽ ഊണ് കഴിക്കുന്ന സമയത്ത് ഞാനവിടെ ഹാജ രായിരുന്നു. നനഞ്ഞിടം കുഴിക്കാൻ നമുക്ക് പ്രത്യേകിച്ച് ഹയർ സ്റ്റഡീസിന്റെ ആവശ്യമില്ലല്ലോ. അതിർത്തിവിട്ട് ഓസോൺ പാളി ക്കപ്പുറമെത്തിയ മേരാ പ്യാരാ ജീവൻ എനിക്ക് വാപ്പസ് കിട്ടിയിരി ക്കുന്നു. ഞാൻ ചിരിക്കുമ്പോൾ ആ പഴയ ഗുമ്മ് തിരിച്ചു വന്നിരി ക്കുന്നു.

പിറ്റേന്ന് നേരം വെളുത്തപ്പോൾ വീട്ടുടമസ്ഥന്റെ ഉച്ചത്തിലുള്ള സൗണ്ട് കേട്ടാണ് ഞാനുണർന്നത്. രാജേട്ടനും ഉണ്ണിയും എന്തൊ ക്കെയോ മറുപടി പറയുന്നുണ്ട്.

“അക്കി രാത് ടിവി ചാലു.”

ഇത് മാത്രമെനിക്ക് മനസ്സിലായി. അയാൾ ഗുജറാത്തി ഭാഷ യിൽ പറയുന്നത് മുഴുവൻ അപ്പപ്പോ തന്നെ ബ്രോക്കോളിരാജൻ മലയാളത്തിൽ തെറികളാക്കി പരിവർത്തനം ചെയ്ത് തൊട്ടടുത്ത് കുന്തംവിഴുങ്ങി നിൽക്കണ ഉണ്ണിക്ക് മേൽ ചൊരിഞ്ഞുകൊണ്ടിരുന്നു.

“ആവൂ നാ ചാലെ. മദ്രാസി ലോഗ് ഹമസ്തോ നതി.”

ഇയാൾ ഇതൊക്കെ പറയുമ്പോളും എന്റെ ശ്രദ്ധ ആ ചെങ്ങായ് പറയുന്ന ഗുജറാത്തി ഭാഷയിലായിരുന്നു. ‘സ’ എന്ന വാക്കിനെ ചിലർ തനി നാട്ടിൻപുറം ഭാഷയിൽ ‘ഹ’ എന്ന് ഉച്ചരിക്കുന്നു. അന്ന് ആദ്യമായി ട്രെയിൻ ഇറങ്ങി മണിനഗർ സ്റ്റേഷനിൽ വെച്ച് ഓട്ടോ ക്കാരൻ പറഞ്ഞത് ഞാനോർത്തുനോക്കി ‘ഹവാസോ’ യഥാർത്ഥ ത്തിൽ ഇത് ‘സവാസോ’ ആയിരുന്നു. മ്മടെ നൂറ്റിയിരുപത്തിയഞ്ച്. ഇത്രയും സീരിയസായ വിഷയം നടക്കുമ്പോൾ അക്ഷരങ്ങളും വ്യാകരണവുമൊക്കെ മനസ്സിൽ വരുന്നത് എനിക്ക് മാത്രമാണോ. അതോ എല്ലാവരും ഇതുപോലെയാണോ, ആർക്കറിയാം?

ഒരാഴ്ച സമയമുണ്ട്. അതിനുള്ളിൽ വീട് മാറണം. അതെന്താ യാലും തീരുമാനമായി.

ശുദ്ധമായ വെണ്ണപോലുള്ള തെറികൾ ആ വീടിനുള്ളിൽ ഊഞ്ഞാലാടി നടന്നു. ആട്ടം നിൽക്കുമ്പോൾ രാജേട്ടൻ വീണ്ടും ആട്ടിവിടും ഉണ്ണിയോടുള്ള ദേഷ്യം മൂത്ത് ഞാൻ പോയി ഒരു ഗോൾഡ് ഫ്ളേക്ക് വലിച്ചു. ചെറിയ ഒരു തരിപ്പില്ലാതെ അവനെ യെങ്ങനെ തെറിപറയുമെന്ന ചിന്തയാൽ അതിവേഗം റൂമിലെത്തി അടപടലം തെറിയഭിഷേകം നടത്തി.

"അവന്റെ അമ്മൂമ്മടെ ടിവി" എന്ന് പറഞ്ഞ് ഞാനതിനടുത്തെത്തി കാല് മടക്കി ചവിട്ടാൻ ശ്രമിക്കുന്നതിനിടയിൽ ടിവിയുടെ പിന്നിൽ നിന്നും ആരംഭിച്ച് ടെറസ്സിന്റെ മുകളിലേക്ക് ജനലിൽകൂടി പോകുന്ന കേബിളിൽ കാലുടക്കി, മറ്റേക്കാലും പൊങ്ങി ഞാൻ നടുതല്ലി വീണു.

ടിവിയിൽ നിന്നും അടർന്ന കേബിൾ സ്ലോലി ജനലിലൂടെ പുറത്തേക്ക് ഊർന്നു മുകളിലേക്ക് പോയി.

"അയ്യോ എന്റെ കേബിൾ ടിവീ, മേരാ ഡിഡി ഫോർ" എന്നൊക്കെ പുലമ്പിക്കൊണ്ട് ആ എലുമ്പൻ വീണുകിടക്കുന്ന എന്നെ കവച്ചു വെച്ച് കണക്കെഴുതുന്ന ബുക്കിൽ ലാസ്റ്റ് ലൈനായി ഇങ്ങനെ എഴുതി: "ടിവി കംപ്ലയിന്റ് ആക്കിയ വകയിൽ വിനോദ് 1500 ക."

അഞ്ചൂറുരൂപയ്ക്ക് വാങ്ങിയ സാധനം..! ഇന്നോ നാളെയോ എന്നു പറഞ്ഞ് വാവടുക്കുന്നതും നോക്കി, അടുത്ത കർക്കിടകം തികയാൻ സാധ്യതയില്ലാത്ത മൊതലിന്റെ ബില്ല് മൂന്നിരട്ടിയാക്കി അവൻ എന്റെ അക്കൗണ്ടിൽ ഡെബിറ്റ് ചെയ്തു.

പിന്നീടുള്ള മൂന്നാലുദിവസം ജോലികഴിഞ്ഞു വന്നാൽ വീട് തെണ്ടിയുള്ള യാത്രയാണ്. വാടക കുറവായതോണ്ട് ചില ചേരി പോലുള്ള ഏരിയകളിൽ സെറ്റാവാൻ രാജേട്ടൻ ശ്രമിച്ചിരുന്നു. ഞാനും ഉണ്ണിയും നഖശിഖാന്തം എതിർത്തതിന്റെ ഫലമായി ആ നടപടി ക്യാൻസലായി.

വല്ല്യ കുഴപ്പല്ല്യാത്ത ഒരു വീട് സെറ്റായി. വാടക പഴയതിനേക്കാൾ ആയിരം കുറവ്. അതിനേക്കാൾ ഗംഭീര മുറികൾ. ഉടമസ്ഥന്റെ താഴേന്നുള്ള ശല്യം ഇനിയുണ്ടാവില്ല. അഞ്ച് നിലയുള്ള ഫ്ളാറ്റിന്റെ ഗ്രൗണ്ട് ഫ്ളോറിലെ വീട്ടിലേക്കാണ് വലതുകാലും വെച്ച് കയറാൻ പോണത്.

ചാവി കൈമാറാനും രണ്ടു മാസത്തെ ഡെപ്പോസിറ്റ് ഏറ്റു വാങ്ങാനും വന്ന ഹൗസ് ഓണറെ കണ്ട ഞാൻ കണ്ണുകൾ ഒന്നു കൂടി ചീമ്പിയടച്ച് തെളിച്ചു നോക്കി.

തലയ്ക്കു പിന്നിൽ പ്രകാശചക്രം കറങ്ങുന്ന രാമായണത്തിലെ ദേവിയെ പോലൊരുവൾ.

■

എന്റെ കാജലും അവളുടെ അജയ്ദേവ്ഗണും

അതിസുന്ദരിയും മുടിയിൽ ഹെന്ന പോലെന്തോ പുരട്ടി നിറം മാറ്റം വരുത്തിയവളുമായ ഇളംമഞ്ഞുതുള്ളി പോലൊരുവൾ. മുടിയിലെന്തൊക്കെയോ വിക്രിയകൾ ചെയ്തുവെച്ചിരിക്കുന്നത് കാറ്റിലാടിയുലഞ്ഞുകൊണ്ടിരുന്നു, പിന്നെയത് നൃത്തം ചെയ്തു. വശ്യമനോഹരമായ കൺപീലികൾ ഇടയ്ക്കിടയ്ക്ക് ചിമ്മിമിഴിച്ചെന്നെ നോക്കി ചിരിച്ചുകൊണ്ടിരിക്കുന്നു. പക്ഷേ ഉണ്ണി പറയുന്നത് ആ പുഞ്ചിരി അവൾ അവനു കൊടുത്തതാണെന്നാണ്. ചാവി രാജേട്ടന് കൈമാറി തിരിഞ്ഞു നടക്കുമ്പോൾ ജയഭാരതിടെ മുടി തട്ടിത്തെറിക്കുന്നപോലെ അവിടെയിവിടെയായി തെന്നിക്കളിച്ചുകൊണ്ടിരുന്നു. ജാക്കറ്റിനുപിന്നിൽ ജനലുപോലെ കള്ളികൾ ആവശ്യാനുസരണം അലങ്കരിച്ചിരുന്നു. ആ ജനൽച്ചില്ലുകളിൽ കൊക്കുരുമ്മി കളകളാരവമുയർത്തുന്ന കുഞ്ഞിക്കിളിയാവാൻ എൻ മനം തുടിച്ചുകൊണ്ടിരുന്നു.

ഞങ്ങൾ എ ബ്ലോക്കിലും അവർ ബി ബ്ലോക്കിലുമാണത്രേ ഫാമിലിയായി താമസിക്കുന്നത്. ഭർത്താവും രണ്ടു മക്കളുമാണത്രെ കൂടെയുള്ളത്.

പിറ്റേന്ന് ജോലിക്ക് പോകാൻ ഞാനിറങ്ങി ഗേറ്റ് വരെയെത്തിയപ്പോൾ ജയഭാരതി ഞങ്ങടെ റൂം ലക്ഷ്യമാക്കി നീങ്ങുന്നുണ്ടായിരുന്നു. എന്തോ മറന്നുവെച്ചുവെന്ന വ്യാജേന ഞാൻ റിട്ടേണടിച്ചു.

“ധർവാജാ ബന്ദ് മത് കർനാ, മുജേ കാം ഹേ.”

വാതിൽക്കൽ നിൽക്കുന്ന രാജേട്ടനോട് പറഞ്ഞിട്ട് വീണ്ടുമവൾ തിരിഞ്ഞുനടന്നു. ഞാനാ ജനൽക്കള്ളികളിൽ നോക്കിനിന്നതുകൊണ്ട് ചിലപ്പോൾ ഓഫീസിലെത്താൻ വൈകുമായിരിക്കാം. പക്ഷേ ഇപ്പോളെനിക്കതൊരു വിഷയമല്ല.

"ഹൗസ് ഓണർ ആയാൽ ഇങ്ങനെ വേണം, ആ കേടു വന്ന പൈപ്പ് റിപ്പയർ ചെയ്തു തരണം ന്ന് പറഞ്ഞത് ചെയ്യിപ്പിക്കാനാണ് വീട് പൂട്ടണ്ട ന്ന് പറഞ്ഞത്."

രാജേട്ടൻ പറഞ്ഞു.

"അതേയതെ ഹൗസോണർ ആയാൽ ഇങ്ങനെ തന്നെ വേണം."

വൈകുന്നേരം പതിവുപോലെ ആദ്യം രാജേട്ടനും പിന്നെ ഞാനും ശേഷം ഉണ്ണിയുമെത്തി. വാതിൽ പൂട്ടിയിട്ടില്ല, കുറ്റിയിട്ടിരിക്കുന്നു. പൂട്ടും താക്കോലും അകത്തെ ജനലിലിരിക്കുന്നു. രാജേട്ടൻ പൈപ്പ് റിപ്പയർ ആക്കിയോന്ന് ടെസ്റ്റ് ചെയ്യാൻ ബാത്ത്റൂമിലേക്ക് നീങ്ങി. മുഖത്തേക്കും ഷർട്ടിലേക്കും ബ്രോക്കോളി തലമുടിയിലേക്കും തെറിച്ച വെള്ളം കണ്ടപ്പോൾ അതാരും കൈ കൊണ്ട് പോലും തൊട്ടിട്ടില്ലെന്ന് മനസ്സിലായി. വാഷ്ബേസിനിൽ പാൻപരാഗിന്റെ കറ പിടിച്ചിരിക്കുന്നു.

ഹേയ് ജയഭാരതിടെ പല്ലുകൾ, അവൾ ചിരിക്കുമ്പോ ഞാൻ കണ്ടതാണ് ഓളെന്തായാലും ഈ സാധനം ഉപയോഗിക്കില്ല. എന്റെ ജയഭാരതി അങ്ങനെ ചെയ്യില്ല.

കാലത്ത് ഞങ്ങളിറങ്ങുമ്പോളേക്കും വീണ്ടുമിതാ അവളെത്തിയിരിക്കുന്നു.

"ധർവാജാ ബന്ദ് മത് കർനാ, കാം ഹേ."

ഇത്തവണ അതെന്നോടാണ് പറഞ്ഞത്. അപ്പോൾ ഞങ്ങടെ മൂന്നുപേരുടെയും ശ്രദ്ധ അവളുടെ വെള്ളരിപ്പല്ലുകളിൽ മാത്രമായിരുന്നു. ഹേയ് നല്ല സുന്ദരിപല്ലുകൾ തന്നെയാണ്. രാജേട്ടൻ എന്തോ പിറുപിറുത്തുകൊണ്ട് ഇറങ്ങിനടന്നു. ഉണ്ണി ഇതൊന്നും അവനെ ബാധിക്കുന്ന കാര്യമല്ലെന്ന ഭാവത്തിൽ കൂടെ പോയി. ഹൗസോണറല്ലേ പൈപ്പ് റിപ്പയർ ചെയ്യാനാവുമെന്ന് ഞാനാശ്വസിച്ചു. പക്ഷേ അന്ന് വൈകിട്ടും പാൻപരാഗ് കറകൾ വെള്ളമൊഴിക്കാതെ അപരിഷ്കൃതമായി വാഷ്ബേസിനിൽ ചിത്രപ്പണികൾ തീർത്തുകിടന്നു.

രാത്രി പന്ത്രണ്ട് കഴിഞ്ഞപ്പോൾ അടുക്കള ഭാഗത്ത്, പുറത്തു നിന്ന് കുപ്പികൾ കൂട്ടിമുട്ടുന്ന ശബ്ദം കേൾക്കുന്നത് എനിക്ക് മാത്രമാണെന്ന് കരുതിയ ഞാൻ ഞെട്ടിയെണീറ്റു. കൂടെ മറ്റുള്ളവരും. അടുക്കള തുറന്നപ്പോൾ അമ്പതോളം മദ്യക്കുപ്പികൾ നിരത്തി വെച്ചിരിക്കുന്നു അതിനടുത്തായി വെള്ളഷർട്ടും വെള്ള പാന്റും വെള്ള ഷൂസും ധരിച്ച കൊള്ളക്കാരനായ അജയ്ദേവ്ഗൺന്റെ പോലത്തെ ഒരാൾ അധികാരത്തോടെ കൈകുത്തി ഇപ്പറം ചാടി ഞങ്ങടെ മുന്നിലൂടെ മുറിയിലേക്ക് നടന്നു. കസേരയിലിരുന്നു. പോക്കറ്റിൽ നിന്ന്

പാൻപാരാഗ് മൂന്നെണ്ണം ഒരുമിച്ചെടുത്ത് പൊട്ടിച്ച് ഫുള്ളായി വായിലേക്കിട്ടു. കാലിൽ കാല് കയറ്റിവെച്ചു, സംസാരിക്കാതെ ഞങ്ങളെ മൂന്ന് പേരെയും മാറി മാറി നോക്കി പിന്നെ വാഷ്ബാസിനിൽ കാർക്കിച്ചു തുപ്പിവെച്ച് തിരിച്ചു വന്നിരുന്നു.

"യേ മേരാ ഘർ ഹേ, മേരാ ദോ നമ്പർ കാ കാം ചൽരഹാ ഹേ, റെന്റ് വോ ലേരഹി ഹേ, ഓർ ഏക് ബാത്ത്, ഘർ കബി ബന്ദ് മത് കർനാ."

മദ്യനിരോധനമുള്ള ഗുജറാത്തിൽ മദ്യക്കച്ചവടമടക്കം സകല ഉഡായിപ്പുകളും നടത്തുന്നയാളാണ് മുന്നിലിരിക്കുന്നത്. അയാളിറങ്ങിനടന്നു. ആ അർധരാത്രിയിലും ജയഭാരതി അയാളെ കാത്തു നിൽപുണ്ടായിരുന്നു. ഇവരുടെ ഭർത്താവ് എവിടെയാണ്?, ഇങ്ങനെ ഓപ്പണായി പ്രണയിച്ചുനടന്നാൽ ആളറിയില്ലേ?, നാടറിയില്ലേ?, ഫ്ളാറ്റ് അറിയില്ലേ? എന്തായാലും ഈ വീട് ആ പോണ ഡ്യൂപ്ലിക്കേറ്റ് അജയ്ദേവ്ഗണ്ണിന്റെയാണ്. അയാളുടെ 'കാജലായ' കാമുകിയാണ് എന്റെ നെഞ്ചിൽ പാദസരമിട്ട് തിരുതിരുമാരൻ കാവിൽ.. ആദ്യവസന്തം കൊടിയേറി.. എന്നു പാടി രതിചേച്ചിയായി നൃത്തം ചവിട്ടിയത്.

വീടിന്റെ പിന്നിൽ കുപ്പി വെക്കുന്നതിനു വീട് തുറക്കുന്നതെന്തിനാണ്? പക്ഷേ കുപ്പി ഇവിടുന്ന് പിടിച്ചാൽ ഞങ്ങൾ നാലാളും അകത്തുപോകും. ജയിൽവാസം ഉറപ്പായികഴിഞ്ഞിരിക്കുന്നു.

നിമിഷനേരം കൊണ്ട് ആ ക്ളീഷേ രംഗങ്ങൾ എന്റെ മനസ്സിൽ തെളിഞ്ഞുവന്നു.

ഞാനും രാജേട്ടനും ഉണ്ണിയും ജയിലിൽ ഓപ്പണായി കുളിക്കുന്നു ആജാനബാഹുവായ വില്ലൻ റാവുത്തർമുഖൻ രാജേട്ടന്റെ തല പിടിച്ചു വെള്ളത്തൊട്ടിയിൽ മുക്കുന്നു. സ്വാഭാവികമായും നായകനായ ഞാൻ ഇരുമ്പുബക്കറ്റുകൊണ്ട്, ലാലേട്ടൻ വിയറ്റ്നാം കോളനിയിൽ തല്ലിയ പോലെ വില്ലന്മാരെ അടിച്ചട്ടംകയറ്റിവിട്ടു

ദാ വരുന്നു അടുത്ത ജയിൽ ക്ളീഷേ.

വരിവരിയായി ഫുഡ് വാങ്ങാൻ ലൈൻ നിൽക്കുന്ന എന്റെ ഊഴമായപ്പോൾ ചോറിനു മുകളിൽ വെള്ളം കോരിയൊഴിച്ചിരിക്കുന്നു ഭക്ഷണം വിളമ്പുന്ന റിയാസ്ഖാൻ, എന്റെ കയ്യിലിരിക്കുന്ന പ്ലേറ്റ് അയാളുടെ മുഖത്തേക്ക് എറിഞ്ഞതും പിന്നെ നടന്ന അടിപിടിയും സ്വാഭാവികം മാത്രം. അതു കഴിഞ്ഞ് എന്നെയും റിയാസിനേയും പിടിച്ചുകൊണ്ടുപോയി കാലിന്റെ ഉള്ളനടിയിൽ കനംകുറഞ്ഞ വടി കൊണ്ട് അടിച്ചതു മാത്രം എനിക്കോർമ്മയുണ്ട്. ഞാൻ ഞെട്ടിയെണീറ്റു.

നാളെയിവിടെ ഉത്തരായൻ ഉത്സവമാണ്. ■

കൈപ്പോചേ.. കൈപ്പോചേ..

സൂര്യൻ ദക്ഷിണായനത്തിൽ നിന്ന് ഉത്തരായനത്തിലേക്ക് മാറുന്ന ദിവസമാണ്, ജനുവരി പതിന്നാലാണ്. മ്മടെ മകര വിളക്കാണ്, മകര സംക്രാന്തിയാണ്, തമിഴർക്കത് പൊങ്കലാണ്, എന്റെ മനസ്സിൽ മുഴുവൻ വിങ്ങിനിന്നത് പഴയ മൊതലാളി ബാബുഭായ് പട്ടേലിന്റെ അച്ഛൻ ജനാർദ്ധൻഭായ് പട്ടേലിന്റെ കഴുത്തിലെ ഞരമ്പ് മുറിഞ്ഞു മരിച്ച ദിവസമാണ്. ഗാന്ധിയെന്ന അയാളുടെ പ്രിയകൂട്ടുകാരന്റെ മനസ്സ് അതിവേഗത്തിൽ ഓടിത്തുടങ്ങിയ ദിവസമാണ്, അതിനേക്കാൾ വേഗതയിൽ അയാളുടെ ചിന്തകൾ റിവേഴ്സ് അടിക്കാൻ തുടങ്ങിയ ദിവസവുമാണ്.

പട്ടം പറത്താനറിയുന്നവരെല്ലാം ടെറസ്സിന്റെ മുകളിൽ സ്ഥാന മുറപ്പിച്ചിരുന്നു, കിലോമീറ്ററുകൾക്കപ്പുറം വരെയുള്ള കാഴ്ചകൾ മുകളിൽനിന്ന് കാണുമെന്നുള്ളതുകൊണ്ടു ഞങ്ങളും മുകളിൽക്കയറി ഇടംപിടിച്ചു.

ചെറിയ സ്പീക്കറുകൾ വാടകയ്ക്കെടുത്ത് ഹിന്ദി, ഗുജറാത്തി പാട്ടുകളുടെ അകമ്പടിയോടെ, നിറമുള്ള പുത്തൻ വസ്ത്ര ങ്ങളണിഞ്ഞ്, ഡാൻസുകളിച്ചുകൊണ്ട് പട്ടം പറത്തികൊണ്ടിരുന്നു. മറ്റു പട്ടങ്ങൾ നൂലുകൊണ്ട് ആകാശത്ത് വെച്ച് പൊട്ടിക്കുമ്പോൾ വിളിച്ചു കൂവുന്ന 'കൈപ്പോചേ...' എന്ന വാക്ക് അന്തരീക്ഷത്തിൽ മുഴങ്ങിക്കൊണ്ടിരുന്നു. 'നൂൽ മുറിച്ചിട്ടേ' എന്ന് സാരം. കുപ്പിച്ചില്ലിന്റെ പൊടി പശയിൽ മുക്കിയ നൂലിൽ തട്ടി, പ്രതീക്ഷയോടെ ഇണയെ തേടി പോകുന്ന പറവകളിൽ ചിലവ അന്തരീക്ഷത്തിൽവെച്ച് ഇഹ ലോകവാസം വെടിഞ്ഞു താഴേക്ക് വീണുകൊണ്ടിരുന്നു. ചിലതിന്റെ ചിറകുമുറിഞ്ഞു താഴെവീണു. 'ബേർഡ് റെസ്ക്യൂ' എന്നെഴുതിയ വാഹനങ്ങളിൽ ചില പക്ഷിസ്നേഹികൾ അവയെ പരിചരിക്കുന്നു. പട്ടത്തിന് വേണ്ടിയോടുന്ന ചില കുട്ടികൾ അപകടത്തിൽ പെടുന്നു. അവരെ കൊണ്ടുപോകാൻ ആംബുലൻസ് സ്പെഷ്യൽ സർവീ സായി തലങ്ങും വിലങ്ങുമോടുന്നു. ഇങ്ങനെയൊക്കെ ചുറ്റുപാടും

നടക്കുമ്പോൾ സ്വന്തം ടെറസ്സിന്റെ മുകളിലിരുന്ന് കുടുംബത്തോടെ പലരും കപ്പലണ്ടിയും, പൊരി, ശർക്കരയിൽ മിക്സ് ചെയ്ത് 'ഉണ്ട രൂപം' കൈവരിച്ചപലഹാരവും കഴിച്ചുകൊണ്ട് 'കൈപ്പോചേ...', 'ലപ്പേട്ട്' എന്നുമൊക്കെ ഉറക്കെവിളിക്കുന്നു. ഉച്ചക്ക് 'ഉന്തിയു' എന്നറിയപ്പെടുന്ന പ്രത്യേക തരം ഭക്ഷണമാണ് കൂടെ പൂരിയും ജിലേബിയും. 'ഉന്തിയു' ചെറിയ ഗ്രേവിയോടു കൂടി കറി പോലെയിരിക്കും. തൃശൂർകാരുടെ തിരുവാതിരപ്പുഴുക്കിന്റെ ഫുള്ളോപ്ഷൻ സാധനമാണ്. ചേന, ചേമ്പ്, കാച്ചിൽ തുടങ്ങി അനേകം പച്ചക്കറികൾ ചേരുന്ന സ്വാദിഷ്ഠമായൊരു വിഭവമാണെന്ന് അവർ പറയുന്നു. അതിന്റെകൂടെ ചെറിയ പുളിയോട് കൂടിയ ജിലേബിയും ചേർത്ത് നമ്മൾ മലയാളികളുടെ വായിൽ വെച്ചാൽ രസമുകുളങ്ങൾ പരസ്പരം കൂട്ടിമുട്ടി പൊട്ടിത്തെറിച്ച് വിസ്ഫോടനം സംഭവിക്കാനുള്ള സാധ്യതയുണ്ട്.

സന്ധ്യയ്ക്ക് മോഹനൻ ചെറിയച്ഛന്റെ വീട്ടിൽ സൂര്യടിവിയിൽ മകരവിളക്കിന്റെ ദൃശ്യങ്ങൾക്കുമുന്നിൽ തൊട്ടടുത്തുള്ള ഉത്തർപ്രദേശുകാരടക്കം എഴുന്നേറ്റുനിന്നു പ്രാർത്ഥിച്ച് കൊണ്ടിരിക്കുമ്പോൾ, പ്രഭചെറിയമ്മയുടെ ആങ്ങളയും പഴയകമ്മ്യൂണിസ്റ്റുകാരനുമായ തുളസിമാമൻ ഉമ്മറത്തെ ഊഞ്ഞാലിലിരുന്ന് വിൽസ് വലിച്ചു കൊണ്ട് പറഞ്ഞു.

"ഇതൊക്കെ ആദിവാസികൾ കത്തിക്കുന്നതാണെന്നേ, മകരവിളക്കേയ്, എന്താ പറയാ, ആരോട് പറയാൻ."

തുളസിമാമൻ പണ്ട് നാട്ടിലുള്ളപ്പോൾ സഖാവ് എം എ ബേബിയുടെയൊക്കെ പരിചയകാരനായിരുന്നുത്രെ. എൺപതുകളിൽ ഗുജറാത്തിലെത്തി അഹമ്മദാബാദിൽ ആദ്യമായി ട്രേഡ് യൂണിയൻ തുടങ്ങിയ ആളാണ്. മുതലാളിത്തത്തിന്റെ ദൂഷ്യഫലങ്ങളെകുറിച്ച് തൊഴിലാളികളെ ബോധവാൻമാരാക്കാൻ ശ്രമിച്ചതിന്റെ പേരിൽ ജോലിയിൽ നിന്ന് പിരിച്ചുവിടപ്പെട്ട ആളാണ്. ആഴ്ചയിലൊരിക്കൽ കേരളരാഷ്ട്രീയം നാലുവാക്ക് പറയാൻ മുട്ടി നിൽക്കുമ്പോൾ ഇതുപോലെ ഞങ്ങളെ തേടിവരുന്ന ആളാണ്. ആളുടെ കണ്ണിൽ നിന്ന് സന്തോഷം വന്നാലും, സങ്കടംവന്നാലും കണ്ണുനീരിങ്ങനെ ഒഴുകികൊണ്ടിരിക്കും.

ആളുമൊരു ചീങ്കണ്ണി തന്നെയാണ്.

രാത്രിയിൽ വിളക്കുകൊളുത്തിയ പട്ടങ്ങൾ ആകാശത്ത് നിറങ്ങൾ തീർത്തുകൊണ്ടിരുന്നു. ദിവസം മുഴുവൻ വെയിൽകൊണ്ട് ആറാടിത്തിമർത്തവർ തളർന്നുറങ്ങികഴിഞ്ഞിരിക്കുന്നു.

നാളെ ജനുവരി പതിനഞ്ച്, ഇവിടെയിത് 'വാസി ഉത്തരായന' മാണ്. ആരുടേയും അടുപ്പിൽ തീപുകയില്ല. പകരം തലേന്നത്തെ

ഭക്ഷണം മാത്രമാണ് കഴിക്ക്യ. അതുമൊരാചാരം. നാളെയും ലീവാണ്, ടെറസ്സിൽ കയറും, പട്ടം പറത്തും, പക്ഷികൾ ചത്തു വീഴും, കുട്ടികൾക്ക് അപകടമുണ്ടാകും, ബൈക്കിൽ പോകുന്നവരുടെ മൂക്കും മറ്റുപല അവയവങ്ങൾക്കും കെട്ടുപാട് സംഭവിക്കും. അങ്ങനെ യൊക്കെ ചുറ്റുപാടും നടക്കുമ്പോൾ വെളുത്ത പൊരി, ശർക്കര യിൽ കലർത്തിയ പലഹാരവും കടലമിഠായിയും തിന്നത് പല്ലിന്റെ യിടയിൽ ഒട്ടിപിടിച്ചത് ചെറുവിരലിലെ നഖം കൊണ്ട് കുത്തി ക്കളഞ്ഞു ഉറക്കെ വിളിച്ചു പറയും

"കൈപ്പോചേ".

നാളെ ലീവായതോണ്ട് നിഷാദിനെ ക്ഷണിച്ചിട്ടുണ്ട്. കുറെ കാലായി ഒന്ന് മുട്ടിയിട്ട്.

■

ശരപഞ്ജരം

കൃത്യം പത്തരയ്ക്ക് നിഷാദ് ഹാജരായി, രാജൻചെറിയച്ഛന്റെ വീട്ടിൽനിന്നും അനിയനുമെത്തി. രാജേട്ടൻ പോയി ചിക്കൻ വാങ്ങി വന്നു, അനുധാരികൾ വാങ്ങാൻ ഉണ്ണി പോയിട്ടുണ്ട്. ഞാൻ ലോക്കൽ കണക്ഷൻ വെച്ച് ഒരു ചെറുത് ഒപ്പിച്ചു. രാജേട്ടനും ഉണ്ണിയും നോൺ സ്പിരിറ്റിസ്റ്റുകളാണ്. എന്റേം നിഷാദിന്റെയും അനിയന്റെയും കാര്യം പറയണ്ടല്ലോ. ചിക്കനും കൂട്ടി മൃഷ്ടാന്നം വെട്ടിവിഴുങ്ങി മലർന്നു കിടക്കുമ്പോൾ വാതിലിൽ ഒരു മുട്ടുകേട്ട് ഞെട്ടി. വാതിൽ തുറന്നപ്പോൾ വെള്ളേം വെള്ളേം ഇട്ട അജയ്ദേവ്ഗണും എന്റെ ജയഭാരതിയായിരുന്നവളും മുന്നിൽ നിൽക്കുന്നു. നാലഞ്ച് ആണുങ്ങൾ നിരന്നു കിടക്കുന്ന ഹാളിന്റെ ഉള്ളിൽകൂടി ബെഡ്റൂം ലക്ഷ്യമാക്കിനീങ്ങി, പിന്നെ വാതിലടച്ചു.

ഞങ്ങൾ പരസ്പരം പുരികമുയർത്തി നോക്കി. എന്തൂട്ടാണിവിടെ സംഭവിച്ചത്. റൂമിന്റെ ചാവി ദിവസവും ചോദിക്കുന്നത് എന്തിനാണെന്ന് മനസിലാക്കാൻ ഇനി പ്രത്യേകിച്ച് തലപുകയേണ്ട കാര്യമില്ല. നിഷാദും അനിയനും കരുതിക്കാണുമോ "ഇവിടെയിത് തന്നെയാണ് പണിയെന്ന്." കുറച്ചു നേരം മണൽത്തരി വീണാൽപോലും ബോംബിട്ടവിധം കേൾക്കാൻ കെൽപ്പുള്ള നിശബ്ദത തളംകെട്ടി നിന്നു. നിഷാദിനും അനിയനും മുഖം കൊടുക്കാതെ, ഹാളിൽ വലത്തേ കയ്യിന്റെ പിൻഭാഗംകൊണ്ട് കണ്ണ് പൊത്തി മലർന്നുകിടക്കുന്ന രാജേട്ടന്റെ ആട്ടിക്കൊണ്ടിരിക്കുന്ന കാലിന്റെ വേഗതയും നമ്പർ ഓഫ് ആട്ടലും തമ്മിലുള്ള ബന്ധത്തെ ഞാൻ തൃണവൽഗണിച്ചുകൊണ്ട് തിരിഞ്ഞുകിടന്നു.

ഏതാണ്ട് മുപ്പത്തിയാറുമിനിറ്റിനു ശേഷം അകത്തു റൂമിൽ പോയവർ ശരപഞ്ചരത്തിലെ ജയനും ഷീലയും പോലായിരുന്നു തിരിച്ചിറങ്ങിവന്നത്. ചാണകപച്ചയിൽ ഡിസൈനോടുകൂടിയ ജനൽച്ചില്ലിൽ ആവേശത്തോടെ കൊക്കുരുമ്മി കളകളനാദമുണ്ടാക്കി നടന്നുപ്പോകുന്ന വെള്ളവസ്ത്രധാരിയോടെനിക്ക് മൂക്കറ്റം വെറുപ്പ് തോന്നി.

മുപ്പത്തിയാറ് മിനിറ്റ് എന്നത് ഉണ്ണി വാച്ച് നോക്കി പറഞ്ഞതാണ്. അവനിതൊക്കെ ഹരവുമാണ്. എന്തായാലും എന്റെ ജയഭാരതിയെ ഷീലയാക്കിയവനെ ഞാൻ വെറുക്കുന്നു. അവരിറങ്ങിപ്പോയിട്ടും കുറച്ചു നേരത്തേക്ക് ഞങ്ങളൊന്നും സംസാരിച്ചില്ല.

വൈകുന്നേരം ചായകുടിച്ച് അനിയനും നിഷാദും പിരിഞ്ഞു പോയി.

ഇതിനിയും തുടരാനുള്ള സാധ്യതയുള്ളതിനാൽ ഇവിടെയുള്ള താമസം ശരിയാകുമെന്ന് തോന്നുന്നില്ല. വീടിന്റെ പിന്നിൽ അ പ്പോളും കുപ്പികൾ നിരത്തിവെച്ചത് ഇരിപ്പാണ്. നല്ല കാറ്റു വന്നാൽ അവർതമ്മിൽ കൂട്ടിമുട്ടിയുണ്ടാക്കുന്ന ശബ്ദം, അതും എന്റെ കോൺ സെൻട്രേഷൻ നഷ്ടപ്പെടുത്തികൊണ്ടിരുന്നു. അതിന്റെയിടയ്ക്കാണ് ഈ ശരപഞ്ജരം.

വീട് മാറണം എത്രയും പെട്ടെന്നുതന്നെ.

രാത്രി ഭീകരമായ തണുപ്പാണ്. ആകെയുള്ള കുഞ്ഞൻപുതപ്പ് അനിയന് കൊടുത്തിട്ട്, മേനങ്കത്ത് അനിലേട്ടൻ സമ്മാനമായി തന്ന കോട്ടും പുതച്ചാണ് എന്റെ കിടത്തം. ഈ വീട് മാറിയിട്ട് ഇനിയെ വിടെയാണ് പോകേണ്ടത്?

■

ഞാൻ തൊഴിൽരഹിതൻ

രണ്ടു ദിവസത്തെ ഒഴിവിന്റെ ആലസ്യത്തിനൊടുവിൽ ഓഫീസിലെത്തി. എക്സൽ ഫയൽ ഡിലീറ്റായതിനു ശേഷം മേത്തയുടെ നോട്ടവും ഭാവവും അത്ര പന്തിയല്ല.

രാത്രിയായി പതിവുപോലെ ചിന്മയ്മൊതലാളി ഐശ്വര്യറായിയെക്കുറിച്ചും അഭിഷേക്ബച്ചന്റെ വകതിരിവില്ലായ്മയെക്കുറിച്ചുമൊക്കെ സംസാരിച്ചു തീരുമ്പോൾ മണി ഒമ്പതടിച്ചു. ഇറങ്ങാൻ തുടങ്ങുന്നതിനു തൊട്ടുമുൻപ് മിസ്റ്റർ മേത്ത ക്യാബിനിൽ പോയി സേട്ടിനെ അനാവശ്യ പുകഴ്ത്തൽ നടത്തുന്നതിൽ എനിക്ക് ചെറിയ പന്തികേട് തോന്നിയിരുന്നു. മൊതലാളീടെ ഇംഗ്ലീഷ്ഭാഷയിലെ പ്രാവീണ്യത്തെക്കുറിച്ച് പൊക്കിയടിക്കുന്നു. ഓഗസ്റ്റിൽവരുന്ന ഗണേഷ് ചതുർത്ഥിക്ക് മുഖ്യമന്ത്രിയെ അതിഥിയായി ക്ഷണിക്കണമത്രേ, മേത്തയുടെ പത്തമ്പത്തോളം വീടിരിക്കുന്ന ഹൗസിങ് സൊസൈറ്റിയിലേക്ക്. ഗുജറാത്തിയായ മുഖ്യമന്ത്രിക്ക് കത്തെഴുതണം അതും ഇംഗ്ലീഷിൽ.

ഞാൻ കമ്പ്യൂട്ടറിനു മുന്നിലിരുന്നു ടൈപ്പ് ചെയ്യാൻ തുടങ്ങി. മേത്തയും ചിന്മയ്സേട്ടും ജഗാണിയും മോണിറ്ററിൽ നോക്കിയിരിക്കുന്നു. അഞ്ചും ആറും തവണ എഴുതിയ ലെറ്റർ മാറ്റിമാറ്റി ടൈപ്പ് ചെയ്യുകയാണ്. ഇപ്പോൾ സമയം പത്തുമണിയാവാറായി. ഞാനാണെങ്കിൽ ഉച്ചയ്ക്ക് ഒരു പാക്കറ്റ് പാർലെ ജി ബിസ്കറ്റ് വെള്ളം കൂട്ടി കഴിച്ചതാണ്. രാത്രിയിൽ ഫുഡ് മോഹനൻ ചെറിയച്ഛന്റെ വീട്ടിലാണ്. നേരം വൈകിയാൽ ഞാൻ വരുന്നില്ല എന്നു കരുതി ചോറിൽ വെള്ളമൊഴിക്കുമോ എന്നാണ് എന്റെ മനസ്സിൽ മുഴുവൻ.

പ്രഭചെറിയമ്മയുടെ ഫോൺ വന്നുകൊണ്ടിരുന്നു. വിറച്ചുകൊണ്ടിരുന്ന മൊബൈൽ പോക്കറ്റിലിട്ട് തന്നെ സൈലന്റാക്കി.

ഇപ്പോളവർ കത്തെഴുത്ത് നിർത്തിവെച്ച് മുഖ്യമന്ത്രിയെക്കുറിച്ചും അദ്ദേഹത്തിന്റെ പ്രവർത്തനങ്ങളെപ്പറ്റിയുമൊക്കെ വാചാലമായി സംസാരിക്കുന്നതിനിടയിൽ ഞാൻ പതുക്കെ കസേരയിൽ നിന്നെണീറ്റു.

"സർ കാലത്ത്തൊട്ട് ഭക്ഷണം കഴിച്ചിട്ടില്ല, വീട്ടിൽ പോകട്ടെ."

അവരെല്ലാവരും ആളെ വടിയാക്കുന്ന എക്സ്പ്രഷനിൽ ചിരിച്ചു. പിന്നെ സംസാരം നിർത്തി.

"ചൽ കംപ്ലീറ്റ് കർ."

അതേ ലെറ്റർ തന്നെ വാക്കുകളുടെ സൗന്ദര്യം പോരായെന്നു പറഞ്ഞിട്ട് പഴയതെല്ലാം ഡിലീറ്റ് ആക്കി, പുതിയ വാക്കുകൾ ഡിക്ഷണറി നോക്കിയൊക്കെ പറഞ്ഞു കൊണ്ടിരുന്നു. ആൾക്ക് വേണെങ്കിൽ ഈ രാത്രി പത്തുമണിക്ക് തളർന്നു തകർന്ന എന്നോട് "നീ വീട്ടി പോയെടാർക്കാ, ഇത് ഞാൻ ചെയ്തോളാം" എന്ന് പറയേണ്ട കാര്യമേയുള്ളൂ. പക്ഷേ സീരിയസായ അവരുടെ സംസാരം മുറിച്ച എന്നോടുള്ള നീരസം പ്രകടമാക്കാൻ മനപ്പൂർവം വൈകിപ്പിക്കുന്നതാണെന്ന് എനിക്ക് മനസ്സിലായി.

ദി സെയിം ടൈം ഓഫീസിലെ ഫോണിൽ റിങ്ങടിച്ചു. ജഗാണിയാണ് ഫോൺ എടുത്തത്.

"ആപ്കേലിയെ ഫോൺ ഹേ."

കമ്പ്യൂട്ടറിനുമുന്നിൽ നിന്നോടിച്ചെന്നു ഫോണെടുത്തു അപ്പുറത്ത് പ്രഭ ചെറിയമ്മയാണ്.

"നീ ഊണ് കഴിക്കാൻ വരുന്നില്ലേ, ഗേറ്റ് അടക്കാനാണ്."

"ദാ വരുന്നു, ഇറങ്ങി."

ഫോൺ വെച്ചതിനൊപ്പം ഞാൻ പറഞ്ഞു.

മൊതലാളിക്ക് ആ ഫോൺകാൾ വന്നതും പണിക്കിടയിൽ പോയി സംസാരിച്ചതുമൊന്നും തീരെ പിടിച്ചിട്ടില്ല.

"ആൾ നീലകണ്ഠൻ മൂക്ക് പൊടി ചോദിക്കുന്ന പോലെ വലതു കൈ നീട്ടി, ജഗാണി അടയ്ക്കപ്പുകയില മിക്സ് ഒരു നുള്ള് കൊടുത്തു. അത് വായിലേക്കിട്ട് അയാൾ എനിക്ക് നേരെ തിരിഞ്ഞു.

"തേരാ ഫോൺ ബഹുത് ആത്താ ഹേ, കാം നഹി കർനാ ഹേ."

വിശന്ന് കണ്ണ് കാണാതെ തപ്പിപിടിച്ച് ടൈപ്പ് ചെയ്യുന്ന എനിക്ക് വിരലിന്റെ അറ്റത്തുനിന്ന് തരിച്ചു വന്നു.

"രാത്രി പത്തു മണിയായാൽ വീട്ടിൽ നിന്ന് വിളിക്കില്ലേ, ഞങ്ങക്കും വീടുണ്ട്."

അയാൾക്കതു ഇൻസൾട്ട് ആയിയെന്നുറപ്പാണ്.

"തൂ മേരെ ലിയേ കാം കർത്താ ഹേ കി തേരെ ലിയേ."

ഈ ചോദ്യത്തിനുള്ള ഉത്തരം എന്താണ് പറയേണ്ടത്.

"നീ എനിക്കുവേണ്ടിയാണോ നിനക്ക് വേണ്ടിയാണോ ജോലി ചെയ്യുന്നത്?"

“എനിക്ക് വേണ്ടിയാണ്..” സ്വാഭാവികമായും ഞാൻ പറഞ്ഞു.

“സാലറി തരുന്നത് ആരുടെ ജോലി ചെയ്യാനാണ്?”

“താങ്കൾക്ക് വേണ്ടിയാണ്.” ഞാൻ വേഗം മാറ്റിപ്പറഞ്ഞു.

“അപ്പോൾ ചെയ്യുന്ന ജോലിയിൽ ആത്മാർത്ഥതയില്ല, മറ്റുള്ള വർക്ക് വേണ്ടിയാണോ ജോലി ചെയ്യുന്നത്?”

എൻ.എൻ. പിള്ള സ്റ്റൈലിൽ എന്ത് പറഞ്ഞാലും ഉടക്കാണ്.

“അല്ല, എനിക്ക് വേണ്ടിയാണ്.” വീണ്ടും പഴയ സ്റ്റാൻഡിലേക്ക് മാറി.

ആ സമയത്ത് നമ്മളെന്തു പറഞ്ഞാലും റോങ്ങാണ്. മൊതലാളി പറയുന്നത് എല്ലായ്പ്പോഴും റൈറ്റുമാണ്.

“മര്യാദയ്ക്ക് സമയം നോക്കാതെ ജോലി ചെയ്യാൻ പറ്റുമെങ്കിൽ ഇവിടെ ജോലി ചെയ്താൽ മതി. അല്ലെങ്കിൽ എല്ലാർക്കും പിരിഞ്ഞു പോകാം.”

അവസാനം പറഞ്ഞത് എന്നോട് മാത്രമല്ല അവിടെയിരിക്കുന്ന സകലരുടെയും മുഖത്ത് മാറി മാറി നോക്കിയായിരുന്നു.

“സർ, എട്ടു മണിക്കൂറല്ലേ ഒരു ദിവസം ജോലി, ഞാൻ കാലത്ത് ഒമ്പതുമണിക്ക് വന്നതാണ് ഇപ്പോൾ സമയം രാത്രി പത്തരയായി, ഇനിയെനിക്ക് വീട്ടിലെത്താൻ അര മണിക്കൂർ വേണം. ഫുഡ് കിട്ടാൻ വേറെ വീട്ടിൽ പോകണം. നാളേക്ക് ഇടാൻ ഡ്രസ്സ് കഴുകണം. അപ്പോ ളേക്കും ഒരുമണിയാകും.”

“സോ വാട്ട്, യേ സബ് മേരാ വിഷയ് നഹി ഹേ.”

ഗെറ്റൗട്ടോടുകൂടിയ തെറിക്കൊപ്പം മൊതലാളി കസേരയിൽ നിന്നും ചാടിയെണീറ്റു. ആ ഞെട്ടലിൽ മറ്റുള്ളവരും. അയാളുടെ പേശികൾ വലിഞ്ഞുമുറുകി. ആ കണ്ണുകൾ ചുവന്നുതുടുത്തത് ദേഷ്യം കൊണ്ടാ ണെങ്കിൽ എന്റേത് പേടിയും വിഷമവും കൊണ്ടായിരുന്നു.

ഞാൻ പുറത്തിറങ്ങി, വടക്കോട്ട് വെച്ചുപിടിച്ചു. ഒരാൾ മുഖത്തു നോക്കി ഗെറ്റൗട്ടടിച്ചാൽ മ്മളെന്തൂട്ടാ ചെയ്യാ ന്ന് ഞാനപ്പോളാണ് പ്രാക്ടിക്കലായി മനസ്സിലാക്കുന്നത്. എനിക്കെന്റെ ജോലി നഷ്ടപ്പെട്ടി രിക്കുന്നു. ഭക്ഷണം കഴിക്കാൻ വരുന്നില്ലയെന്ന് പ്രഭ ചെറിയമ്മയെ വിളിച്ചു പറഞ്ഞു. റൂമിലേക്ക് വെച്ചു പിടിച്ചു.

അവിടന്നിറങ്ങിയെങ്കിലും ആദ്യമായി മാർക്കറ്റിംഗ്, സെയിൽസ് എന്നൊക്കെ മനസ്സിൽ കുത്തിവെച്ച മോഹനൻ ചെറിയച്ഛന്റെ ഉപ ദേശങ്ങളും ഗുജറാത്തികളുടെ കച്ചവടചാതുര്യത്തെക്കുറിച്ചുള്ള ചിന്മയ്സേട്ടിന്റെ വാക്കുകളും ഇറങ്ങിപ്പോകാത്തവിധം തലച്ചോറിൽ അക്ഷരമാലകളായി തെളിഞ്ഞുകൊണ്ടിരുന്നു.

■

മാമന്റെ സഹായം

മാസം തികയാനിനി നാല് ദിവസം കൂടിയുണ്ട്. ആ ദിവസങ്ങൾ അപ്പൂപ്പൻതാടി പോലെ വായുവിൽ സ്ലോമോഷനിൽ പതുക്കെയൊഴുകിയൊഴുകി കൊഴിഞ്ഞു പോയി. ഉണ്ണിയും രാജേട്ടനും ജോലിക്കുപോകുമ്പോൾ ഞാൻ കറങ്ങുന്ന ഫാനിതളുകളെ നോക്കി വീട്ടിൽ മലർന്നുകിടക്കും. കുറച്ചു കഴിയുമ്പോൾ ശൃംഗാരപങ്കിലകളായ ശരപഞ്ജരം ടീമുകൾ ആടിയാടിവരും അവരുടെ ചേഷ്ടകൾ എന്റെ മനസ്സിനെ ഉലയ്ക്കുമെന്നുള്ളതുകൊണ്ട് പ്രഭചെറിയമ്മടെ അടുത്തുപോയി ഫുഡടിച്ച് അവർ പോയതിനുശേഷംമാത്രം തിരിച്ചുവരും. ഈയിടെയായി രണ്ടുനേരവും ഭക്ഷണം അവിടന്നാണ്. ടെമ്പററി അനാഥനായ എന്നെ ആൺമക്കളില്ലാത്ത അവർ ദത്തെടുക്കണേ എന്നായിരുന്നു എന്റെ പ്രാർത്ഥന.

വൈകീട്ട് വീണ്ടും മൂന്നുപേരും കൂടി വീട് തേടിയിറങ്ങി. രാജേട്ടൻ, പണ്ട് തിരഞ്ഞു പോയ അതേ ചേരിഭാഗങ്ങളിലേക്ക് സൈഡ് ചെരിഞ്ഞു വീണ്ടും പോയപ്പോൾ ഞാൻ മറ്റേ സൈഡിൽ നിന്നും വലിച്ചു പിടിച്ചതുകൊണ്ട് അവിടന്ന് രക്ഷപ്പെട്ടു. ആരോ പറഞ്ഞതു കേട്ട് പോയി നോക്കിയ "ജ്യോതി ഗ്രോസറീസ്" എന്ന കുഞ്ഞുകടയുടെ പിൻഭാഗം കണ്ടുറപ്പിച്ചു. വലിയകടയുടെ മുൻ ഭാഗത്ത് തിരക്കേറിയ ടാറിട്ട റോഡാണ്. എന്നാൽ പിൻഭാഗത്ത് ശാന്തമായ ചെറിയ ഇടവഴിയാണ്. കടയെ പകുതിയാക്കി ഭാഗിച്ചു വാടകയ്ക്ക് കൊടുക്കുന്നതാണ്. ഇടവഴിയിലെ ഈ റൂമിന്റെ നേരെ മുന്നിലാണ് കടക്കാരന്റെ താമസം.

താണ്ഡവത്തിലും തമിഴ് സിനിമകളിലും വില്ലനായി വരുന്ന പൊന്നമ്പലത്തിന്റെ പോലത്തെ നോട്ടമുള്ള കടക്കാരൻ. ആ മുഖത്ത് നോക്കാനുള്ള ധൈര്യമില്ലാത്ത ഞങ്ങൾ മൂന്നു പേരും അയാൾ പറഞ്ഞ വാടക സമ്മതിച്ചു.

ഇത്തവണ താമസം മാറുമ്പോൾ ചെറിയച്ഛന്റെ വീട്ടിൽ നിന്നും അനിയനെയും കൂടെ കൂട്ടി. അപ്പോളേക്കും അവൻ കമ്പ്യൂട്ടറിൽ

പെയിന്റ് ചെയ്യാനും ഫോണ്ട് ക്യാപിറ്റലും സ്മാളുമാക്കാനുമൊക്കെ പഠിച്ചു കഴിഞ്ഞിരുന്നു.

അനിൽഭായുടെ ട്രാൻസ്പോർട്ട് കമ്പനിയിൽനിന്ന് മാറി അരവിന്ദ്ഭായ് എന്നറിയപ്പെടുന്ന രാജസ്ഥാൻകാരന്റെ 'ബങ്കാർ' സാധനങ്ങൾ മൊത്തത്തിൽ വാങ്ങി കാസ്റ്റിംഗ് കമ്പനികൾക്ക് സപ്ലൈ ചെയ്യുന്ന സ്ഥാപനത്തിലേക്ക് മാറി. സിമ്പിളായി പറഞ്ഞാൽ 'പഴയ അലുമിനിയ പാത്രങ്ങളേ... സ്റ്റീൽ പാത്രങ്ങളേ...' എന്നു വിളിച്ചു നടക്കാതെ വലിയ വണ്ടിയിൽ പോയി കമ്പനികളിൽ വേസ്റ്റ് വരുന്ന മെറ്റൽസ് വാങ്ങുക, മറിച്ചു വിൽക്കുക. അവിടത്തെ കണക്കപിള്ളയാണ് അനിയൻ.

ഒരു മാസത്തെ ശമ്പളം കൈപ്പറ്റി. പക്ഷേ അവിടെയൊരൂക്കൻ പണി ഒളിഞ്ഞിരുപ്പുണ്ടായിരുന്നു. ചിന്മയ് മൊതലാളിയുടെ റെക്കമെന്റേഷനിലാണ് അരവിന്ദ്ഭായിടെ അവിടെ അവനെ അപ്പോയ്ന്റ് ചെയ്തത്. അവർ സുഹൃത്തുക്കളും ചങ്ക്ബ്രോക്കളുമാണ്. കൂട്ടുകാരന്റെ കമ്പനീന്ന് ഞാൻ ഉടക്കിയിറങ്ങിയതറിഞ്ഞിട്ടാണോ അതോ ഓൾഡ് മൊയലാളി വിളിച്ചു പറഞ്ഞിട്ടാണോ എന്നറിയില്ല ആ മാസത്തെ സാലറി കൊടുക്കാതെ പട്ടിയെ പോലെ പണിയിച്ച് 'പരേശാൻ' ചെയ്ത് ഗതികെട്ട് നിവൃത്തിയില്ലാതെ അവനും ജോലി അവസാനിപ്പിക്കേണ്ടി വന്നു.

രണ്ടുപേർക്കും ജോലിയില്ല. പുതിയ വീട്ടിലേക്ക് താമസം മാറിയിരിക്കുന്നു. വളരെ മനോഹരമായ അവസ്ഥയിലൂടെയാണ് ഞങ്ങൾ കടന്നുപോയികൊണ്ടിരിക്കുന്നത്. ശുക്രനും ബുധനും സാറ്റർഡേയുമൊക്കെ പരസ്പരം പകപ്പൊക്കുകയാണെന്ന് കളം വരച്ച് രാശി നോക്കി പറയാൻ തിരുവേഗപ്പുറ അപ്പുക്കുട്ടപണിക്കരാകണമെന്നില്ല.

ഈ ഞാൻ തന്നെ ധാരാളമാ പോതും.

ഒരു നിവൃത്തിയില്ലാതെ കുവൈറ്റിലുള്ള അമ്മാവന് ഇമെയിലിൽ ആദ്യം ഇംഗ്ലീഷിലെഴുതി നോക്കി, ഗ്രാമറിലും വ്യാകരണത്തിലും കർക്കശക്കാരനായതോണ്ട് ഗത്യന്തരമില്ലാതെ അവസാനം മംഗ്ലീഷിൽ മെയിൽ അയച്ചു

"mama oru pathinayiram roopa ayachu tharumo."

അതിന് റിപ്ലൈ ആയി വന്നത് +104 എന്ന് മാത്രമെഴുതിയ നമ്പറിൽ നിന്നുള്ള ഫോൺകാളായിരുന്നു.

"നാട്ടിൽ വിളിച്ചു പറഞ്ഞിട്ടുണ്ട്, അവിടന്ന് കളക്ട് ചെയ്യിച്ചോ."

അപ്പോൾ തന്നെ സോമനെവിട്ടു പൈസവാങ്ങി നാലായിരം അച്ഛന് കൊടുപ്പിച്ചു. ബാങ്ക് അക്കൗണ്ട് ഇല്ലാത്തത് കൊണ്ട് ബാക്കി

പൈസ മുത്തൂറ്റിലൂടെ ട്രാൻസ്ഫർ ചെയ്യിച്ചു. ആ പൈസ കൊണ്ട് വാടക, കറന്റ് ബില്ല്, ഗ്യാസ്കുറ്റി സാമഗ്രികളുടെ രണ്ടു ഷെയർ കൊടുത്തു.

പിന്നെയും കുവൈറ്റിലുള്ള അമ്മാവന് മെയിൽ പൂശി. അതിനും അയ്യായിരം രൂപ റിപ്ലൈ ആയി വന്നു. അന്നുതന്നെയൊരു മൊബൈൽ വാങ്ങി അനിയന് കൊടുത്തു. അതെനിക്ക് സമ്മാനിച്ചിട്ട് എന്റെ പഴേത് അവൻ വാങ്ങി. അവനെന്നും അങ്ങനെയാണ് സ്കൂളിൽ പഠിക്കുമ്പോൾ എന്റെ പഴയ യൂണിഫോം, വലുതായി കഴിഞ്ഞപ്പോൾ എന്റെ ഷർട്ട്, എന്റെ ജീൻസ് തുടങ്ങീ പുതിയതൊന്നും മനസ്സറിഞ്ഞുപയോഗിക്കാൻ അവന് പറ്റിയിട്ടില്ല. പാവം.

ഏതായാലും രാജേട്ടനും ഉണ്ണിക്കും ഷെയർ കൊടുക്കണം. എന്നാൽ പിന്നെ ഫുഡ് ഉണ്ടാക്കാമെന്ന അനിയന്റെ ധൈര്യത്തിനു മുന്നിൽ ഞാനും ഓക്കേ പറഞ്ഞു.

■

സാമ്പാർ, മോരുകറി, രസം, അവിയൽ

മോഹനൻ ചെറിയച്ഛന്റെ മകൾ നിവേദിത നൂറു പേജിന്റെ നോട്ട് ബുക്കിൽ ഓരോന്നിലും ഹെഡിങ് ആയി എഴുതിക്കൊണ്ടിരുന്നു. സാമ്പാറിന്റെ പേജിൽ നമ്പറിട്ട് എഴുതി, വെണ്ടയ്ക്ക, സബോള, കടുക്, ഉരുളക്കിഴങ്ങ് ഈ രീതിയിൽ ഗ്യാസ് കത്തിക്കുന്നത് തുടങ്ങി, ചട്ടി അടുപ്പത്ത് കയറ്റി എണ്ണയൊഴിക്കുന്നത് മുതൽ അടച്ചുവെക്കുന്നതുവരെ എഴുതിത്തന്നു.

ആദ്യ ദിവസം സാമ്പാർ ഉണ്ടാക്കി. പുളിങ്ങ ഇല്ലാത്തതുകൊണ്ട് മുളകൂഷ്യത്തിന്റെ ടേസ്റ്റ് ആയിപോയിരുന്നു. പിറ്റേന്ന് മോര് കറി ഉണ്ടാക്കി. പക്ഷേ അത് കഴിക്കബിൾ ആയിരുന്നു. ചട്ടി ചൂടാക്കി, എണ്ണയൊറ്റിച്ചു, സബോള അരിഞ്ഞിട്ടു മോര് പാക്കറ്റ് പൊട്ടിച്ചൊഴിച്ചു, നമ്മുടെ കുമ്പളങ്ങടെ, വകയിലെ വല്യച്ഛന്റെ മകന്റെ മകനായ 'ദുതി' എന്നറിയപ്പെടുന്ന സാധനം കണ്ടംതുണ്ടം വെട്ടിയിട്ട് അടച്ചു വെച്ചാൽ 'മോരുകറിലൈറ്റ്' റെഡി. അതേ സമയം ഗ്യാസിന്റെ മറ്റേ അടുപ്പിൽ ചോറുമായിക്കൊണ്ടിരുന്നു.

അടുക്കളയുടെ ഉടമസ്ഥത ഓരോരുത്തർക്കും ഓരോ സമയമാണ്, ആദ്യം രാജേട്ടൻ സാമ്പാറും ചോറുമുണ്ടാക്കി, ഗ്യാസ് ഒഴിവായതിനു ശേഷം അതേ പാത്രങ്ങൾ കഴുകിയാണ് ഞങ്ങടെ അഭ്യാസം. ഇനിയിതു കഴിഞ്ഞൊരുത്തൻ വരാനുണ്ട്. അവനീ പറഞ്ഞതൊക്കെ റിപ്പീറ്റ് ചെയ്യും. അപ്പോളേക്കും സമയം പന്ത്രണ്ട് കഴിയും.

ബാത്രൂം പുറത്താണ് എന്നതൊഴിച്ചാൽ ആ ഒറ്റമുറി വീട്ടിൽ കാര്യങ്ങൾ നോർമലായി പോയിക്കൊണ്ടിരുന്നു. "നോൺവെജ് ഉണ്ടാക്കരുത്" എന്ന ഒരേയൊരു കണ്ടീഷൻ മാത്രമാണ് ആകെയുള്ള ഒരു പ്രശ്നം. വൈകിയെത്തുന്ന ഉണ്ണിയെന്നും കോഴിമുട്ട വാങ്ങി അതിലെ ഉണ്ണി പൊരിച്ചു തിന്നും. അർദ്ധമയക്കത്തിൽ

ഞാനാ മണം പിടിച്ചു തിരിഞ്ഞും മറിഞ്ഞും കിടന്ന് ആശ തീർക്കും. ഇനിയൊരു വീട് മാറലെന്നത് എളുപ്പമല്ലാത്തത് കൊണ്ട് രാജേട്ടൻ അവനെ താക്കീത് ചെയ്തുകഴിഞ്ഞിരുന്നു. കൂടെ മൂന്നാലഞ്ച് ഫാദർ മദർ റിലേറ്റീവ് തെറികളും. അവനതൊക്കെയൊരൂർജ്ജമാണ്. വീണ്ടും വീണ്ടുമവൻ ഓംലറ്റ് ഉണ്ടാക്കിക്കൊണ്ടിരുന്നു. ചിലപ്പോൾ തക്കാളിയിട്ട കൊത്തിപ്പൊരിയും മറ്റു ചിലപ്പോൾ കുരുമുളകിട്ട ബുൾ സൈയും ഉണ്ടാക്കി ആറാടിക്കൊണ്ടിരുന്നു. അർദ്ധരാത്രിയിലാണ് അവന്റെ ഈ മഹാപാതകം എന്നതോണ്ട് ആരുമിതൊന്നും അറിഞ്ഞിരുന്നില്ല.

തുണി കഴുകൽ വലിയൊരു പ്രശ്നമായി അവശേഷിച്ചതുകൊണ്ട് പ്രഭ ചെറിയമ്മ 'നൈനാബെൻ' എന്ന് വിളിക്കുന്ന സ്ത്രീയെ നിശ്ചിത പൈസ കൊടുത്ത് ചട്ടം കെട്ടിയിരുന്നു. 'ബെൻ' എന്നത് 'ബെഹൻ' എന്നതിനെ വെട്ടി സ്മാൾ ആക്കിയതാണ്. ആണുങ്ങളെ ഭായ് എന്നും സ്ത്രീകളെ ബെഹൻ എന്നും ചേർത്ത് വിളിച്ചില്ലെങ്കിൽ ഇവിടെയത് വലിയ മര്യാദകേടാണ്.

അനിൽഭായിയോട് രാജൻചെറിയച്ഛൻ സംസാരിച്ചതിന്റെ ഫലമായി അനിയനെ വീണ്ടും പഴയ സാലറിയിൽ ജോലിക്ക് വെച്ചു. അതേ ദിവസം എന്റെ മൊബൈലിൽ പണ്ട് എക്സൽ ഫയൽ ഡിലീറ്റ് ആയ മേത്തഭായിടെ ഫോൺ വരുന്നു.

"മേരേ വചഹ് സെ തുമ്ഹാര നൗകരി ഗയ."

ചെറിയ ഒരു പശ്ചാത്താപം പ്രകടമായിരുന്നു അയാളുടെ സംസാരത്തിൽ.

"ഞാൻ ചിന്മയ് ഭായിടെ അവിടന്ന് ജോലിവിട്ടു ഒരാഴ്ചയായി, വേറെ സ്ഥലത്ത് ജോയിൻ ചെയ്തു സ്റ്റോർ മാനേജരായിട്ട്. നിന്നെ അവിടേക്ക് ക്ഷണിക്കുന്നു പഴയതിനേക്കാൾ ആയിരത്തി അഞ്ഞൂറ് രൂപ കൂടുതൽ."

നേരത്തെ പകപോക്കി ഉടക്കി നിന്നിരുന്ന ബുധശുക്രാദികൾ തമ്മിൽ ഒത്തുതീർപ്പായിരിക്കുന്നു. ഇനി സാറ്റർഡേയും സൺഡേയും കൂടി ശരിയാവണം.

നാളെ മുതൽ ഞാനും അനിയനും പുതിയ ജോലികളിൽ ജോയിൻ ചെയ്യാൻ പോകുന്നു.

■

മേത്തയെന്ന ചീങ്കണ്ണി

മേത്താഭായ് എന്നു പറഞ്ഞ നാവുകൊണ്ട് അയാളെന്നെ മേത്താ സാഹിബ് എന്ന് വിളിപ്പിച്ചു.

ആളൊരു ചീങ്കണ്ണി തന്നെയാണ്.

പഴയ കമ്പനിയുമായി കമ്പയർ ചെയ്യുമ്പോൾ ഇതൊരുപാട് വലിയ സെറ്റപ്പാണ്. വ്യവസ്ഥയില്ലാതെ കിടന്ന പർച്ചേസും സ്റ്റോറു മൊക്കെ മേത്ത സാഹിബിന്റെ വരവോട് കൂടി മെച്ചപ്പെട്ടു. ആ സന്തോഷത്തിന് അവിടത്തെ മുതലാളി പറഞ്ഞതാണ് "വേണെങ്കിൽ നീയൊരു അസിസ്റ്റന്റിനെ നിയമിച്ചോന്ന്."

നൂറോളം പേരാണ് രണ്ടു ഷിഫ്റ്റുകളിലായി മെഷീൻ ഓപ്പറേറ്റ് ചെയ്തു കൊണ്ടിരുന്നത്. കുറച്ചേറെ മാസങ്ങൾക്ക് ശേഷമാണ് എനിക്ക് സൺഡേ ലീവ് അനുവദിച്ചുകിട്ടുന്നത്. 'ചില്ലറ മാറ്റാൻ വാങ്ങിയ ലോട്ടറിയിൽ നൂറു രൂപ അടിച്ച പോലുള്ള ഹാപ്പിനെസ്സ്.' പക്ഷേ മാനേജരുടെ കസേരയിൽ ഗമയിലിരിക്കുന്ന മേത്തയുടെ ടേബിളിനുമുന്നിലെ വിസിറ്ററുടെ കസേരയാണ് എന്റെ സീറ്റ്. ടേബിളിലെ കമ്പ്യൂട്ടറിൽ ആള് പറയും ഞാൻ ടൈപ്പ് ചെയ്യും, മെയിൽ അയയ്ക്കും. പക്ഷേ എനിക്കിരിക്കാൻ സെപ്പറേറ്റ് സീറ്റ് ഉണ്ടായിരുന്നില്ല. സപ്ലയേർസ് ഡിസ്ക്ക്ഷന് വന്നാൽ സീറ്റ് ഒഴിഞ്ഞു കൊടുത്ത് എണീറ്റ് നിൽക്കേണ്ട അവസ്ഥയാണ്. അതിഥികളുടെ സീറ്റിലിരുന്നു ജോലി ചെയ്യുമ്പോളുണ്ടാവുന്ന അരക്ഷിതാവസ്ഥ എന്നിൽ അപകർഷത ബോധം തളിരിടാനും പതുക്കെ പൂക്കാനും കായ്ക്കാനും തുടങ്ങി. ചിലരത് കുലുക്കി വീഴ്ത്താനും തുടങ്ങി.

പുതിയ ഓഫീസ് വരുമ്പോൾ സെപ്പറേറ്റ് ടേബിളും സെറ്റപ്പുമുണ്ടാവുമെന്ന് മേത്ത സാഹിബ് ഇടയ്ക്കിടയ്ക്ക് പലപ്പോളായി പറഞ്ഞെന്നെ സന്തോഷിപ്പിച്ചുകൊണ്ടിരുന്നു. ആ കമ്പനിയിലെ ആകെക്കൂടിയുള്ള പ്രത്യേകത, അവിടെയാർക്കും ഇംഗ്ലീഷ് സംസാരിക്കാനോ സ്വന്തമായി ലെറ്റർ എഴുതാനോ കഴിയില്ല എന്നതാണ്.

ഞാനാ പോയിന്റിൽ ഏണിയിട്ട് കാലുവെച്ച് കയറി. എനിക്ക് സ്വന്ത മായി ഇംഗ്ലീഷ് ലെറ്റർ ഉണ്ടാക്കാം, പ്രാഞ്ചിയേട്ടനിലെ അവണ ക്കെണ്ണ സ്റ്റൈലിൽ നല്ല ഒഴുക്കോടെ നോക്കി വായിക്കാം, തപ്പി തരടിയാണെങ്കിലും ചോദ്യങ്ങൾക്ക് മറുപടി പറയാം 'ഷുഡ്സ്', 'വുഡ്സ്' ഹാസ്ബീൻ, ഹാവ്ബീൻ വരുന്ന സെന്റൻസിൽ സംസാരമെത്തി യാൽ ഹെൽമെറ്റ് വെക്കാതെ പോലീസ് ജീപ്പിന്റെ മുന്നിൽ പെട്ട അവസ്ഥയാവുമെന്നു മാത്രം.

രാത്രിയിൽ ഉണ്ണീടെ കോഴിമുട്ട പൊരിക്കൽ ആരുമറിയുന്നില്ല, അതൊരു പ്രശ്നമല്ല എന്ന ധാരണയിൽ ഒരു ദിവസം രാജേട്ടൻ സിംഗിൾ അടിച്ചു നോക്കി, പിറ്റേന്ന് ഡബിൾ അടിച്ചു അതും കുഴപ്പ മില്ല. പിന്നീട് ബുൾസാമ്പാറുണ്ടാക്കി നോക്കി. അതും നോ പ്രോബ്ലം. അന്ന് തന്നെ ഞങ്ങളും ഓംലെറ്റ് ഉണ്ടാക്കി ഉദ്ഘാടനം നടത്തി. പിറ്റേന്ന് ജോലികഴിഞ്ഞു വരുമ്പോൾ എല്ലാരുടെയും ബാഗ് എടുത്തു പുറത്ത് വെച്ചിരിക്കുന്നു. കറുത്ത പ്ലാസ്റ്റിക് കവറിൽ നിറച്ചു വെച്ച മൂന്നു ദിവസം പഴക്കമുള്ള മുട്ടയുടെ തൊണ്ട് മാറ്റിവെച്ചിരി ക്കുന്നു. അവരുടെ കടയിലെ പണിക്കാരൻ വിക്രം മാർവാഡി തൊട്ട ടുത്ത് നിൽപ്പുണ്ട്. നോൺവെജ് വീട്ടിൽ കയറ്ററുത് എന്ന നിയമം തെറ്റിച്ചതിനാൽ വീടൊഴിയണമെന്നു ഉടമസ്ഥൻ പറയാൻ പറഞ്ഞു എന്ന് പറഞ്ഞിട്ടയാൾ ഊരിപ്പോകുന്ന മൊതലാളീടെ പഴയ പാന്റ് വലിച്ചു കയറ്റി നടന്നുപോയി.

രാജേട്ടൻ ഹൗസ് ഓണർടെ അടുത്തുപോയി എല്ലാ കുറ്റങ്ങളും ജോലി കഴിഞ്ഞു വരാൻ ബാക്കിയുള്ള ഉണ്ണിയുടെ തലയിട്ട് ഒര വധികൂടി ചോദിച്ചുവാങ്ങി. വീണ്ടും സാധങ്ങളുമായി അകത്തേക്ക് കടന്നു.

"ഇനിയീ വീട്ടിൽ കോഴിമുട്ട എന്ന വാക്ക് ആരെങ്കിലും ഉച്ചരി ച്ചാൽ ചവിട്ടി പൊട്ടിക്കും ഞാൻ ചട്ടീം കലവും."

രാജേട്ടൻ പ്രഖ്യാപിച്ചു. പോഷകാഹാരമില്ലാതെ വീണ്ടും വെണ്ട യ്ക്കയും തക്കാളിയുമൊക്കെയായി സൈലന്റായി ജീവിച്ചുപോന്നു.

"മോദിസാഹിബ് ബുലാ രഹേ ഹെ."

സ്റ്റോർ റൂമിലെ നട്ട് ബോൾട്ടുകൾ ഇരിക്കുന്ന ഭാഗത്ത് വായ പൊളിച്ചു നിൽക്കുന്ന എന്നോടിതു പറയുമ്പോൾ മേത്താ സാഹി ബിന്റെ മുഖത്ത് ഒരു തെളിച്ചവുമില്ലായിരുന്നു.

പക്ഷേ ഞാനൊന്ന് ഞെട്ടി 'മോദി സാഹിബ്' എന്ന വാക്ക് അവിടത്തെ അന്നത്തെ മുഖ്യമന്ത്രിയായ നരേന്ദ്രമോദിയെ ഓർമ്മി പ്പിച്ചു. മുതലാളി വസന്ത് മോദിയുടെ ഫോണായിരുന്നു അത്. എന്റെ കീഴിലുള്ള അടിയാളനെ മുതലാളി എന്തിനു വിളിക്കണമെന്നാണ്

അയാളപ്പോൾ ചിന്തിച്ചത്. മോദിമുതലാളീടെ ക്യാബിനിലും കംപ്യൂട്ടറുണ്ട്. ബ്രിട്ടനിലെ ചില കമ്പനികളെക്കുറിച്ച് ഗൂഗിളിൽ തിരയാനും അവരുടെ അഡ്രസ് കോപ്പി ചെയ്യാനുമൊക്കെ പറഞ്ഞതിനേക്കാൾ കൂടുതൽ സ്പീഡിൽ ചെയ്തപ്പോൾ ആള് ഹാപ്പിയായി.

പക്ഷേ മേത്തസാഹിബ് അത്രയ്ക്ക് ഹാപ്പി അല്ലായിരുന്നു. കടന്നൽ ആക്രമണത്താൽ പരിക്കേറ്റ് ആസ്പത്രീല് കിടന്നിരുന്ന ദാമോദരേട്ടന്റെ മുഖം പോലെ വീർത്തിരുന്നു.

പിന്നീടു മോദി സാഹിബ് എന്റെ മൊബൈലിലേക്ക് നേരിട്ട് വിളിതുടങ്ങി, ആൾക്ക് ബ്രിട്ടനിൽ പോകണം വിസയുടെ കാര്യങ്ങൾക്കായി എന്നെ ചുമതലപ്പെടുത്തി. ഡോക്യുമെന്റ്സ് തയ്യാറാക്കുക, ട്രാവെൽസുകാരുമായി സംസാരിക്കുക , സിറ്റിയില്ലുള്ള ട്രാവൽ ഏജൻസി ഓഫീസിൽ ഇടയ്ക്കിടയ്ക്ക് വിസിറ്റ് ചെയ്യുക, ആ ഓഫീസിലെ എയർഹോസ്റ്റസുമാരെപ്പോലെ തോന്നിപ്പിക്കുന്ന ഗുജറാത്തി പെൺകുട്ടികളോട് സംസാരിക്കുക തുടങ്ങിയ കോരിത്തരിപ്പിക്കുന്ന വർക്കുകൾ എനിക്ക് ചാർത്തിക്കിട്ടി.

■

സ്വപ്നത്തിലെ പഴംപൊരി

സുഗമമായ ബ്രിട്ടൻയാത്ര കഴിഞ്ഞു മൊതലാളി തിരിച്ചെത്തിയ ദിവസം ക്യാബിനിലേക്ക് വിളിപ്പിച്ചു. സ്വർണ്ണനിറത്തിലുള്ള ഒരു പേന എനിക്ക് സമ്മാനിച്ചു. വലിയ സന്തോഷത്തോടെ മേത്താ സാഹിബിനു കാണിച്ചു. പക്ഷേ ആ മുഖത്ത് വല്ല്യ തെളിച്ചമൊന്നും കണ്ടില്ലെന്ന് മാത്രമല്ല വിരൽകൊണ്ടൊന്നു തൊട്ടാൽ പെയ്യാൻ റെഡിയായി നിൽക്കുന്ന മഴക്കാറുപോലെ ഇരുണ്ടുകൂടിയിരുന്നു.

അന്നുതന്നെ വീണ്ടും മോദിസാഹിബ് വിളിപ്പിച്ചു, "ഡിസ്പാച്ച് സെക്ഷൻ ആപ് ലേ സക്തേ ഹോ". ചായ കുടിക്കാൻ ആകെയുള്ള പത്തു രൂപയുമായി ഹോട്ടലിൽ കയറിയപ്പോ ഫ്രീയായി ഉണ്ട ബോരീം അളിയൻ ബോണ്ടയും കിട്ടിയ സന്തോഷത്തോടെ ഓടി ച്ചെന്ന് മേത്താസാഹിബിന്റെ അടുത്തെത്തി.

"സേട്ട് ഡിസ്പ്പാച്ച് ഏറ്റെടുക്കാൻ നിർബന്ധിച്ചു."

നേരത്തെ ഉരുണ്ടുകൂടിയ "മേത്താമേഘങ്ങൾ" എനിക്ക് മേൽ പെയ്തിറങ്ങി.

"നീ എന്തു പറഞ്ഞു മുതലാളിയോട്."

"ഞാനേറ്റെടുത്തു."

അസിസ്റ്റന്റ് ആയി നിയമിച്ചത് ഇയാളാണെങ്കിലും സാലറി തരുന്ന ആള് പറഞ്ഞത് കേട്ടില്ലെങ്കിൽ പണി എപ്പോ തെറിച്ചെന്ന് ചോദിച്ചാൽ മതി എന്ന് മനസ്സിൽ എനിക്കുപോലും കേൾക്കാതെ മന്ത്രിച്ചിട്ട്, ഉള്ളിൽ സന്തോഷം നിറച്ച്, എന്തോ വലിയ ഇഷ്ടമി ല്ലാത്ത കാര്യം ചെയ്യാൻ പോകുന്ന ഭാവം മുഖത്തിനു കൊടുത്ത് അയാളുടെ മുന്നിൽ നിന്നു.

"നീ ഏറ്റെടുത്തു കാണും, പക്ഷേ ഞാൻ ഏറ്റെടുത്തില്ല."

മറുപടിയും അല്പം ഇരുണ്ടതായിരുന്നു.

ആ പറഞ്ഞതിന്റെ അർത്ഥം മനസ്സിലാക്കാനാവാതെ പല പ്രാവശ്യം മനസ്സിൽ പറഞ്ഞു നോക്കി "നീ ഏറ്റെടുത്തിട്ട് കാര്യമില്ല,

ഞാനാണ് ആ അധികാരമുള്ളയാൾ. എനിക്ക് കീഴെ ഞാൻ പറഞ്ഞതുപോലെ നീ ചെയ്യുമെന്ന്" ആള് പറയാതെ പറഞ്ഞു.

ആ രാത്രിയാണ് ഞാനാദ്യമായി 'പഴംപൊരി' സ്വപ്നം കണ്ടത്. ഏതാണ്ട് എട്ടോളം തവണ ഞെട്ടിയുണർന്നു. ഉറക്കത്തിൽ നങ്കൂരമിടാൻ സാധിക്കുന്നില്ല. ഞാനതുവരെ ആലോചിക്കാത്ത പലതിനെക്കുറിച്ചും എനിക്ക് സംശയങ്ങൾ രൂപപ്പെട്ടത് ആ ചീവീടുകൾ ഒച്ചവെക്കാത്ത രാത്രിയിലായിരുന്നു. പഴംപൊരിയുണ്ടാക്കുന്നത് മൈദയിലാണോ, കടലമാവിലാണോ വെളിച്ചെണ്ണയിലാണോ ഓയിലിലാണോ, കായ നല്ല പഴുത്തത് വേണോ അതോ നല്ല മൂത്തതാണോ ഇമ്മാതിരി ഒരാവശ്യവുമില്ലാത്ത ചോദ്യങ്ങൾ എന്റെ ഉറക്കം കെടുത്തി.

തൊട്ടടുത്ത രാത്രിയും ഇതുതന്നെ തുടർന്നു. സമയമേതാണ്ട് രണ്ടുമണിയായി കഴിഞ്ഞിരിക്കുന്നു. എണീറ്റിരുന്നു വെള്ളംകുടിച്ചു കിടന്നു, തിരിഞ്ഞും മറിഞ്ഞും കിടന്നുനോക്കി. മൂന്നുമണിയായിരിക്കുന്നു. രാജേട്ടനെ തോണ്ടി വിളിച്ചുണർത്തി. ഫസ്റ്റ് ഗിയറിൽ ഇരുനിലംകോട് കയറ്റം പോലൊന്ന് മൂക്കുകൊണ്ടും തുറന്നുപിടിച്ച വായകൊണ്ടും ഓടിച്ചോണ്ടിരുന്ന ആള് പെട്ടെന്ന് സ്റ്റോപ്പ് ആക്കി എണീറ്റിരുന്നു.

"എന്താണ്ടാ രാത്രി മൂന്ന് മണിക്ക് അനക്ക് വേണ്ടത്?"

ശബ്ദം കേട്ട് മറ്റു രണ്ടു പേരും എണീറ്റിരുന്നു

"രാജേട്ടാ പഴംപൊരി എവടെയാ കിട്ടാ ഇവിടെ അഹ്മ്മദാബാദിൽ."

ഞാൻ കയ്യകലത്ത് നിന്ന് മാറി നിന്നു.

ഉറക്കം നഷ്ടപ്പെട്ട രാജേട്ടനും ഉണ്ണിയും പ്രിയപ്പെട്ട അനിയനും ഉടുമുണ്ട് കയറ്റിയുടുത്തുകൊണ്ട് എനിക്കുനേരെയടുത്തു.

"കാണണോ ഈ രാത്രി നിനക്ക് പഴംപൊരി?"

അന്ന് വരെ എന്നെ ഏട്ടാ ന്ന് മാത്രം വിളിച്ച അനിയൻ എന്നെ പച്ചയ്ക്ക് തെറി വിളിച്ചു. ഉണ്ണി 'താ'യിൽ തുടങ്ങുന്ന വിഖ്യാതമായ കൊല്ലം തെറിയും രാജേട്ടൻ എന്റെ അച്ഛനെയും വിളിച്ചു.

ഇനിയൊരിക്കലും പഴംപൊരി സ്വപ്നം കാണരുതേയെന്ന് ആഞ്ജനേയനോട് പ്രാർത്ഥിച്ചുകൊണ്ട് ഞാൻ കിടന്നുറങ്ങാൻ ശ്രമിച്ചു. പക്ഷേ ചാത്തൻമാർ അതിനു സമ്മതിച്ചില്ല എന്നു വേണം പറയാൻ.

അഹ്മ്മദാബാദിൽ മൂന്നാലു മലയാളി ഹോട്ടലുകളുണ്ട്. പക്ഷേ നോൺവെജ് കഴിക്കാൻ മുട്ടി നിൽക്കുന്ന മല്ലൂസിന് ആശ്രയകേന്ദ്രം എന്നതിനപ്പുറം മലയാളിത്തനിമയോടെ 'ഉക്കളാസ്ഡിച്ച്' കഴിക്കാൻ പറ്റുന്ന ഹോട്ടലുകൾ ഇല്ല എന്നുതന്നെ പറയാം. ഒരു പരിപ്പുവട

തിന്ന കാലം മറന്നു. പക്ഷേ പഴംപൊരിയെന്നെ മത്തു പിടിക്കുന്നു മുണ്ട്. എവിടുന്നേലും പഴംപൊരി കഴിച്ചില്ലെങ്കിൽ കൊലപാതകം ചെയ്യാൻവരെ ചാൻസുണ്ട് ന്ന് പറഞ്ഞാൽ ആലങ്കാരികമാകും. അത്ര യില്ല പക്ഷേ എനിക്ക് സഹിക്കാൻ പറ്റാത്തത്ര പഴംപൊരി പ്രാന്തുണ്ട്. പതുക്കെ പതുക്കെ സ്വപ്നങ്ങളിൽ മുമ്പുണ്ടായിരുന്ന പലതിനെയും പടിയടച്ച് പിണ്ഡം വെച്ച് പഴംപൊരി അവകാശം സ്ഥാപിച്ചു കഴിഞ്ഞിരിക്കുന്നു.

എനിക്കെന്തൊക്കെയോ കണക്കുക്കൂട്ടലുകളുണ്ടെന്ന് മറ്റുള്ള വർക്ക് മനസ്സിലായതുകൊണ്ട് അവരെന്നോട് സംസാരിക്കാനേ വന്നില്ല. അങ്ങനെ തൊട്ടടുത്ത സൺഡേതന്നെ ഞാനാ കർമ്മ ത്തിന് തിരഞ്ഞെടുത്തു.

അന്ന് രാത്രിയെനിക്ക് ഉറങ്ങാൻ കഴിഞ്ഞില്ല. നാളെയാണ് സൺഡേ. ആദ്യരാത്രിക്ക് മുൻപുള്ള രാത്രിയിൽ, വരാൻ പോകുന്ന നിമിഷങ്ങളെ ഓർത്തെടുക്കും പോലെ ഞാൻ എരിപൊരിസഞ്ചാരത്തിലായി.

അതിരാവിലെ കുളിച്ച്, ഫ്രഷായി...ആയില്ലാന്ന് വരുത്തി ഷട്ടിൽ ഓട്ടോറിക്ഷകൾ മാറി കയറി ലക്ഷ്യസ്ഥാനത്തെത്തി. പ്ലാറ്റ്ഫോം ടിക്കറ്റെടുത്ത് കേരളത്തിൽ നിന്ന് അതിരാവിലെ എത്തുന്ന നമ്മുടെ സ്വന്തം ഓഖ എക്സ്പ്രസ്സ് ലാൻഡ് ചെയ്യുന്ന ഏഴാം നമ്പറിൽ കാത്തുനിന്നു. നിമിഷങ്ങൾക്കകം കുണുങ്ങിക്കുണുങ്ങി മൊതല് വന്നു ഞാൻ പാൻട്രി സെക്ഷനിലേക്ക് ഓടികയറി

"ചേട്ടാ പഴം പൊരിയുണ്ടോ?"

"ഉണ്ടനിയാ തലേന്നത്തെയാണ്."

മറുപടി പറഞ്ഞത് മുള്ളൂർക്കരക്കാരൻ സേതുവേട്ടനായിരുന്നു. ഈശ്വരാ, ഈ ഭൂമി ഇത്ര സ്മാളാണോ ഒരു പൈന്റിന്റെ അത്രേം വലുപ്പമുണ്ടെന്ന് ധരിച്ച ഞാൻ നാട്ടുവിശേഷങ്ങൾ കേട്ടിരുന്ന് സമയം പോയതറിഞ്ഞില്ല. ട്രെയിൻ അനങ്ങി തുടങ്ങി എട്ടു പത്തു പഴം പൊരിയും അഞ്ചാറുവടയും കവറിലാക്കി കയ്യിൽ തന്നു പതുക്കെ കൈപിടിച്ചിറക്കി വിട്ടു.

അന്നാദ്യമായി അഹ്മ്മദാബാദിലേക്ക് വരുന്ന ദിവസം കുട്ടി കൾ വാശിയോടെ പഴംപൊരി കഴിക്കുന്നത് നോക്കി കളിയാക്കി ച്ചിരിച്ച ആ ഞാനാണ് പഴംപൊരി തിന്നാൻ ജിഃ ഉച്ചകോടിയിൽ വരെ പ്രശ്നമുണ്ടാക്കാൻ തയ്യാറായത്.

ലേശം പഴക്കവും പഴംപൊരി പിഴിഞ്ഞുകിട്ടുന്ന എണ്ണയിൽ പപ്പടം കാച്ചാമെന്നാണെങ്കിലും അന്നേ ദിവസം ഞങ്ങടെ വീട്ടിൽ ഉച്ചക്ക് പഴംപൊരി കൊണ്ടുള്ള 'ളാന്തലായിരുന്നു'.

■

കുളദേവൻ

നാളെ മുതലാണ് ഡിസ്പാച്ച് സെക്ഷൻ ഏറ്റെടുക്കേണ്ടതെന്ന് മോദി സാഹിബ് വിളിച്ചുപറഞ്ഞു. നാളെ മുതൽ നീയിവിടെ ഒരു പുല്ലും ചെയ്യില്ലെന്ന് മേത്തയും എന്നെ ഓർമ്മിപ്പിച്ചു. സാലറി തരുന്ന മുതലാളി പറഞ്ഞത് കേൾക്കണോ ജോലിക്ക് വെച്ച ഇയാൾ പറഞ്ഞത് കേൾക്കണോയെന്നറിയാതെ ഞാൻ "ധർമ്മ"ന്റെ സങ്കടത്തിലായി. വേറെ നിവൃത്തിയില്ലാതെ അർജെന്റായി നാട്ടിൽ പോകണം എന്നെഴുതിക്കൊടുത്ത് പിറ്റേന്ന് മുതൽ ലീവെടുക്കുകയല്ലാതെ വേറെ നിർവ്വാഹമില്ലാരുന്നു.

ഏതായാലും ലീവ് സാങ്ങ്ഷനായതല്ലേ ന്നാ പിന്നൊരു കാര്യം ചെയ്യാം ചെറുങ്ങനെയൊന്നു നാട്ടിൽ പോയേച്ചും വരാമെന്ന ഇമ്മീഡിയറ്റ് ഡിസിഷനിൽ നാട്ടിലേക്കുള്ള ട്രെയിനിൽ കുത്തിയിരുപ്പായി. കാസർഗോഡ് എത്തണവരെ മതിയാവോളം പഴംപൊരി കഴിക്കണം. അവിടെയിറങ്ങി ഇലയടയും തിന്നണം.

പതിവില്ലാത്ത ആ വരവ് വീട്ടുകാർക്കും കൂട്ടുകാർക്കുമൊക്കെ വലിയ സന്തോഷമായി. അത്യാവശ്യം ഡ്രസ്സും മധുര പലഹാരങ്ങളുമൊക്കെയായി ചെന്നു കയറുന്ന യുവാവിന് കിട്ടേണ്ട സകലവിധ സ്നേഹവാത്സല്യങ്ങളുമെനിക്ക് കിട്ടിക്കൊണ്ടിരുന്നു.

പതിവ് സഞ്ചാരങ്ങൾക്കിടയിൽ പഠിച്ചപണി മറക്കരുതല്ലോന്ന് കരുതി കാവിമുണ്ടും പാരഗൺ ചെരുപ്പുമിട്ട് തെണ്ടിത്തിരിയാനിറങ്ങിയ ഞാൻ ചെന്ന് പെട്ടത് ആ പഴയ സിംഹത്തിന്റെ മുന്നിലായിരുന്നു.

ഒറ്റയ്ക്ക് നിന്നഞ്ചെട്ടാളെ തല്ലും സുധി, ഭൂമി കീഴ്മേൽ മറിക്കും സുധി,

സുധി സുധീ, സുധി സുധീ......

അന്യനിലെ പാട്ടിന്റെ ട്യൂണില് വരികളിൽ മനപ്പൂർവ്വം കേറി വന്ന സ്വന്തം പേര് ചേർത്ത് വിഡി രാജപ്പനേക്കാൾ എന്ന് പറഞ്ഞാൽ

അതിശയോക്തിയാവും. നാലും അത്യാവശ്യം തരക്കേടില്ലാത്ത താളത്തിൽ പാടി വടക്കേക്കരേല് ജമാലിന്റെ പീടിക മുതൽ താഴെ പാലംകെട്ടുവരെ ഇറക്കത്തിൽ വെറുതെ പെഡലിൽ കാലുംവെച്ച് ന്യൂട്രലിൽ പോകുകയെന്നത് അവന്റെ പ്രധാന വിനോദങ്ങളിലൊന്നായിരുന്നു.

ചുള്ളന്റെ ദൃഷ്ടികോണിൽ പതിഞ്ഞത് എന്ത് ഒബ്ജെക്ടായാലും എയറിലിട്ട് രണ്ടുകൊണ്ടോ മൂന്നു കൊണ്ടോ ഹരിക്കുമെന്നത് അവന്റെ മറ്റൊരു വിനോദമാണെങ്കിലും പ്രകൃതിയിലെ മറ്റുപല ജൈവസസ്യജാലങ്ങൾക്കും അവൻ ബാഹുബലിയിലെ പൽവാർ ദേവനാണ്.

അങ്ങകലെ കന്യാകുമാരിയിൽ അറബിക്കടലിലാണെങ്കിൽ, ഞങ്ങടെ കാഞ്ഞിരശ്ശേരിയിൽ പടിഞ്ഞാറുഭാഗത്ത് വാടാച്ചികുളത്തിലേക്ക് സൂര്യൻ ഊർന്നിറങ്ങികൊണ്ടിരുന്നു. ഈ പ്രതിഭാസം സ്ഥിരമായി സംഭവിക്കുന്നുണ്ടെങ്കിലും അതിന്റെ ഊർജ്ജപരിണാമപ്രക്രിയയെക്കുറിച്ച് കുഞ്ഞൻ പരൽമീനുകൾ നാളേക്കുള്ള പരീക്ഷയ്ക്ക് എഴുതാനാണെന്ന് തോന്നിപ്പിക്കുമാറ് പരസ്പരം ഡിസ്കഷൻ നടത്തിക്കൊണ്ടിരുന്നു. തിയറി പാസ്സായി പ്രാക്ടിക്കലിന് പ്രായമാവുമ്പോളേക്കും പൽവാർദേവൻ ഒന്നര സെന്റിലെ കുളത്തിനെ രണ്ടുകൊണ്ട് ഹരിക്കും. പിന്നെ നല്ല നീളമുള്ള ചൂണ്ടയിട്ട് പിടിച്ച് കൊണ്ടുപോയി ടോട്ടൽ മീനുകളെ എഗൈൻ രണ്ടുകൊണ്ട് ഹരിച്ച് പകുതി മീൻ കൂട്ടാനായും ബാക്കി വറുത്തിട്ടും ആഘോഷമാക്കിയിരുന്നു. വറുക്കുമ്പോൾ നല്ല നീളമുള്ള രണ്ടു പച്ചമുളക് വെറുതെ ഒരു രസത്തിന് കീറി ചട്ടിയിലിടാനും മറക്കാറില്ല. അവൻ വാടാച്ചി കുളത്തിന്റെ പരിസരംവഴി വെറുതെയൊന്നു നടന്നു പോയാൽ മതി, പേടിച്ച് വിറച്ച മീനുകളെല്ലാം ജസ്റ്റ് ഓപ്പോസിറ്റ് സൈഡിൽ ഏതെങ്കിലും കല്ലിനടിയിലോ പൊത്തിലോ ഒളിച്ചിരിക്കും. ചിലർ മുങ്ങാംകുഴിയിട്ട് അടിത്തട്ടിൽ പോയി മണ്ണിൽ പൂഴ്ന്നു കിടക്കും. അങ്ങനെ അവറ്റകളുടെ പ്രാക്ക് സാമാന്യം നല്ല രീതിയിൽ എറ്റുവാങ്ങിക്കൊണ്ട് 'ദുഃഖലോലുപനായ്' ജീവിച്ചു പോരുകയായിരുന്ന അയാൾ മിക്കവാറും കുളത്തിന്റെ പരിസരത്തായതിനാൽ 'കുളദേവൻ' എന്ന അപരനാമത്തിലും അറിയപ്പെട്ടിരുന്നു

അതേ സമയം മറ്റൊരിടത്ത് പൊരിഞ്ഞ ചീട്ടുകളിയാണ്. കയ്യിലെ കാശ് കഴിയുന്നതുവരെ. അല്ലെങ്കിൽ ഒമ്പതുമണിവരെ നീണ്ടിരുന്ന റമ്മികളിയിൽ നാളിതുവരെ വാടാച്ചിക്കുളത്തിലെ വില്ലൻ സുധി കളിച്ചിരുന്നില്ല എന്നു മാത്രമല്ല, കളി നടക്കുന്ന രണ്ടാം വാർഡിൽ തിരിഞ്ഞുപോലും നോക്കിയിരുന്നില്ല എന്നതാണ് നീലപരമാർത്ഥം. അവന്റെ വലതുകാൽവെപ്പോടുകൂടി ഞാൻ എൺപതു പോയിന്റിൽ

കുടുങ്ങിയിരിക്കുന്നു. അരുതാത്തതെന്തോ നടക്കാൻ പോകുന്നു വെന്ന തോന്നലുകൾ എന്റെ 'ഹൃദയഭാഗത്തുനിന്ന് തലച്ചോറി ലേക്ക്' ഇടയ്ക്കിടക്ക് മെസ്സേജ് പാസ്സ് ചെയ്തോണ്ടിരുന്നു. പക്ഷേ അതൊക്കെ ഡിപ്പാർട്ട്മെന്റ് തമ്മിലുള്ള കമ്മ്യൂണിക്കേഷനാണ്. അതിൽ ഞാനെന്തിന് ഇടപെടണം. കിഴക്കേലെ രാജേട്ടൻ ഡൽറ്റ് അടിക്കുന്നു ഞാൻ പുറത്താകുന്നു. മൂന്നാലു മണിക്കൂർ കളിച്ച് കിട്ടിയ പൈസ പോയിക്കിട്ടിയത് സുധിയുടെ വരവ് കൊണ്ടാണ് എന്ന സത്യത്തോട് മാനസികമായി ഞാൻ അപ്പോളേക്കും പൊരുത്തപ്പെട്ടു കഴിഞ്ഞിരുന്നു.

അവസാന പതിനഞ്ച് പോയിന്റിൽ കളി തീരാൻ പോകുന്നു. ഇഞ്ചോടിഞ്ച് പോരാട്ടമാണ് ഇപ്പോൾ നടക്കുന്നത് എന്തും സംഭ വിക്കാം, "എള്ള് ഉണങ്ങുന്നത് എണ്ണക്കാണ്, അയിന്റെ കൂടെ ഞങ്ങളീ രണ്ട് കുറുഞ്ചാത്തന്മാർ ഉണങ്ങുന്നത് എന്തിനാണാവോ."

അന്നുവരെ ഒരു സൈക്കിൾ പോലും വരാത്ത ഞങ്ങളിരുന്ന് കളിക്കുന്ന ഭാഗത്തേക്ക് സൈലന്റായി പൊലീസ് ജീപ്പ് വന്നു നിൽ ക്കുന്നു. അത് മണത്തറിഞ്ഞ സുധി ശബ്ദം മാറ്റി പൊലീസ്, പൊലീസ് എന്ന് അനൗൺസ്മെന്റ് ചെയ്യലും ഓട്ടവും ഒരുമിച്ചായിരുന്നു, കളി ക്കാർ നാലുപാടും ചിതറിയോടുന്നു. ഇരുട്ടായതിനാൽ കാഞ്ഞിര ശ്ശേരിയിലെ ഊടുവഴികൾ ഞങ്ങളേക്കാൾ നന്നായി മറ്റേത് പൊലീ സുകാരനറിയാം. ഒരിക്കലും അവരെത്തിപ്പെടില്ല എന്ന് എനിക്കുറ പ്പുള്ള വഴിയിലേക്ക് ഞാനും ഓടി. എന്റെ ലക്ഷ്യ സ്ഥാനമെത്തുന്ന തിന് സെക്കന്റുകൾക്കു മുമ്പ് കാണുന്ന പറമ്പിൽ എന്നേക്കാൾ മുമ്പേ ഓടിയ സുധി ഷർട്ടൂരി നിന്ന് കൃഷിപ്പണിയിൽ വ്യാപൃതനായിരി ക്കുന്നു. ഞാൻ വീണ്ടും എന്റെ ലക്ഷ്യസ്ഥാനത്തേക്ക് മുന്നോട്ട് നീങ്ങി.

"ഇങ്ങട് പോരടർക്കാ ഒരു മനുഷ്യന്റെ കുട്ടി സംശയിക്കില്ല, പിന്നാണോ പൊലീസ്."

അവൻ ശബ്ദം താഴ്ത്തി പറഞ്ഞു. ആരാണ് വിളിക്കുന്നത്, അവൻ വന്നതിന് ശേഷം കളിയിൽനിന്ന് പുറത്താകുക മാത്രമല്ല ചരിത്ര ത്തിലാദ്യമായി പൊലീസും വന്നിരിക്കുന്നു എന്നൊന്നും ആ സമ യത്ത് ആലോചിക്കാൻ നിന്നില്ല. ഞാനും ഓടിച്ചെന്ന് ഷർട്ടൂരി കൃഷി പ്പണിയിലേർപ്പെട്ടു. പലരും രണ്ടുമൂന്നു കിലോമീറ്ററൊക്കെ ഓടി തളർന്നിട്ടുണ്ടാകും. ആ സമയത്താണ് തൊട്ടടുത്ത പറമ്പിൽ പൊലീ സുകാരെ പറ്റിച്ച് മൂക്കിന് താഴെ നിൽക്കുന്നത്.

എന്തായാലും എനിക്കവന്റെ ബുദ്ധിയിൽ അഭിമാനം തോന്നി. അവൻ പറഞ്ഞതനുസരിച്ച എന്നോട് അവനെക്കാൾ സ്നേഹവും ബഹുമാനവും കൂടുതൽ തോന്നി.

പൊലീസുകാർ അടുത്തെത്താറായി. 'തുടങ്ങിക്കോടാ'ന്ന് പറഞ്ഞു അവൻ അവിടെയുള്ളതിനെ രണ്ടുകൊണ്ട് ഹരിച്ച് ഒരു പകുതി എനിക്കായി ഒഴിച്ചിട്ടതിനുശേഷം എന്തോ വലിച്ചു പറിക്കാൻ തുടങ്ങി, പരിഭ്രമത്തിലായ ഞാൻ നാലുപാടും നോക്കി പിന്നെ അവനെയും.

"നമ്മുടെ പറമ്പിലെ കപ്പ നമ്മള് പറിക്കും, എങ്ങനീണ്ട്" എന്ന് പറഞ്ഞു അവൻ ഇടത്തേ കണ്ണിറുക്കികാണിച്ചു. അരുതാത്തതെന്തോ നടക്കാൻ പോകുന്നു എന്ന തോന്നലുകൾ എന്റെ 'മനസ്സിൽ' നിന്ന് 'തലച്ചോറിലേക്ക്' വീണ്ടും എസ്എംഎസ് കൊടുത്തുകൊണ്ടിരുന്നു. അതൊക്കെ അവർ തമ്മിലുള്ള കമ്മ്യൂണിക്കേഷനാണ്. അതിൽ ഞാനെന്തിന് ഇടപെടണം. ഞാൻ മൈൻഡ് ചെയ്തില്ലെന്നുമാത്രമല്ല സർവ്വശക്തിയെടുത്ത് മണ്ണിൽ നിന്നും അവൻ ചെയ്യുന്നതിനേക്കാൾ വേഗതയിൽ പിഴുതെടുത്ത് ഓരോന്നായി സൈഡിലേക്ക് എറിഞ്ഞു കൊണ്ടിരുന്നു. എനിക്കവന്റെ ബുദ്ധിയിൽ വീണ്ടും വീണ്ടും അഭിമാനം തോന്നികൊണ്ടിരുന്നു, പക്ഷേ അവൻ പറഞ്ഞതനുസരിച്ച എന്നോട് അവനേക്കാൾ സ്നേഹവും ബഹുമാനവും പഴയതിനേക്കാൾ കൂടുതൽ എനിക്ക് തോന്നി.

പൊലീസുകാരുടെ കയ്യിലെ ടോർച്ചിന്റെ വെളിച്ചം അയാൾ കൈ വീശുന്നതിനനുസരിച്ച് മിന്നൽപോലെ പലയിടങ്ങളായി തട്ടിതെറിച്ചു കൊണ്ടിരുന്നു. ഞങ്ങൾ നിന്ന് പണിയെടുക്കുന്ന സ്ഥലത്തിന്റെ മുന്നിലെ ഇടവഴിയിലൂടെ അവർ മൂന്നാലുപേർ കുറെ മുന്നോട്ട് പോയി ആരെയും കാണാതെ തിരിച്ചുപോകുകയാണ്. ഞങ്ങടെ കൂട്ടത്തിലുള്ള പലരും ഓടിയോടി നാല് കിലോമീറ്റർ അകലെയുള്ള മുള്ളൂർക്കരവരെയെത്തി. ഏതായാലും വന്നതല്ലേ, ചിലർ കോനയുടെ ബാർബർ ഷോപ്പിൽ കയറി ഷേവുചെയ്തു, ചിലർ സോഡാ സർബത്ത് കുടിച്ചു. ഒന്നും ചെയ്യാനില്ലാത്തവർ മെഡിക്കൽ ഷോപ്പിൽ പോയി പനിക്കുള്ള ഗുളിക വാങ്ങി തിരിച്ചുപോന്നു. പ്രസാദ് മാമ പയറുവിറ്റ കാശ് കൊട്ടാരത്തിന്റെ കടേന്നു വാങ്ങി തിരിച്ചുപോന്നു. ഓടിയ ഓട്ടമാരും വെറുതെയാക്കിയില്ല, കാഞ്ഞിരശ്ശേരിക്കാരോടാണ് കളി.

പൊലീസുകാർ ഞങ്ങടെ മുമ്പിലൂടെ തിരിച്ചുപോകുകയാണ്. രക്ഷപ്പെടലിനും പിടിക്കപ്പെടലിനും മദ്ധ്യേയുള്ള അമിത ആത്മവിശ്വാസത്തിന്റെ നെറുകയിലുള്ള പനയിൽ കയറി നിന്ന് ഞങ്ങൾ രണ്ടുപേരും മൽസരിച്ച് 'കപ്പ' പറിച്ചു തള്ളുന്നു.

"സാറെ ആരെയാ തിരയണത്, വല്ല ചീട്ടുകളിക്കാരുമാണോ."

പൊലീസുകാരോടായി ഉച്ചത്തിൽ വിളിച്ചു പറഞ്ഞു, അവൻ എന്നെനോക്കി ഒന്നുകൂടി കണ്ണിറുക്കി.

എന്റെ 'മനസ്സിൽ' നിന്ന് 'തലച്ചോറിലേക്ക്' വാട്സ്ആപ് ആയി പല പേടിക്കുന്ന സ്മൈലികളും വന്നു കൊണ്ടിരുന്നു. അതൊക്കെ അവർ തമ്മിലുള്ള കമ്മ്യൂണിക്കേഷനാണ്. അതിൽ ഞാനെന്തിന് ഇടപെടണം.

പോയ പൊലീസുകാർ തിരിച്ചുവന്നു, ഞങ്ങടെ മുഖത്തേക്കും പറമ്പിലേക്കും ടോർച്ചടിച്ചു നോക്കി, സന്ധ്യമയങ്ങിയ നേരത്തും അധ്വാനിക്കുന്ന രണ്ടു യുവകർഷകരെ നോക്കി അഭിമാനത്തോടെ മുന്നിൽ നടക്കുന്ന പോലീസുകാരൻ ഒന്ന് പുഞ്ചിരിച്ചു

"മിടുക്കന്മാർ, നിങ്ങടെ പണി നടക്കട്ടെ, സമയം നോക്കാതെയും കൃഷിപ്പണിയിൽ വ്യാപൃതരായിരിക്കുന്ന ഇതുപോലുള്ളവരാണ് നമ്മുടെ നാടിനു ആവശ്യം, പ്രൗഡ് ഓഫ് യു മൈ ബോയ്സ്."

പോകാനൊരുങ്ങിയ പൊലീസ്കാരനെ 'മിസ്റ്റർ ആത്മവിശ്വാസ്' വീണ്ടും വിളിച്ചു.

"സാറൊന്നു കയറീട്ട് പോകണം. ഒരിച്ചിരി കപ്പ കൊണ്ടുപോണം. ഞങ്ങടെ ഒരു സന്തോഷത്തിന്."

ഞാൻ സുധിയെ അത്ഭുതത്തോടുകൂടി നോക്കി ഇവൻ കാബൂളി വാലയിലെ ശങ്കരാടിയാണോ വിളിച്ച് വരുത്തി പണി മേടിയ്ക്കാൻ.

"മ്മടെ പറമ്പിലെ കപ്പ മ്മള് പറിക്കുന്നു. അതിലിത്തിരി പോലീസുകാർക്കും."

അവൻ ഇടതുകണ്ണ് ഇറുക്കിയടച്ച് ചിരിച്ചുകൊണ്ട്പറഞ്ഞു

ന്റെ "മനസ്സിൽ" നിന്ന് "തലച്ചോറിലേക്ക്" വാട്സ്ആപ് ആയി പല പേടിക്കുന്ന സ്മൈലികൾക്കൊപ്പം, വാട്സ്ആപ് കോളും വന്നു കൊണ്ടിരുന്നു. അതൊക്കെ അവർ തമ്മിലുള്ള കമ്മ്യൂണിക്കേഷനാണ് എങ്കിലും എനിക്കിത്തിരി പേടിയൊക്കെ തോന്നിത്തുടങ്ങി.

മൂന്നാല് പൊലീസുകാർ ചിരിച്ചോണ്ട് വരുന്നു. എല്ലാരുടേം കയ്യിലോരോ പോളിത്തീൻകവറുമുണ്ട്. ഭയവിഹ്വലനായ ഞാൻ മുഖത്ത് കൃത്രിമച്ചിരിവരുത്തി ഏമാൻമാരെ സ്വാഗതംചെയ്തു. ഞാൻ പോളിത്തീൻ കവർ തുറന്നുപിടിച്ചു. സുധി കപ്പ വാരിയെടുക്കാൻ കുനിഞ്ഞിട്ട് ഒരു മിനുട്ടായി ശബ്ദം കേൾക്കാതായപ്പോൾ ഞാനും ഒന്ന് കുനിഞ്ഞിരുന്ന് പിഴുതെടുത്ത കപ്പ കൈകൊണ്ടെടുത്തു, സുധിയെ കാണാനുമില്ല ഞാൻ ഇടറിയ ശബ്ദത്തിൽ പതുക്കെ കരഞ്ഞു.

"അയാം അണ്ടർ അറസ്റ്റ്"

കരച്ചിൽ കേട്ട് എന്റെയടുത്തു വന്ന് പോലീസുകാർ ടോർച്ചടിച്ചു നോക്കിയപ്പോൾ കാണുന്നത് ആ പറമ്പിലെ റബ്ബർതൈകളെല്ലാം പിഴുതെടുത്ത് കൂട്ടമായി പലയിടങ്ങളായി ചിതറിക്കിടക്കുന്നു,

കപ്പയെന്ന് പറഞ്ഞിട്ട് അവൻ ആദ്യം പറിച്ചതു കപ്പ തന്നെയായിരുന്നു. പിന്നീടങ്ങോട്ട് ഞങ്ങൾ രണ്ടുപേരും ചേർന്ന് ആക്രമണോത്സുകതയോടെ പിഴുതുകൂട്ടിയത് മുഴുവൻ റബ്ബർതൈകളും. കൂടെയുണ്ടായിരുന്നവർ മുങ്ങിയ സ്ഥിതിക്ക് പൊലീസുകാരുടെ സ്നേഹപ്രകടനത്തിന് ഞാനൊറ്റക്ക് പാത്രമായി. നല്ലഇരുട്ടുള്ള ആ സമയത്തും എന്റെ കണ്ണിനും ചെവിക്കും ഇടയിൽ നിന്നുയരുന്ന നക്ഷത്രങ്ങളുടെ വെളിച്ചം ഞങ്ങൾക്ക് വഴികാട്ടി. അത്രനേരം മെസ്സേജ് അയച്ചു കമ്മ്യൂണിക്കേഷൻ നടത്തിയിരുന്ന തലച്ചോറും മനസ്സുമൊക്കെ സ്വിച്ചോഫായിരിക്കുന്നു.

പൊലീസുകാരെ കളിയാക്കൽ, വല്ലവന്റെ പറമ്പിൽ കയറി റബ്ബർ മരം നശിപ്പിക്കൽ എന്ന ചാർജ്ജുകൾക്ക് പുറമെ കപ്പ കൊടുക്കാമെന്ന് പറഞ്ഞു പൊലീസുകാരെ പറ്റിച്ചതിന് അവരുടെ വക ചില അനാമത്ത് ചാർജ്ജുകളും എഴുതി ഞാനെന്ന പാവം അറസ്റ്റിലാവുന്നു. പൊലീസുജീപ്പിനു പിന്നിൽ ഞാൻ കയറാൻ നിൽക്കുമ്പോൾ അഞ്ചാറുപേരുമായി ഒരു ഓട്ടോ തെക്കോട്ട് പോകുന്നു. നേരത്തെ ഓടിപ്പോയവർ മുള്ളൂർക്കരയിൽനിന്ന് ഓട്ടോ പിടിച്ചു വരുന്നതാണ്. ഡ്രൈവറോടു ചേർന്ന് ഒന്നുമറിയാത്ത പോലെ ഷർട്ടിടാത്ത കുളദേവനും.

ആകെയുള്ള ധൈര്യം സ്റ്റേഷനിൽ ചോദിച്ചാൽ ഈ പോയവരുടെ ജനിച്ച നക്ഷത്രം, ശരീരത്തിലുള്ള മറുക് മുതലായ ഡീറ്റെയിൽസ് എനിക്കറിയാമെന്നതുതന്നെയാണ്. എനിക്ക് ഈ ബുദ്ധി തോന്നിപ്പിച്ച എന്നെ അഭിനന്ദിച്ചുകൊണ്ട് തലച്ചോറിൽ നിന്ന് ഓഫായിക്കിടക്കുന്ന മനസ്സിലേക്ക് ഒരു മെസ്സേജ് വന്ന അതേസമയത്ത് വാടാച്ചിക്കുളത്തിലെ പരൽമീനുകൾ പരസ്പരം ആലിംഗനബദ്ധരായി.

തൊട്ടടുത്ത മേലൂട്ടെ കുട്ടേട്ടന്റെ റേഡിയോയിൽ അന്യനിലെ പാട്ട് ഒഴുകിയെത്തി.

റെമോ റെമോ...

■

പാപി ചെന്ന ഷാപ്പിൽ കറിയില്ല

ഈ അവസ്ഥയിലാണ് നമ്മുടെ കാര്യം. ആകെക്കൂടി ശോകമാണ് പൊലീസ് സ്റ്റേഷനിൽ പെനാൽറ്റി അടച്ചു മാതൃഭൂമിയിൽ ഏഴാം പേജിൽ ചെറിയ കോളത്തിൽ പേരും വയസ്സുമടക്കം ന്യൂസും വന്നു. കയ്യിലുള്ള പൈസ മൂന്നാലുപേരുടെ ഫൈനടച്ചപ്പോൾ തീർന്നും പോയി. തിരിച്ചുവരാൻ സോമന്റെ കയ്യിന്ന് പൈസ വാങ്ങി വണ്ടി കയറി.

അതിനേക്കാൾ വലിയ വള്ളിക്കെട്ടാണ് ജോലിസ്ഥലത്ത് കാത്തിരിക്കുന്നത്. "ഇറ്റ്സ് നോട്ട് എ നോർമൽ വള്ളിക്കെട്ട് ബട്ട് എ മുള്ളും കെട്ട്" എന്ന് ആരോ പറഞ്ഞ പഴംചൊല്ല് ഞാൻ മലയാളത്തിൽ പരിഭാഷപ്പെടുത്തി നോക്കി.

"നീ ഏറ്റെടുത്തു. പക്ഷേ ഞാൻ തീരുമാനിച്ചില്ല" എന്ന മേത്തയുടെ ഡയലോഗ് നെഞ്ചിൽ പ്രകമ്പനം കൊള്ളിച്ചുകൊണ്ടിരുന്നു. ഓഫീസിലേക്ക് എത്താൻ മിനിറ്റുകൾ ബാക്കിയുള്ളപ്പോൾ ആദ്യം കണ്ട ചായക്കടയിൽ ഇഞ്ചി ചതച്ചിട്ട ഒരു 'കട്ടിങ്' ചായയ്ക്ക് ഓർഡർ കൊടുത്തിട്ട് ചിന്താനിമഗ്നനായി നിന്നു. മൊതലാളി പറഞ്ഞത് കേട്ടില്ലെങ്കിൽ ജോലീന്നുതന്നെ ചിലപ്പോൾ പിരിച്ചുവിടും. മേത്തയെ അനുസരിച്ചില്ലെങ്കിൽ ഇനിയങ്ങോട്ട് ഓഫീസ് ജീവിതം ദുഷ്കരമാകുകയും ചെയ്യും. മേത്ത പറഞ്ഞത് മൊതലാളിയോട് റിപ്പോർട്ട് ചെയ്താൽ അവര് തമ്മിലുള്ള ഈഗോ വർക്കൌട്ടായി അതിന്റെ ഒത്തുതീർപ്പിൽ ചിലപ്പോളെന്റെ പണി പോകും.

ഈ ഡീലിൽ നഷ്ടം എനിക്ക് മാത്രമാണെന്ന് പ്രത്യേകിച്ച് പറയേണ്ടല്ലോ.

ചായ കുടിച്ചുകൊണ്ടിരിക്കുമ്പോൾ മൊബൈൽ മന്ത്രിച്ചുകൊണ്ടിരുന്നു. "മന്ദാരച്ചെപ്പുണ്ടോ മാണിക്യക്കല്ലുണ്ടോ" മ്മടെ വരവൂർക്കാരൻ ബിഎസ്എൻഎൽ ജോലിക്കാരൻ രാജേട്ടനാണ്.

ഇതോടുകൂടി ഗുജറാത്തിൽ ഞാൻ പരിചയപ്പെടുന്ന ഒമ്പതാമത്തെ രാജൻ എന്ന നാമധേയക്കാരനാണ് അദ്ദേഹം.

"രാജൻ ശബ്ദ ഹ നകാരാന്തഹ സമാസാന്തേ അകാരാന്ത ഹ."

ഒരാവശ്യവുമില്ലാതെ ഈയവസരത്തിൽ സ്കൂളിലെ സംസ്കൃതം ക്ലാസ്സിൽ പഠിച്ച ആകെ ഓർമ്മയുള്ള വരികൾ കാതിൽ മുഴങ്ങികൊണ്ടിരുന്നു.

ആൾടെ വൈഫ് ലതചേച്ചി ജോലി ചെയുന്ന സ്ഥലത്തേക്ക് അർജന്റായി ആളെ ആവശ്യമുണ്ട്. എങ്ങനെ മേത്താഭായിക്ക് മുന്നിൽ പോയിരിക്കും, മൊതലാളിയോട് എന്ത് പറയുമെന്നാലോചിച്ച് നിൽക്കുന്നവന് അപ്രതീക്ഷിത അനുഗ്രഹമായിരുന്നു ആ ഫോൺ കാൾ.

ഇഞ്ചിച്ചായ കുടിച്ച് ഓഫീസിൽ കയറാതെ നേരെ പോയത് 'കത്വാടാ' എന്ന സ്ഥലത്തെ ഓഫീസിലേക്കാണ്. പറഞ്ഞു വരുമ്പോൾ ആ മുതലാളിയും എന്നെ അറിയും. ചിന്മയ്ഭായ് സപ്ലൈ ചെയ്ത ഫർണസാണ് അവിടെയുള്ളത്. അത്യാവശ്യം പ്രൊഡക്ഷൻ നടത്തി ടൺ കണക്കിന് ദിവസവും സെയിൽസ് നടക്കുന്നിടത്ത് എനിക്കെന്ത് പണിയെന്നല്ലേ.

മേത്താഭായ് തട്ടിത്തെറിപ്പിച്ച അതേ ഡിസ്പ്പാച്ച്. അതിനേക്കാൾ വലിയ കമ്പനിയിൽ.

സാലറി വീണ്ടും രണ്ടായിരം കൂടുതൽ. വരവൂർക്കാരൻ രാജേട്ടനും ലതമാഡത്തിനും നന്ദി പറഞ്ഞുകൊണ്ട് ഐശ്വര്യമായി പിറ്റേന്ന് ജോലിയിൽ പ്രവേശിച്ചു.

രണ്ടുദിവസം കാണാതായപ്പോൾ മെത്താഭായുടെ ഫോൺവന്നു. പുതിയ ജോലിക്ക് ചേർന്നതായി അറിയിച്ചു.

"തും സൗത്ത് ഇന്ത്യൻ ലോഗ് കാ ഗന്ദീ ആദത്ത് ദിക്കാ ദിയാ." എന്നൊക്കെ പറഞ്ഞിട്ട് കത്തികയറിക്കൊണ്ടിരുന്നു. മൊതലാളീടെ മുന്നിൽ വെച്ചാണ് ഈ സംസാരിക്കുന്നതെന്ന് ആ പെർഫോമൻസിൽ നിന്നു വ്യക്തം. മറുപടി പറയാതെ ആൾടെ വായിലിരിക്കുന്നത് ഫുള്ളായി കേട്ട് കൃതാർത്ഥനായി മുന്നോട്ട് കുതിച്ചു.

ജോലി വാങ്ങിത്തന്ന മേത്തയല്ല ആരായാലും തലയ്ക്ക് മീതെ വാള് വന്നാൽ. ആദ്യം ജീവനുംകൊണ്ട് രക്ഷപ്പെടുക. പിന്നെ ഈശ്വരാ ഭാഗവാനേ സൗത്ത് ഇന്ത്യക്കാരെ കുറ്റം പറഞ്ഞ മേത്തയ്ക്ക് നല്ലത് വരുത്തണേ എന്ന് പ്രാർത്ഥിക്കുക. ഗുരുവായൂരും ചോറ്റാനിക്കരയും വഴിപാടുകൾ നേരുക. വമ്പിച്ച പണിയോരെണ്ണം ഈ ചെങ്ങായിക്ക് നൽകുമാറാകണെയെന്നും ആത്മാർത്ഥമായി ആഗ്രഹിച്ചുകൊണ്ട് പുതിയ കമ്പനിയിലേക്ക്.

പുതിയ ജോലിയിൽ പ്രവേശിക്കുമ്പോളും ആദ്യമായി മാർക്കറ്റിംഗ്, സെയിൽസ് എന്നൊക്കെ മനസ്സിൽ കുത്തിവെച്ച മോഹനൻ ചെറിയച്ഛന്റെ ഉപദേശങ്ങളും ഗുജറാത്തികളുടെ കച്ചവടചാതുര്യത്തെക്കുറിച്ചുള്ള ചിന്മയ് സേട്ടിന്റെ വാക്കുകളും ഇറങ്ങിപ്പോകാത്തവിധം അക്ഷരമാലകളായി തെളിഞ്ഞുകൊണ്ടിരുന്നു, ഇപ്പോളിതാ മേത്താഭായിടെ പർച്ചേസ് പരിജ്ഞാനവും സ്റ്റോർ കീപ്പിങ്ങും അറേഞ്ച്മെന്റും മാനേജ്മെന്റ് പാടവവും ഒരു ധൈര്യത്തിനു കൂടെയുണ്ട്.

ന്യൂ മൊതലാളി സഞ്ജയ്ഭായ് സൂറത്ത്കാരനാണ്. തെറി പറയുന്നത് മൂക്കിൽ പൊടി വലിക്കുന്ന ലാഘവത്തോടെയാണ്. ആദ്യ ദിവസം ക്യാബിനിലേക്ക് വിളിപ്പിച്ചു ചെയ്യേണ്ട ജോലിയുടെ സ്വഭാവം മനസ്സിലാക്കിത്തന്നു. ഇ.ആർ.പി.യിലാണ് പണിമുഴുവൻ. ആയിരത്തിലധികം ഐറ്റംസുണ്ട്. ഓരോ ദിവസവും വ്യത്യസ്ത ക്വാണ്ടിറ്റികളിൽ ഡിസ്പ്പാച്ച് ചെയ്യാനുണ്ട്. ഇത്രയും പറയുന്നതിനിടയിൽ ഇരുപത്തിരണ്ടു തെറിവാക്കുകൾ പറഞ്ഞുകൊണ്ട് അങ്ങേരു സ്കോർ ചെയ്ത് സേവാഗിനെപ്പോലെ ചിരിച്ചു. സ്ത്രീകളെയൊഴികെ അവിടെയുള്ള എല്ലാവരെയും തെറിയിലൂടെയാണ് വിളിക്കുന്നതും സ്നേഹിക്കുന്നതും, ദേഷ്യപ്പെടുന്നതും. മോനെ, കണ്ണാ, ഉണ്ണിക്കുട്ടാ, അപ്പൂസേ എന്നൊക്കെ വിളിക്കുന്നതുപോലെയുള്ള മുഖഭാവമെന്നത് കേൾക്കുന്നവർക്ക് അരോചകമില്ലാതിരിക്കാൻ കാരണമായിരുന്നു. സൂറത്ത് ജില്ലയിൽ സൂർത്തിഭാഷ എന്ന ഒന്നുണ്ടത്രേ. സംഗതി ഗുജറാത്തിയാണ് പക്ഷേ അതിന്റെ പ്രത്യേകത തന്നെ ഈ തെറിയഭിഷേകമാണ്. എന്നാൽ അവിടെയുള്ള എല്ലാവരുമിങ്ങനെയല്ല എന്നതും ശ്രദ്ധേയമാണ്. പൂജാരി തീർത്ഥം വീശിയെറിയുന്നപോലെ അയാൾ അവിടെയുള്ള ഭക്തർക്കുമേൽ ഇടയ്ക്കിടയ്ക്ക് അനുഗ്രഹം ചൊരിഞ്ഞുകൊണ്ടിരിക്കും.

ആദ്യദിവസം തന്നെ ഞാൻ തീർത്ഥം സ്വീകരിച്ചു. കുറച്ചു സേവിച്ചു. ബാക്കി മൂന്നാല് തുള്ളികൾ തലയിലൂടെയും ഇറ്റിറ്റു വീഴ്ത്തി.

■

സന്ത്രാസം

പഴംപൊരിയും പരിപ്പുവടയും ആവശ്യാനുസരണം ഫ്രീയായി കിട്ടിയതിന്റെ സന്തോഷത്തിൽ ആ ദിവസങ്ങളിൽ സഹമുറിയൻമാർക്ക് വലിയ സ്നേഹമായിരുന്നു. അതിന്റെ പേരിൽ രാജേട്ടന്റെ ബുൾ സാമ്പാർ ചട്ടിയുടെ അടിയിലെ ഉള്ളിക്കഷ്ണങ്ങൾ മാത്രമുള്ള, കഴുകുന്നതിന് മുൻപുള്ള ഭാഗത്ത് ചോറിട്ട് തുടച്ചു തിന്നാൻ അയാളെനിക്ക് അവസരമൊരുക്കിത്തന്നിരുന്നു.

അന്ന് വൈകീട്ട് ജോലി കഴിഞ്ഞു വരുമ്പോൾ ബാഗുകളെല്ലാമെടുത്ത് പുറത്തുവെച്ചിരിക്കുന്നു. അവരുടെ കടയിലെ പണിക്കാരൻ വിക്രം അവിടെത്തന്നെയിരിപ്പുണ്ട്. വീട്ടുടമസ്ഥനോട് സംസാരിക്കാൻ ട്രൈ ചെയ്തപ്പോളാണ് അറിഞ്ഞത് അവരൊക്കെ മൂന്നാല് ദിവസത്തെ യാത്രയിലാണെന്ന്. ഫോണിലൂടെ ട്രൈ ചെയ്തപ്പോൾ നോട്ട് റീച്ചബിൾ ആയിരുന്നു. രാജേട്ടൻ വിക്രമിനോടെന്തൊക്കെയോ സംസാരിക്കുന്നുണ്ട്, ചോദിക്കുന്നുണ്ട്, കേൾക്കുന്നുണ്ട്.

കാലത്ത് ഞങ്ങൾ ഓഫീസിൽ പോയതിനുശേഷം 'മക്കാൻ മാലിക്' ആൾടെ ഭാര്യയെ തല്ലിചതച്ചുവത്രേ. കുറച്ചു കഴിഞ്ഞ് ആൾടെ അമ്മായിയച്ഛൻ വന്നു ഒത്തുതീർപ്പാക്കി. ആ സന്തോഷത്തിൽ അവരെല്ലാരുംകൂടി ടൂർ പോയി, ഇത്രേള്ളൂ.

പക്ഷേ അതിനു ഞങ്ങളെയെന്തിനു വീട്ടിൽനിന്നു പുറത്താക്കണം. ഈയിടെയായി രാജേട്ടൻ സൈലന്റായി ബുൾസൈ ഉണ്ടാക്കി സാമ്പാറിൽ നിക്ഷേപിക്കുമെന്നല്ലാതെ ഞങ്ങളാരും ആ വീട്ടിൽ നോൺവെജ് അകത്തേക്ക് കടത്തിയിരുന്നില്ല. രാജേട്ടൻ സ്വന്തമായി തിന്ന മൊട്ടയുടെ തൊണ്ട് പിറ്റേന്ന് ജോലിക്ക് പോകുമ്പോൾ അടുത്ത പഞ്ചായത്തിനുമപ്പുറംവരെ കൊണ്ടുപോയി കളഞ്ഞിരുന്നതുകൊണ്ട് ആ ചാൻസുമില്ല. ബ്രോക്കോളി രാജേട്ടൻ മൂന്നാല് തവണ ഫോൺ ചെയ്ത് മാലിക്കിനോട് റിക്വസ്റ്റ് ചെയ്തതിന്റെ ഫലമായി അവരൊക്കെ മടങ്ങിവരുന്നതിന്റെ തലേന്ന് രാത്രിവരെ താമസിക്കാൻ അനുമതി നൽകി.

ഏതായാലും വീട് മാറാൻ പറഞ്ഞതല്ലേ രാജേട്ടൻ പോയി രണ്ടു കിലോ കോഴി വാങ്ങി വന്നു. ഉടമസ്ഥനില്ലാത്ത ധൈര്യത്തിൽ ചട്ടിയിൽ കിടന്നു കോഴി പൊരിയാൻ തുടങ്ങി. വർത്തമാനത്തിൽ മുഴുകിയ ഞങ്ങളാരും ശ്രദ്ധിക്കാത്ത ആ നിമിഷത്തിൽ ചെറുതായി കരിഞ്ഞ കോഴിയുടെ സുഗന്ധം ആ പരിസരമാകെ പടർന്നുകൊണ്ടിരുന്നു. സ്വന്തമായി തിരിഞ്ഞു കിടക്കാൻ കഴിയുമെങ്കിൽ കോഴി തിരിഞ്ഞുകിടന്ന് കരിയാതെ സ്വന്തം ബോഡി സംരക്ഷിച്ചേനെ. അപ്പോളേക്കും രണ്ടു നായ്ക്കൾ വീടിന്റെ മുന്നിൽ വന്നു മണം പിടിച്ചു നിൽപ്പായി. കുറച്ചു കഴിഞ്ഞ് കടയിലെ പണിക്കാരൻ വിക്രം ആദ്യം വാതിൽപ്പടിയിൽനിന്നു പതുക്കെ അകത്ത് കയറി ചട്ടിയിൽ കിടന്ന് മൊരിയുന്ന ചിക്കനെ തൊട്ടടുത്തിരുന്ന ചട്ടുകംകൊണ്ട് പതുക്കെയിളക്കി. മൊരിയുന്ന കോഴിക്ക് വേദനിക്കരുതേ എന്നായിരുന്നു അവന്റെ മുഖഭാവം. വയറുനിറയെ ചപ്പാത്തിയും കോഴിയും തിന്ന വിക്രം രാജേട്ടന്റെ ആരാധകനായി മാറിയിരുന്നു. അവര് തമ്മിൽ അളിയനും അളിയനും പോലെ സ്നേഹം പ്രകടിപ്പിച്ചു. നിരന്തരമായ സമ്മർദ്ദത്തിന്റെ ബാക്കിയായി വീടൊഴിപ്പിക്കാനുണ്ടായ യഥാർത്ഥ കാരണം രാജേട്ടന്റെ റോസാപ്പൂവിതൾപോലുള്ള ചെവിയിൽ ഞങ്ങളാരുമില്ല എന്നുറപ്പു വരുത്തിയതിനുശേഷം വിക്രമൻ പറഞ്ഞുകൊടുത്തു.

ഞങ്ങളെല്ലാരും മാറി മാറി ചോദിച്ചിട്ടും രാജേട്ടൻ കാര്യം പറയുന്നില്ല.

“പീസ് പടത്തിലെ നായകനെപ്പോലെ ഷർട്ടൂരി നടന്നാൽ ഇതല്ല ഇതിനപ്പുറം അനുഭവിക്കണം.”

രാജേട്ടൻ ഈ പറഞ്ഞത് എന്നെ നോക്കിയാണ്. വിഷയം എന്താണെന്ന് മനസ്സിലാവത്തതുകൊണ്ട് ഞാനും ഉണ്ണിയും അനിയനും വിക്രമിനെ തിരഞ്ഞു പോയി. കട മുടക്കമായതുകൊണ്ട് മൂക്കറ്റം കോഴിപൊരിച്ചത് തിന്ന ആ മഹാനുഭാവൻ വിശ്രമത്തിലായിരുന്നു. വീണ്ടും വീണ്ടുമുള്ള ഉണ്ണിയുടെ കുത്തിക്കുത്തി ചോദ്യത്തിന് മുന്നിൽ അയാൾ കോട്ടുവായിട്ടുകൊണ്ട് മനസ്സു തുറന്നു.

“നിങ്ങള് വന്ന അന്നു മുതൽ മുതലാളിടെ ഭാര്യ ഓപ്പോസിറ്റുള്ള അവരുടെ വീട്ടിലെ ജനലിലൂടെ നിങ്ങളെയാരെയോ നോക്കി നിൽക്കുന്നത് കാണാറുണ്ട്. ഒന്നുരണ്ടു പ്രാവശ്യം ഭർത്താവിന്റെ അമ്മ കണ്ടിട്ടുമുണ്ട്. അന്നത് ഭർത്താവിനോട് കംപ്ലയിന്റ് പറഞ്ഞിട്ട് അവര് തമ്മിൽ കശപിശയുണ്ടാവുകയും പിന്നീടത് ഒത്തുതീർപ്പാക്കിയതുമാണ്. ആ സമയത്താണ് കോഴിമുട്ട പൊരിച്ചുവെന്ന കാരണം പറഞ്ഞ് പുറത്താക്കാൻ ശ്രമിച്ചത്. ഇന്നലെ സേട്ടാണി

ജനലിലൂടെ നോക്കി ആനന്ദനിർവൃതിയടയുന്നത് സേട്ട് നേരിട്ട് കണ്ടു. ആ സമയത്ത് ഇയാൾ ഷർട്ടിടാതെ വാതിലിൽ ചാരി നിൽക്കാരുന്നു."

ഇത്രേം പറഞ്ഞ് എന്നെ ചൂണ്ടിക്കാട്ടി.

പീസ് പടത്തിലെ നായകൻ ന്ന് രാജേട്ടൻ പറഞ്ഞതിന്റെ അർത്ഥം ഇപ്പളാണ് പിടികിട്ടിയത്. അനിയന്റെ മുന്നിൽ വെച്ച് പറഞ്ഞതുകൊണ്ട് ഞാൻ മുഖത്ത് കൃത്രിമഗൗരവം വരുത്തി റൂമിൽ പോയി ആകെയുള്ള പൊട്ടിയ കണ്ണാടിയിലൂടെ എന്നെത്തന്നെ നോക്കി. പൊടിമീശയും നെഞ്ചത്ത് രോമങ്ങളും ചുവന്ന ചുണ്ടുകളുമുള്ള ലയനത്തിലെ നായകനെപ്പോലെ ആരും കാണാതെ അഭിനയിച്ചു നോക്കി. ഈ സ്ത്രീയുടെ നോട്ടത്തിൽ എനിക്കിത് ആദ്യമേ ഫീൽ ചെയ്തിട്ടുള്ളതാണ്. നമുക്കിതൊന്നും വിധിച്ചിട്ടേയില്ലായെന്ന പാസ്റ്റ് എക്സ്പീരിയൻസുകൾ ഇജ്ജാതി ചിന്തകൾക്ക് മേൽ കമ്പിളിപ്പുതപ്പ് വിരിച്ച് തലയ്ക്ക് മീതെ മൂടിയിരുന്നു.

വീണ്ടും വീട് തിരച്ചിൽ തുടങ്ങി. എങ്ങനെയെങ്കിലും ശരിയാകും എന്ന ബോധ്യത്തോടുകൂടി ഉണ്ണി ജോലിക്ക് പോയി. ഞങ്ങൾ മൂന്നുപേരും കാലത്ത് മുതൽ വൈകുന്നേരം വരെ പലയിടങ്ങളിലായി അരിച്ചുപെറുക്കി. മുൻപ് പലതവണ ഒഴിവാക്കിയ ചേരിപോലുള്ള പ്രദേശത്തേക്ക് രാജേട്ടന്റെ നിർബന്ധപ്രകാരം അന്വേഷണം വ്യാപിപ്പിച്ചു. ദൈവം സഹായിച്ച് അവിടെ, നിന്നുതിരിയാൻ സ്ഥലമില്ലാത്ത വിധം നോട്ട് അവൈലബിൾ ആയിരുന്നു.

പിറ്റേന്നും ഉണ്ണിയൊഴികെ മറ്റെല്ലാവരും ലീവെടുത്തു. പക്ഷേ വലിയ ഗുണമുണ്ടായില്ല ന്ന് മാത്രമല്ല പുതിയ ഓഫീസിൽ ഡിസ്പ്പാച്ച് ചെയ്യാൻ ഇമ്മീഡിയറ്റ് ഹാജരാകണമെന്നുള്ള അറിയിപ്പിൽ ഞാൻ അപ്പീസിലേക്കോടി.

"പുന്നാരമോനെ, അപ്പുക്കുട്ടാ, കുന്നാംകൃത രൂപാ..."

സ്നേഹത്തോടെ വിളിച്ച് സഞ്ജയ് മുതലാളി എന്നെ വരവേറ്റു.

വീട്ടിലെത്താൻ രാത്രി രണ്ടുമണിയായി. ആരും ഉറങ്ങിയിട്ടില്ല. എന്നെ കാത്തിരിക്കുന്നതാണെന്ന് കരുതിയാൽ അതു 'റാങ്'. നാളെ കാലത്ത് 'മക്കാൻ മാലിക്ക്' വരുന്നതിനു മുൻപ് ഇവടന്ന് ഇറങ്ങണം. ആകാശത്ത് നക്ഷത്രങ്ങൾ മിന്നുന്നതും കൊള്ളിമീൻ പായുന്നതുമൊക്കെ നോക്കി നോക്കി നേരം വെളുപ്പിച്ചു.

അതിരാവിലെ ഉണ്ണി പെട്ടിയും സാധനങ്ങളുമായി യാത്ര പറഞ്ഞു. ഏതോ കൂട്ടുകാരന്റെ മുറിയിലേക്ക് മാറി. ഞാനും അനിയനും കിട്ടിയതെല്ലാം വാരിക്കെട്ടി രാജേട്ടന്റെ കൈ ചേർത്തുപിടിച്ച് യാത്രപറഞ്ഞ് റോഡിലേക്കിറങ്ങി.

ഒന്നുരണ്ടു തവണ തിരിഞ്ഞുനോക്കി. എല്ലാരുടേം കണ്ണു നിറഞ്ഞു. അപ്പോളേക്കും അനിയൻ ഉച്ചത്തിൽ കരയാൻ തുടങ്ങി. ആളുകൾ ശ്രദ്ധിച്ചുതുടങ്ങിയിരുന്നു.

“നിർത്തടാ രോമകൂപാ, നിന്റെ നെലോളി.”

എന്റെ ആക്രോശത്തിൽ ഓൻ വളരെ വേഗം സൈലന്റായി.

ഒരുമിച്ചു താമസം തുടങ്ങിയിട്ട് നാല് വർഷമായിരിക്കുന്നു. കടുത്ത ആത്മബന്ധമെന്നൊന്നില്ലെങ്കിലും വല്ലാത്ത വിങ്ങൽ അനുഭവപ്പെടുന്നു. വർഷങ്ങളായി സ്നേഹിച്ചും വഴക്കുകൂടിയും തന്തയ്ക്ക് വിളിച്ചും നീണ്ടുനിവർന്ന് മുട്ടിയുരുമ്മി കിടന്നും പഴംപൊരി തിന്നും തെറിപറഞ്ഞും വേദനിച്ചുമൊക്കെ അനുഭവിച്ചുതീർത്തതെല്ലാം ഓർമ്മയാക്കി യാത്രപറയുകയാണ്.

ഞങ്ങളിവിടെ പിരിയുകയാണ്.

ആകെക്കൂടിയൊരു സന്ത്രാസം.

എൻ എൻ പിള്ള സാറിന്റെ ‘ഞാൻ’ എന്ന ആത്മകഥ വായിച്ച അന്നുമുതലുള്ള എന്റെ ആഗ്രഹമായിരുന്നു ഈ വാക്കൊന്ന് ഉപയോഗിക്കണമെന്നുള്ളത്. ഞാനതിവിടെ അറഞ്ചം പുറഞ്ചം ഉപയോഗിച്ച് തളരുന്നു, ഒരു കാരണവുമില്ലാതെത്തന്നെ.

സന്ത്രാസം സന്ത്രാസം സന്ത്രാസം.

■

പെരുവഴിയമ്പലം

പെട്ടിയും സാമാനങ്ങളുമായി ഇറങ്ങിയത് എവിടേക്കാണ് എന്നറിയില്ലയെങ്കിലും നടപ്പ് തുടർന്നു.

"ഇയ്യെവിടെക്കാ പോണേ, എന്താ ഉദ്ദേശ്യം?"

അനിയൻ നടത്തം നിർത്തിക്കൊണ്ട് ചോദിച്ചു.

"നീ വാ വഴീണ്ട്."

ഒരു ലക്ഷ്യവുമില്ലാതെ ഞാൻ നടന്നു. സത്യം പറഞ്ഞാൽ ആലോചിക്കുകയാണ് എവിടേക്ക് പോകണം. എന്ത് നടപടിയാണ് ഇനി സ്വീകരിക്കേണ്ടത് എന്നൊക്കെ. മാറ്റാരോ നിയന്ത്രിക്കുന്ന ആ പോക്ക് നിന്നത് മോഹനൻ ചെറിയച്ഛന്റെ വീട്ടിലാണ്. സങ്കടമുണർത്തിച്ചു. മറ്റൊരെണ്ണം സെറ്റ് ആകുന്നത് വരെ അവിടെ തുടരാനും സാധനസാമഗ്രികൾ അടക്കിവെക്കാനുമുള്ള സൗകര്യവും ഏർപ്പാടായി. അവിടെത്തന്നെ കുളിതേവാരങ്ങൾ കഴിഞ്ഞ് രണ്ടാളും ജോലിക്ക് പോയി തിരിച്ചുവന്നു. ഭക്ഷണം കഴിച്ചു. അവരുടെ ഹാളിൽതന്നെ കിടന്നു. വൈകീട്ട് അനിയന്റെ കൂടെ വീട് അന്വേഷിച്ചിറങ്ങും. തിരിച്ചു വരും. ഫുഡടിക്കും അവിടെത്തന്നെ കിടന്നുറങ്ങും.

പിറ്റേന്ന് രാജേട്ടന്റെ ഫോൺ വന്നു. ആൾക്ക് സ്വന്തം കമ്പനിയിൽതന്നെ കിടക്കാനുള്ള സെറ്റപ്പ് ശരിയായിട്ടുണ്ടത്രെ. അവിടെത്തന്നെ കിടക്കാം. പണിയെടുക്കാം. വാടക കൊടുക്കണ്ട. ഞങ്ങളെപോലുള്ളവരുടെ ശല്യം സഹിക്കണ്ട. വൈകുന്നേരങ്ങളിൽ തൊട്ടടുത്തുള്ള വട്ടുവാ സ്റ്റേഷനിൽ പോയി ആളുകളെ നോക്കിയിരിക്കാം.

ആള് ഹാപ്പിയായിരിക്കട്ടെ എവിടെയായാലും.

മോഹനൻ ചെറിയച്ഛന്റെ വീട്ടിൽ ഒരാഴ്ചയായി താമസം. അന്നുതന്നെ രാജൻ ചെറിയച്ഛനും വിളിച്ചു. വേറെ വീട് ശരിയായില്ലെങ്കിൽ അവിടേക്ക് ചെല്ലാൻ പറഞ്ഞു. പക്ഷേ ഞങ്ങൾ രണ്ടുപേരും അവർ നാലുപേരും കൂടി താമസിക്കാനുള്ള സൗകര്യം അവിടെയില്ലാത്തോണ്ട് ഞാൻ സ്നേഹത്തോടെ നോ പറഞ്ഞു.

അപ്രതീക്ഷിതമായി വേണു എന്ന അവരുടെയൊക്കെ അടുത്ത പരിചയക്കാരനൊരാൾ അവിടേക്ക് കടന്നുവരുകയും ഞങ്ങടെയീ അവസ്ഥയെക്കുറിച്ചുമൊക്കെ ചർച്ചകൾ നടക്കുമ്പോൾ ഞാൻ 'കളർസ്' ചാനലിൽ ഹിന്ദി ബിഗ്ബോസ് കണ്ടുകൊണ്ടിരിക്കുകയായിരുന്നു. സീരിയസ്നസ്സ് ഇല്ലായ്മയുടെ അങ്ങേയറ്റമെന്നു പറഞ്ഞാൽ ഇതല്ലാതെ മറ്റെന്താണ്.

വേണുവേട്ടൻ ഇറങ്ങുന്നതിനു മുൻപ് എന്നെയും അനിയനെയും അടുത്തു വിളിച്ചു.

"നിങ്ങക്ക് സമ്മതമാണെങ്കിൽ എന്റെ കൂടെ കൂടാം."

വല്ലാത്തൊരു ആശ്വാസ ഡയലോഗായിരുന്നു അത്. ടേംസ് ആൻഡ് കണ്ടീഷൻസ് എല്ലാം പറഞ്ഞുറപ്പിച്ചു. "വീട് വേണുവേട്ടന്റെ സ്വന്തമാണ് അതോണ്ട് വാടക കൊടുക്കേണ്ട കാര്യമില്ല, പകരം വീട്ടുസാധനങ്ങൾ വാങ്ങിയാൽ മതി." ഞാൻ ഓക്കേ പറഞ്ഞു. കണ്ടീഷൻ നമ്പർ 'ടു' രാത്രി ഒമ്പതരയ്ക്ക് കിടക്കണം. ടിവി ഓഫ് ചെയ്തിട്ട്. ഞങ്ങൾ രണ്ടാളും കൂടി ഡബിൾ ഓക്കേ പറഞ്ഞു. "ഭക്ഷണം മൂന്നുപേരുംകൂടി വെക്കണം. അതൊരു വിഷയമല്ല. ആരാണോ ആദ്യം വരുന്നത് അവർ സെറ്റപ്പാക്കണം." അതും ഓക്കേ. തുണി കഴുകാനും പാത്രം കഴുകാനും അടിച്ചുവാരാനും സെപ്പറേറ്റ് സ്ത്രീകൾ വരും. അതിന്റെയൊക്കെ പൈസ വേണുവേട്ടൻ കൊടുക്കും. നമ്മളൊന്നുമറിയണ്ട വെറുതെ സുഖലോലുപരായി ഉള്ള വസ്ത്രങ്ങളിൽ അഴുക്കാക്കി കൊടുത്താൽ മതി, ഭക്ഷണം കഴിച്ചു തീർത്തുകൊടുത്താൽ മതി. നിലത്തൊക്കെ ബ്രിട്ടാനിയ ബിസ്കറ്റിന്റെ പൊടിയും അല്ലറ ചില്ലറ ചളിയുമൊക്കെ ജസ്റ്റ് ആക്കി കൊടുത്താൽ മതി. ഇതൊക്കെ ക്ലീൻ ചെയ്യാനുള്ള വ്യവസ്ഥ ആൾ റെഡി സെറ്റാക്കിവെച്ചിരിക്കുന്നു. ഈശ്വരാ, സ്വർഗത്തിലേക്കാണല്ലോ ഞങ്ങൾ വന്നുപെട്ടത്. രാജേട്ടനും ഉണ്ണിക്കും ലഭിക്കാതെ പോയ ഈ ഭാഗ്യത്തിൽ ഞാൻ അഹങ്കരിച്ചുകൊണ്ടിരുന്നു.

അങ്ങനെ അഹ്മ്മദാബാദിൽ വന്നിട്ട് മാനം മര്യാദയ്ക്ക് ജീവിക്കാൻ തുടങ്ങാണ്. അനുഗ്രഹിക്കണം ആശിർവദിക്കണം.

കണ്ണടച്ച് പിതൃക്കളെയും അന്നേവരെ പിടിച്ചു പുറത്താക്കിയ ഹൗസ് ഓണർമാരെയും രാജേട്ടനെയും കൂടെ ഉണ്ണിയെയും മനസ്സിൽ ധ്യാനിച്ച് ഞാൻ വലതുകാലെടുത്തു വെച്ചു. ഇതിലൊന്നും വിശ്വാസമില്ലാത്ത അനിയൻ ഇടതുകാലും വെച്ച് അകത്തു കയറി. ഈയൊരു കാര്യത്തിൽ മാത്രമാണ് അവന് വിശ്വാസമില്ലാത്തത്. കൈയിലും കഴുത്തിലും അരഞ്ഞാണത്തിൽപോലും ചുവപ്പും കറുപ്പും നിറത്തിൽ ജപിച്ചു കെട്ടിയ ചരടുമായാണ് അവന്റെ യാത്ര.

ഗുജറാത്തിലെ റോഡുകളിൽ അർദ്ധരാത്രികളിൽ കൂടോത്രമൊഴിപ്പിച്ചുകൊണ്ട് 'ചാർരസ്ത' എന്നറിയപ്പെടുന്ന നാലുംകൂടിയ വഴികളുടെ നടുക്ക് തെളിയിച്ച തിരി, എണ്ണ, നാളികേരം ഈ വക സാധനങ്ങളിൽ ചവിട്ടിയാൽ ബാധകേറുമെന്ന അവിടത്തുകാരുടെ വിശ്വാസം അവന്റെ മനസ്സിൽ കയറിക്കൂടിയ അന്നുമുതൽ അവനിങ്ങനെയും ഇതുപോലെയുമൊക്കെയാണ്.

വേണുവേട്ടൻ വലിയൊരു കമ്പനിയിൽ അക്കൗണ്ടന്റായി ജോലിചെയ്യുന്നുണ്ട്. അതിസുന്ദരമായ അദ്ദേഹത്തിന്റെ ഡ്രസ്സിങ് കാണുന്നതുതന്നെ എന്തൊരഴകാണ്. ഡെയിലി കാലത്ത് ഷേവ് ചെയ്യും, തേച്ച വടിവൊത്ത ഷർട്ടും പാന്റും പോളിഷ് ചെയ്ത ഷൂസുമാണ് വേഷം. സോപ്പ്, ബോഡിയോർഡർ, പെർഫ്യൂം, പൗഡർ എന്നിവയെല്ലാം 'പാർക്ക്അവന്യൂ' കമ്പനീടെയാണ്. ഇത്രയും ടിപ്ടോപ്പിൽ ആ പരിസരത്ത് വേറെയൊരാളില്ല.

ജോലികഴിഞ്ഞ് ഞാൻ വരുന്ന സമയത്തിൽ ചെറിയ മാറ്റങ്ങളുണ്ടായിത്തുടങ്ങിയിരുന്നു. ഏഴുമണിക്കിറങ്ങിയിരുന്നത് പതുക്കെപ്പതുക്കെ എട്ടായി, എട്ടരയായി, ഒമ്പതായി. അങ്ങനെയുള്ള ദിവസങ്ങളിൽ വീടെത്തുമ്പോൾ ഒമ്പതരയാകും. അപ്പോളേക്കും ഒറ്റമുറിയിലെ വേണുവേട്ടന്റെ കട്ടിലിൽ അദ്ദേഹം കിടന്നിരിക്കും. ശബ്ദമില്ലാതെ അടുക്കളയിൽ പോയി ഫുഡടിച്ച് താഴെ വിരിച്ച കിടക്കയിൽ അനിയന്റെ കൂടെ കിടക്കും. തലവഴി മുണ്ടിട്ട് പന്ത്രണ്ട് വരെ മൊബൈലിൽ ആകെയുള്ള 'സ്നേക്കോടി ഗെയിം' ബാറ്ററി തീരുന്നവരെ കളിക്കും. ഇതുതന്നെയാണ് അനിയനും ചെയ്യണത്. പന്ത്രണ്ട് മണി ആവാതെ ഉറക്കം വരാതായിരിക്കുന്നു.

ഗുജറാത്തിൽ ഒമ്പതരയ്ക്ക് കിടക്കുന്ന ഒരേ ഒരാൾ വേണുവേട്ടനാവും. ആ രാത്രിയിലാണ് ഞാനാദ്യമായ് വേണുവേട്ടനെ കുറിച്ചാലോചിച്ചത്. ഇതുവരെ ചോദിക്കാൻ ധൈര്യപ്പെടാത്ത പലതും എന്റെ മനസ്സിൽ നിവർന്നുനിന്നു. നാൽപ്പത്തഞ്ചു വയസ്സുള്ള ആള് കല്യാണം കഴിച്ചിട്ടില്ലേ? അച്ഛനും അമ്മയുമൊക്കെ എവിടെയാണാവോ? എന്തിനാണ് മൂപ്പര് ഒമ്പതരയ്ക്ക് കിടക്കണമെന്ന് പറയുന്നത്? ടിവിയും ലൈറ്റും നേരത്തെ ഓഫാക്കുന്നത് എന്തിനാണാവോ? ചിലപ്പോ കറന്റ് ചാർജ് ലാഭിക്കാനായിരിക്കും. ഇല്ലാത്ത സമാധാനം അഭിനയിച്ച് ഞാൻ കിടന്നുറങ്ങി.

അന്ന് രാത്രിയും പഴംപൊരി പിഴിഞ്ഞ് കിട്ടിയ എണ്ണയിൽ പപ്പടം കാച്ചുന്നത് സ്വപ്നം കണ്ട് ഞാൻ ഞെട്ടിയുണർന്നിരുന്നു. വേണുവേട്ടന് ഡിസ്റ്റർബ് ആവാതിരിക്കാൻ ഉണരാത്തപോലെ കിടന്നു.

■

തെറിക്കുത്തരം ചിരിപ്പന്തൽ

ആശിച്ച് മോഹിച്ച ഡിസ്പാച്ച് കിട്ടിയതിന്റെ ആഹ്ലാദം അധിക നാൾ നിലനിൽക്കാൻ സാധ്യതയില്ല. ഞാനൊന്നു മൂക്കട്ടെ അല്ലെങ്കിൽ കാര്യങ്ങളൊന്നു മനസ്സിലാക്കട്ടെയെന്ന് കരുതി വെയിറ്റ് ചെയ്തതാണ് അവർ. ഞാനിറങ്ങുന്ന വരെയുള്ള കാര്യങ്ങളെ കാണുന്നുള്ളൂ. അതിനുശേഷമാണ് യഥാർത്ഥ ഇടപാടുകൾ നടക്കുന്നത്. കത്തുന്ന ഇലക്ട്രിക്ക് ഫർണേസിൽ നിന്ന് ഉരുകിയ മെറ്റൽ ലായനി വ്യത്യസ്ത പാറ്റേണിൽ തയ്യാറാക്കിയ മോൾഡിൽ ഒഴിക്കുന്നു. അതിനുശേഷം എക്സ്ട്രാ വരുന്ന കൊമ്പും ചില്ലയും ഗ്രൈൻഡ് ചെയ്തു കളഞ്ഞു കുട്ടപ്പന്മാരായി മാറ്റുന്ന പ്രക്രിയയാണ് ഫെട്ട്ലിങ്. ശേഷമുള്ള ഹീറ്റ് ട്രീറ്റ്മെന്റ് കഴിഞ്ഞാൽ ബില്ല് ഉണ്ടാക്കുക ലോറിയിൽ കയറ്റുക. ഏഴുമണിയോട് കൂടി ഓഫീസു കാലിയാകും. പക്ഷേ ഫെട്‌ലിങ് നടന്നുകൊണ്ടേയിരിക്കും. എത്ര ടൺ സാധനങ്ങൾ വണ്ടിയിൽ കയറി പുറത്തു പോകുന്നുണ്ടോ അതിന്റെ അടിസ്ഥാനത്തിലാണ് ഫെട്‌ലിങ് കോൺട്രാക്ടർക്ക് പൈസ കിട്ടുന്നത്. നേരം വെളുക്കുന്നതുവരെ പണിയെടുക്കാനും അയാൾടെ ആളുകൾ റെഡിയാണ്. പക്ഷേ ബില്ലുണ്ടാക്കാൻ അർദ്ധരാത്രിവരെ ആരിരിക്കുമെന്നുള്ളതുകൊണ്ടുമാത്രം ഇന്ന് രാത്രിയിൽ പോകേണ്ടത് നാളെ വൈകീട്ട് പോകും, നാളത്തേതു മറ്റന്നാൾ. അങ്ങനെ നീണ്ടുപോയ്ക്കൊണ്ടിരുന്ന സമയത്താണ് മേത്തയുടെ കരാള ഹസ്തങ്ങളിൽനിന്ന് രക്ഷപ്പെട്ട ഞാൻ ഈ എരിതീയിലേക്ക് വന്നു വീഴുന്നത്.

ഫെട്‌ലിംഗ് കോൺട്രാക്ടർ ഫിറോസ്ഖാൻ മുതലാളിയുമായി ചർച്ചനടത്തുന്നു, ഫർണസ് ഓപ്പറേറ്റർ ധർമേന്ദ്രയാദവിനെ വിളിച്ചു വരുത്തുന്നു, ചർച്ചയോട് ചർച്ചയ്ക്കൊടുവിൽ പുറത്തിറങ്ങിയ ഫിറോസ്ഖാൻ എന്നെ നോക്കി ചിരിച്ചുകൊണ്ട് പറഞ്ഞു

“സഞ്ജയ് സേട്ട് ബുലാ രഹേ.”

അരുതാത്തത് എന്തോ നടക്കാൻ പോകുന്നുവെന്ന് ഉള്ളിന്റെ ഉള്ളിലിരുന്ന് ചോലമരപക്ഷികൾ കുറുകിക്കൊണ്ടിരുന്നു.

"ഉണ്ണികുട്ടാ... മണിക്കുട്ടാ... സാംക്രമികസുതനേ..." ന്നൊക്കെയുള്ള ആനന്ദത്തെറികളോടുകൂടി അദ്ദേഹമെന്നെ വരവേറ്റു. മുഖത്ത് നോക്കി ചിരിച്ചുകൊണ്ട് തെറിപറഞ്ഞാൽ നമ്മുടെ മുഖഭാവം എങ്ങനെയിരിക്കണമെന്ന് അറിയാത്തതുകൊണ്ട് ചിരിക്കണോ, ദേഷ്യം കാണിക്കണോ, വിഷമിക്കണോ എന്ന് അറിയാതെ കൺഫ്യൂഷ നടിച്ചിരിക്കുന്ന എന്നോട് അതേ ശൈലിയിൽത്തന്നെ മൊഴിഞ്ഞു.

"തേരാ സാലറി തീൻ ഹസാർ ബഢാ ദിയാ."

"തെറിക്കുത്തരം ചിരിപന്തൽ" ന്ന് പറഞ്ഞപോലെ ചിരിച്ചു കൊണ്ട് കേട്ട ആ സന്തോഷവാർത്ത ന്റമ്മോ" ന്ന് പറയിപ്പിച്ചു. അത്രയിക്ക് 'പ്രടകന'മൊന്നും കാഴ്ചവെയ്ക്കാതെ ഒരു മാസത്തിനുള്ളിൽ നടന്ന ഇൻക്രിമെന്റ് സംശയമുളവാക്കുന്നതായിരുന്നു.

പിറ്റേന്ന് മുതൽ കാര്യങ്ങൾ വിശദമായി മനസ്സിലാക്കിത്തരാൻ കൂടുതൽ ആളുകൾ എനിക്ക് ചുറ്റുമിരിക്കുന്നു. പതിവുപോലെ സന്ധ്യയാകുന്നു, ഇരുട്ടുമയങ്ങുന്നു ബിപിൻ റാത്തോടും ചിരാഗ് പട്ടേലും ലതാ മാധവും യാത്രയാകുന്നു.

"ആപ്കൊ ഡിസ്പാച്ച് കർക്കേ ഹീ ജാനാ ഹേ" എന്ന അനിൽ റബാരിയുടെ വാക്കുകൾക്ക് മുന്നിൽ കമ്പ്യൂട്ടർ ഓഫാക്കി എണീക്കാൻ തുടങ്ങിയ ഞാൻ അവിടെ തന്നെ കുത്തിയിരുന്നു. ഏഴരയ്ക്ക് സേട്ടിനു പോകാനുള്ള സിൽവർ കളർ ഇന്നോവയുടെ ഫ്രണ്ട് ഗ്ലാസ്സിലെ പൊടിയൊക്കെ അനിൽ റബാരി തുടച്ചുകൊണ്ടിരുന്നു. അയാൾ മൾട്ടി ടാലെൻഡഡ് പേഴ്സണാലിറ്റിയാണ്. കമ്പനിയിലെ കാര്യങ്ങളും സേട്ടിന്റെ സിഗരറ്റ് വാങ്ങുന്നതും ആൾടെ വീട്ടിലേക്കുള്ള ആവശ്യങ്ങളും നിറവേറ്റാൻ റെഡിയായി നിൽക്കുന്ന ആശ്രിതവത്സലശിരോമണിയാണ്. വേണെങ്കിൽ മൊതലാളി പറഞ്ഞാൽ ഒരാളെ അത്യാവശ്യം നല്ല രീതിയിൽ പെരുമാറാനും മൂപ്പര് റെഡിയാണ്.

സേട്ട് നീളമുള്ള സിഗരറ്റിൽ പഞ്ഞിഭാഗത്ത് നിക്കോഫ്രീ സേഫ്റ്റി ഫിൽറ്റർ പിടിപ്പിച്ചു തീ കൊളുത്തി, ഞാനിരിക്കുന്ന ഓഫീസിന്റെ വാതിൽ പകുതിതുറന്നുകൊണ്ട്, ഒരുകാല് പുറത്തും മറ്റേകാല് ഉള്ളിലുമായി നിന്നു. സിഗരറ്റ് ആഞ്ഞുവലിച്ചു തല പുറത്തേക്ക് നീട്ടി പുകവിട്ടു. മേഘങ്ങൾപോലെ ആകാശത്തിലേക്ക് യാത്രയാകുന്ന പഞ്ഞിക്കൂട്ടങ്ങളെ എനിക്കിവിടെയിരുന്നാൽ കാണാമായിരുന്നു.

"മജാ ആവേ ഛേ നാ."

എങ്ങനെയുണ്ട് രസം തോന്നുണ്ടോ എന്ന ചോദ്യത്തിന് തലയാട്ടാനേ എനിക്ക് കഴിഞ്ഞുള്ളൂ.

ഫിറോസ്ഖാൻ ഇടയ്ക്ക് വന്ന് ലിസ്റ്റ് തന്നുകൊണ്ടിരുന്നു. ഞാനത് എൻട്രി ചെയ്തുകൊണ്ടുമിരുന്നു. ഇപ്പോൾ സമയം ഒമ്പത് കഴിഞ്ഞിരിക്കുന്നു. അനിൽ റബാരി പഞ്ചാബി താലി ഓർഡർ ചെയ്തതുകൊണ്ട് 'യൂ പീപ്പിൾ ക്യാരിയോൺ' എന്ന് അനിയനെ വിളിച്ചു പറഞ്ഞു. പതിനൊന്നു മണിക്ക് അവസാന ലോറിയും പുറത്തുപോയതിന്റെ പിന്നാലെ ഞാൻ പുറത്തിറങ്ങി. എല്ലിച്ചുണ ങ്ങിയ മൂന്നാല് തെരുവുനായ്ക്കളും അലഞ്ഞുതിരിയുന്ന നാലഞ്ച് പശുക്കളും മാത്രമാണവിടെയുണ്ടായിരുന്നത്. ഈ രാത്രിസമയത്ത് ഇതുപോലുള്ള ഇൻഡസ്ട്രി ഏരിയയിൽ ഓട്ടോറിക്ഷ കിട്ടാനൊരു ചാൻസുമില്ല എന്ന് മനസ്സിലായ ഞാൻ തിരിച്ചു ഓഫീസിലേക്ക് നടന്നു. ഗേറ്റിന് പുറത്തേക്ക് മാറി നീലനിറത്തിലുള്ള പൾസർ ബൈക്ക് സ്റ്റാർട്ടാക്കി യാത്രയാവാൻ തയ്യാറായ ഫിറോസ്ഖാൻ എന്നോട് ചോദിച്ചു.

"ബൈക്ക് നഹി ഹേ ക്യാ."

ഇല്ലായെന്ന് പറയുന്നതിനു മുന്നേ തന്നെ "ചലോ ബൈട്ട് ജാവോ" ന്ന് പറഞ്ഞ് അയാൾ ബൈക്കുരുട്ടി അടുത്തേക്ക് വന്നു.

ഞാൻ മാക്സിമം കംഫർട്ടബിൾ ആകേണ്ടത് അയാൾടെ ആവശ്യമാണ്. കാരണം രാത്രി ബുദ്ധിമുട്ടാണ് ന്ന് പറഞ്ഞാൽ അയാൾടെ മാസവരുമാനം പകുതിയാവും. അതോണ്ട് ഓപ്പോസിറ്റ് ദിശയിലേക്ക് പോകേണ്ട അയാളെന്നെ വീടിന്റെ തൊട്ടടുത്തുള്ള സ്റ്റോപ്പിൽ ഇറക്കി തിരിച്ചു യാത്രയായി.

ഇനിയാണ് അടുത്ത പ്രശ്നം. ഒമ്പതരയ്ക്ക് വേണുവേട്ടൻ ലൈറ്റു കെടുത്തി ഉറങ്ങിയിട്ടുണ്ടാവും. കാളിങ്ബെൽ അടിച്ചാൽ ഡിസ്റ്റർബ് ആവുമോയെന്നൊക്കെയുള്ള ചിന്തകൾ മൈൻഡിൽ ഡപ്പാങ്കൂത്തു കളിച്ചുകൊണ്ടിരുന്നു. ഫ്ളാറ്റിന്റെ ഡോറിന് മുന്നിൽ നിന്നുകൊണ്ട് അനിയന് മെസ്സേജയച്ചു. നാട്ടിലെയേതോ ഫ്രണ്ടിക്ക് മെസ്സേജയച്ച് കയ്യിലെ തള്ളവിരലിൽ തഴമ്പ് വരുത്തിക്കൊണ്ടിരുന്ന അവൻ പെട്ടെന്ന് വാതിൽ തുറന്നു.

ആ ശബ്ദം കേട്ട് വേണുവേട്ടൻ ഞെട്ടിയുണർന്നു. കണ്ണുകൾ ഇറുക്കിയടച്ചുകൊണ്ട് ഞാൻ ഡ്രസ്സ് മാറി തലയിൽ മുണ്ടിട്ട് കിട ന്നുറങ്ങി.

മൂന്നുമണിക്ക് വെള്ളം കുടിക്കാനും അഞ്ചരയ്ക്ക് മൂത്രമൊഴി ക്കാനുമൊക്കെ എണീറ്റപ്പോൾ വേണുവേട്ടൻ ഒരു കൈ തലയ്ക്ക് സപ്പോർട്ട് കൊടുത്ത് ഞങ്ങൾ കിടക്കുന്ന ഭാഗത്തേക്ക് നോക്കി ക്കൊണ്ടിരിക്കുകയായിരുന്നു.

■

വിറച്ചുപനിയെന്ന സ്വർഗ്ഗം

ഓഫീസിലെത്തി, പതിവുപോലെ ഉച്ചയായി, മൂന്നു മണിക്ക് ചായ വന്നു, ഏഴുമണിക്ക് ചിരാഗ് പട്ടേലും. ബിപിൻ റാത്തോഡും ബാഗു മെടുത്തിറങ്ങി. അനിൽ റബാരി കറക്റ്റ് സമയത്ത് വന്നു പറഞ്ഞു.

“ആപ്കൊ ബൈട്നാ ഹേ, ഡിസ്പ്പാച്ച് ഹെ.”

സഞ്ജയ് സേട്ട് സിഗരറ്റെടുക്കുന്നു. നിക്കോഫ്രീ സേഫ്റ്റി ഫിൽറ്റർ പിടിക്കുന്നു. ഞാനിരിക്കുന്ന ഭാഗത്തേക്ക് നോക്കുകപോലും ചെയ്യാതെ ഇന്നോവ സ്റ്റാർട്ട്ചെയ്തു മിന്നിച്ചുപോകുന്നു. പിന്നിലെ പുകക്കുഴലിൽനിന്നും ഡ്രൈവർ സീറ്റിൽനിന്നും പുറത്തേക്ക് വന്ന പുകച്ചുരുളുകൾ ആലിംഗനബദ്ധരായി ആകാശത്തേക്ക് ഉയരുന്നു.

അന്നത്തെ അങ്കംവെട്ട് തീരാൻ പന്ത്രണ്ട് മണിയായി. ഫിറോസ് ഖാന്റെ നീല പൾസറിൽ കയറുന്നു, വീട്ടിൽ ഇറക്കുന്നു, അയാൾ തിരിച്ചുപോകുന്നു, അനിയന് മെസ്സേജയയ്ക്കുന്നു, ഡോർ ഓപ്പണാകുന്നു, വേണുവേട്ടൻ ഞെട്ടിയുണരുന്നു. പിന്നീട് സംഭവിച്ചതെല്ലാം ഇന്നലത്തേതിന്റെ ബാക്കിയായിരുന്നു. നാലുമണിക്കും അഞ്ചു മണിക്കും വേണുവേട്ടൻ കിടന്നുറങ്ങുന്ന ഞങ്ങളെ നോക്കി തലയ്ക്ക് കൈ സപ്പോർട്ട് കൊടുത്ത് കിടപ്പായിരുന്നു.

“നീ എന്നും ഈ സമയമാകും ല്ലെ?”

താജ്മഹൽ ഇലൈച്ചി ചായ കുടിച്ചുകൊണ്ടെന്നോട് ചോദിച്ചു.

“ചിലപ്പോഴൊക്കെ.”

ഞാനും മറുപടി പറഞ്ഞു. ആൾക്കത് ഡിസ്റ്റർബാണെന്ന് ആ മുഖത്തുനിന്ന് വായിക്കാമായിരുന്നു.

ഫിറോസ്ഖാനുമായി കൂടുതൽ അടുക്കാനും വീട്ടിലെ കാര്യങ്ങളൊക്കെ പരസ്പരം ചോദിച്ചും പറഞ്ഞും മിക്കവാറും അർദ്ധരാത്രികളിൽ നീല പൾസറിൽ നറോഡാ നാരോൾ ഹൈവേയിലൂടെ പാഞ്ഞുപോകുന്നതും സാധാരണമായി കഴിഞ്ഞിരുന്നു.

വഴിയിലെവിടെയോ സ്റ്റോപ്പിന്റെ പേര് "നാറോഡോ പാട്ടിയ". എന്നു കണ്ട ഒരുനിമിഷം പഴയ പത്രവാർത്തകളും ടിവി ന്യൂസുമൊക്കെ മനസ്സിലേക്കോടി വന്നു, ഞാനാകെ നീലക്കളറായിക്കഴിഞ്ഞിരുന്നു.

"ഇവിടെയാണോ രണ്ടായിരത്തിരണ്ടിൽ കലാപമുണ്ടായത്?"

ഫിറോസ്ഖാനോട് ചോദിച്ചു.

ശബ്ദം കുറച്ചൊരു മൂളൽ മാത്രമായിരുന്നു അതിനുള്ള മറുപടി. പിന്നീട് വീടെത്തുന്നതുവരെ അയാളൊന്നും സംസാരിച്ചില്ല. ഓടിക്കൊണ്ടിരിക്കുന്ന ബൈക്കിൽ പിന്നിലിരിക്കുന്ന എന്റെ മുഖത്തേക്ക് രണ്ടുമൂന്നു മഴത്തുള്ളികൾ തട്ടിത്തെറിച്ചു.

"ബർസാത് ജേവു ലാഗേ."

അപ്പോഴേക്കും ഗുജറാത്തിയിൽ അത്യാവശ്യം കഷ്ണങ്ങൾ പറയാൻ പഠിച്ച ഞാൻ പറഞ്ഞു.

അതിനും മൂളൽ മാത്രമായിരുന്നു മറുപടി. മഴത്തുള്ളികളല്ല, അയാളുടെ കണ്ണിൽനിന്ന് ഒഴുകുന്ന കണ്ണീരാണ് കാറ്റിൽ പിന്നിലേക്ക് തെറിക്കുന്നതെന്ന് മനസ്സിലാക്കുമ്പോളേക്കും എനിക്കിറങ്ങേണ്ട സ്ഥലമായി.

എന്തിനാണയാളുടെ കണ്ണീരു പൊടിഞ്ഞത് എന്നാലോചിച്ച് നടന്നുനടന്ന് പതിവുപോലെ വീട്ടിൽ വൈകിയെത്തിയ ഞാൻ ലൈറ്റ് ഓണാക്കാതെ നിശ്ശബ്ദനായി ഡ്രെസ്സ് മാറി ബെഡ്ഡിലേക്ക് ചാഞ്ഞു. എന്നെത്തന്നെ നോക്കിയിരിക്കാൻ സാധ്യതയുള്ള വേണുവെട്ടന്റെ സൈഡിലേക്ക് മൈൻഡ് ചെയ്യാനേ പോയില്ല. തൊട്ടടുത്ത് കിടക്കുന്ന അനിയൻ തോണ്ടിയപ്പോൾ ഞാൻ പതുക്കെ പുതപ്പ് മാറ്റിനോക്കി. പതിവിനു വിപരീതമായി ഞങ്ങൾ കിടക്കുന്ന ഭാഗത്തേക്ക് പുറംതിരിഞ്ഞുകൊണ്ട് പഴയതുപോലെ കൈ തലയ്ക്ക് സപ്പോർട്ട് കൊടുത്ത് ചുവരിലേക്ക് നോക്കിക്കിടക്കുന്നു. ഞാനനിയനോട് രണ്ടുപ്രാവശ്യം പുരികമുയർത്തി "എന്താ റോള് മൂപ്പരടെ"ന്ന് ചോദിച്ചു. കണ്ണിറുക്കി അറിയില്ലെന്ന് അഭിനയിച്ചു കാണിച്ച് അവൻ ഉറങ്ങാൻ കിടന്നു.

ഓരോന്നാലോചിച്ച് കിടന്നുകൊണ്ട് നേരം വെളുത്തറിഞ്ഞില്ല. പക്ഷേ നല്ല കിടിലൻ തലവേദനയ്ക്ക് സപ്പോർട്ട് പ്രഖ്യാപിച്ച് വിറച്ചുപനിയും കൂടിയായപ്പോൾ കാലത്ത് എണീക്കാൻ തന്നെ പത്തുമണിയായി. മറ്റു രണ്ടുപേരും ജോലിക്ക് പോയി. ഞാൻ ഉറക്കത്തിൽ നിന്നിറക്കത്തിലേക്ക് പോയിക്കൊണ്ടിരുന്നു. ഏതാണ്ട് ഉച്ചയായപ്പോൾ പോസ്റ്റ്മാൻ തിരിച്ചയച്ച ഇൻലൻഡ് ലെറ്റർ വാതിലിലൂടെ ഉള്ളിലേക്കിടുന്നു. ഫ്രം അഡ്രസ് വേണുവേട്ടന്റെ തന്നെയാണ് മറ്റേ

സൈഡിൽ നല്ല വടിവൊത്ത കയ്യക്ഷരത്തിൽ "ഡോക്ടർ അമൻ ശർമ്മ, മിറാക്കിൾ ബംഗ്ലാവ്, ബെഹരാംപുര, അഹമ്മദാബാദ്" എന്നെഴുതിയിരിക്കുന്നു. ഞാനാ കത്ത് ആൾടെ സിമന്റ് നിറമുള്ള ചെറിയ അലമാരയിലെ ആദ്യവലിപ്പിലേക്കിട്ടു. കട്ടൻചായ ഒരെണ്ണം കഷ്ടിച്ച് സെറ്റപ്പാക്കി കുടിച്ചുകൊണ്ടിരിക്കുമ്പോളാണ് ആ ഇൻലൻഡ് വെച്ചതിനടുത്തായി വേറെയും കുറേയിരുപ്പുണ്ടായിരുന്നല്ലോ എന്ന് ഓർമ്മ വന്നത്. അറിയാനുള്ള ജിജ്ഞാസ യാന്ത്രികമായി ആ അലമാരയുടെ കള്ളി വീണ്ടും തുറപ്പിച്ചു. ഏതാണ്ട് പന്ത്രണ്ടണ്ടോളം ലെറ്റർ അടുക്കടുക്കായി വെച്ചിരിക്കുന്നു. എല്ലാറ്റിലും ഒരേ അഡ്രസ്. എല്ലാ കത്തുകളും റിട്ടേൺ വന്നതാണ്. അഡ്രസ്സിൽ ആളില്ല. എന്ന് ഗുജറാത്തി ഭാഷയിൽ എഴുതിയിട്ടുണ്ട്. ചിലത് ഇംഗ്ലീഷിലും.

ഡോക്ടർ അമൻ ശർമ്മ, മിറാക്കിൾ ബംഗ്ലാവ്, ബെഹരാംപുര, അഹ്മദാബാദ് ഈ വിലാസം എന്റെ മനസ്സിൽ കിടന്നു മറിഞ്ഞു കൊണ്ടിരുന്നു. ഇത്രയധികം ലെറ്റേഴ്സ് അയച്ചിട്ട് എന്താണ് ഒരെണ്ണം പോലും ഡെലിവറാവത്തത്. തിരിച്ചുവന്നാൽ പിന്നെയും എന്തിനാണ് ആ അഡ്രെസ്സിലേക്ക് കത്തയയ്ക്കുന്നത്.

നമ്മുടെ പഴയ ജോലിദാതാവായ മേത്താഭായിടെ ഫോൺ റിംഗ് ആയിരുന്നു അന്നത്തെ മമസുപ്രഭാതം. പുതിയ രണ്ടു പ്രൊജക്റ്റ് കംപ്ലീറ്റായപ്പോൾ അതിന്റെ എല്ലായിടപാടുകളും മേത്താഭായിയെ കൊണ്ട് ചെയ്യിച്ച് സ്റ്റോറെല്ലാം അടുക്കും ചിട്ടയുമായപ്പോൾ പതുക്കെ അവോയ്ഡ് ചെയ്ത് ചെയ്ത് തന്നെത്താനെ പിരിഞ്ഞു പോകുന്നതു വരെ മൈൻഡ് ചെയ്യാതെ ഒരു ദിവസം ജോലി രാജി വെക്കേണ്ടി വന്നുവത്രേ. അതുപോലെ ഇലക്ട്രിക്കൽ മാനേജർ എന്ന പോസ്റ്റ് ഉണ്ടാക്കി നല്ലോണം പണിയറിയുന്ന ആൾക്ക് മാർക്കറ്റിൽ കിട്ടാവുന്നതിന്റെ മൂന്നിരട്ടി സാലറി ഓഫർ ചെയ്തതും പുതിയ മൂന്നാല് ഫാക്ടറികളുടെ ഇലക്ട്രിക്കൽ പാനൽ ബോർഡിന്റെ പണി ചെയ്യിച്ചതും കമ്പനീടെ ഉൽഘാടനത്തിനുമുന്നേ അയാളെയും ഇതുപോലെ പിരിച്ചുവിട്ടതും സംപ്രതി വാർത്താഹ ശ്രുയന്താമെന്ന പോലെ മേത്താഭായ് പറഞ്ഞു.

ചെറിയ ശമ്പളക്കാരനായ ഞാനെങ്ങനെ മേത്തയെ സമാധാനിപ്പിക്കുമെന്നറിയാതെ വിഷമത്തിലായി. വേറെ ജോലി കിട്ടുന്നതു വരെ ഷെയർ മാർക്കറ്റിൽ കൂടുതൽ സമയം ചിലവഴിക്കാൻ തീരുമാനിച്ചു. ഇതി വാർത്താഹ ന്ന് പറഞ്ഞിട്ട് മേത്ത ഫോൺ വെച്ചു.

ഞങ്ങടെ ഉള്ളിന്റെയുള്ളിലെ ആസ്വാരസ്യങ്ങളെല്ലാം ആ ഫോൺകാളിൽ ഉരുകിയില്ലാതായി.

പനി കുറയുന്ന ലക്ഷണമില്ല. പെർമനന്റ് വൈദ്യൻ ഭാനുപ്രസാദിനെ കണ്ടു. കൂടുതൽ ചോദ്യമില്ല. ഉത്തരമില്ല. ഏതസുഖമായി ചെന്നാലും കൊടുക്കുന്ന മഞ്ഞയും ഓറഞ്ചും നിറമുള്ള ഗുളികകളും ചന്തിയിൽ സൂചിയുമടിച്ച് തിരിച്ചയച്ചു.

മേലുവേദനയും മുട്ടുവേദനയും തലവേദനയും പോരാത്തതിന് ഇൻജെക്ഷൻ കുത്തിയ സ്വകാര്യവേദനയും കൂടിയായപ്പോൾ വല്ലാത്തൊരു "ഇത്" അനുഭവപെട്ടതുകൊണ്ട് കിടന്നകിടപ്പിൽ ചെറുതായൊന്നു മയങ്ങി. ഉറക്കത്തിൽ കമ്പനീലെ കോൺട്രാക്ടർ ഫിറോസ് ഖാനും ഡോക്ടർ അമനും "നാറോഡാ പാട്ടിയ" എന്നെഴുതിയ ബോർഡിനു താഴെ നിന്ന് സിഗരറ്റ് വലിക്കുന്നു. ഡോക്ടർ അമന്റെ രൂപം, വേണുവേട്ടന് പതിനഞ്ച് കിലോ വെയിറ്റ് കൂടി നീണ്ട മൂക്കോടു കൂടി സ്വർണനിറത്തിലുള്ള കണ്ണട വെച്ചപോലെയാണ്. ഷോർട്ട് ഫിലിംപോലെ കുറെ വിഷ്വൽസിന് കാരണക്കാരനായ ഈ വിറച്ചു പനിയെ ഞാൻ ബഹുമാനിക്കുന്നു, ആദരിക്കുന്നു. എനിക്ക് ഒരു ബന്ധവുമില്ലാത്ത, ഞാൻ ഒരിക്കൽപ്പോലും കണ്ടിട്ടില്ലാത്ത ആളും കമ്പനിലെ കോൺട്രാക്ടറെയും ഒന്നിച്ച് ഒരേ സ്ക്രീനിൽ എത്തിക്കാൻ സാധാരണക്കാർക്ക് പറ്റില്ല. പിച്ചും പേയും പറയുന്ന ഹെവി ഡോസുള്ള പനിതന്നെ വന്നനുഗ്രഹിക്കണം.

പെട്ടെന്ന് തൊട്ടടുത്ത വീട്ടിലെ അറുപതു വയസ്സ് പ്രായം വരുന്ന മനോജ് മക്വാന എന്നയാള് റൂമിലേക്ക് കയറിവന്നു. സ്ഥിരമായി നൈറ്റ്ഡ്യൂട്ടി ചെയ്യുന്ന അയാൾക്ക് ഏതോ കമ്പനിയിൽ വാച്ച്മാന്റെ പണിയാണ്. ഇന്നീ പനിയുടെ ഔദാര്യത്തിൽ അയാളെ കാണാൻ പറ്റി. ആൾടെ വൈഫ് നേഴ്സാണത്രെ. മക്കളായിട്ട് ഒരാണും ചെറിയ ക്ലാസ്സിൽ പഠിക്കുന്ന പെൺകുട്ടിയും. ആ മനുഷ്യന് ശരിക്ക് സംസാരിക്കാനൊന്നും കഴിയുന്നില്ല അത്രക്ക് കുടിച്ചിട്ടുണ്ട്. കൈയിലുള്ള ചെറിയ പ്ലാസ്റ്റിക് കവറിൽ 'പോട്ലി' എന്നറിയപ്പെടുന്ന ദേശി ചാരായമാണ് വെള്ളം ചേർക്കാതെ എന്റെ മുമ്പിലിരുന്നു കുടിക്കുന്നത്.

മദ്യപിച്ചു മദോന്മത്തനായ അയാൾ സ്വന്തം ഭാര്യയെക്കുറിച്ച് പുകഴ്ത്താനാരംഭിച്ചു. അയാളെക്കാൾ പതിനഞ്ച് വയസ്സ് താഴെയാണ് ഭാര്യ. പോരാത്തേന് അതിസുന്ദരിയും സാലറി ഇയാളെക്കാൾ മൂന്നുമടങ്ങു കൂടുതലും.

"അവളെയെനിക്ക് ജീവന്റെ ജീവനാണ്, കണ്ണാണ്... കറളാണ്... കണ്ണിമാങ്ങാ അച്ചാറാണ്."

അയാൾ നിർത്താതെ പറഞ്ഞുകൊണ്ടിരുന്നു.

ഇജ്ജാതി പ്രഹസനങ്ങൾ കേൾക്കാനുള്ള മൂഡില്ലെങ്കിലും നിവൃത്തിയില്ലാതെ ഒരു വിധം കേട്ടവസാനിപ്പിച്ചു. "തീരെ വയ്യ ഒന്നുറങ്ങട്ടെ" ന്ന് പറഞ്ഞതിന് കയ്യിലുള്ള മൂലവെട്ടി എന്റെ വായ് ലക്ഷ്യമാക്കി, പതിനെട്ട് ഒറ്റമൂലി ചേർത്ത മരുന്നാണെന്നു പറഞ്ഞു കൊണ്ടുവന്നു. ഭാനു ഡോക്ടർടെ ഇൻജെക്ഷനാണ് ഞെരമ്പിൽ ക്കൂടി ഓടിക്കളിക്കുന്നത്. അതിന്റെ പ്രവർത്തനം തീരുന്നേന് മുന്നേ ഇതടിച്ചാൽ പിന്നെ കെങ്കേമമാകും. ചെലപ്പോൾ പനിപോയി പണി തീരാനും ചാൻസുണ്ട്. ഞാനാ കൈ തട്ടി മാറ്റി.

"തമേ മനേ കോയി ഇജ്ജത് നഹി ആപ്താ."

"ഊർദ്ധശ്വാസം വലിക്കുന്നവന്റെ വായിൽ ചാരായമൊഴിക്കാൻ ശ്രമിച്ചാൽ എന്തൂട്ട് ബഹുമാനമാണ് തനിക്ക് തരേണ്ടത് പ്രിയപ്പെട്ട രോമകൂപാ" എന്നു തിരിച്ചു ചോദിക്കണമെന്നുണ്ട് എന്റെ അപ്പോ ളത്തെ ആരോഗ്യവും ആൾടെ വയസ്സും അതിനനുവദിച്ചില്ല.

ആളിറങ്ങിപ്പോയ നേരംകൊണ്ട് ഞാനുറങ്ങിയും പോയി.

■

അക്കാളുടെ മരണം

പനിയുടെ വികൃതിവിവരമന്വേഷിക്കാൻ ചെറിയച്ഛന്മാർ ഇടയ്ക്കിടയ്ക്ക് വിളിച്ചുകൊണ്ടിരുന്നു. പറ്റുമെങ്കിൽ നാളെയൊരിടത്ത് ഇന്റർവ്യൂന് ചെല്ലാൻ പറ്റുമോ ന്ന് ചോദിച്ചാണ് രാജൻ ചെറിയച്ഛൻ വിളിച്ചത്. ആൾടെ ദോസ്ത് പ്രവീൺനായർ വീരംഗാമിൽ തുടങ്ങിയ വൻസെറ്റപ്പുള്ള കമ്പനിയിലെ ജനറൽ മാനേജരായി ചാർജ്ജെടുത്തതാണ്. പുതിയ കമ്പനിയാണ് നല്ല സാലറിയും.

എന്തായാലും പനിയാണ് ലീവിലാണ്. പിറ്റേന്ന് അനിയനെയും കൂട്ടി കസിൻ നിവേദിതയുടെ സ്കൂട്ടിയിൽ പിന്നിലിരുന്നുകൊണ്ട് അച്ഛൻ ഗൾഫിൽനിന്ന് പിരിഞ്ഞുപോരുമ്പോൾ കൊണ്ടുവന്ന ചുവന്ന ഫയലിൽ സർട്ടിഫിക്കറ്റുകളുമായി വീരംഗാവ് ലക്ഷ്യമാക്കി യാത്രയായി.

പ്രവീൺനായരെ എനിക്ക് പരിചയമുണ്ട്. സെൻട്രലൈസ്ട് എസിയുടെ തണുപ്പിൽ വിസിറ്റേഴ്സ് റൂമിൽ അനിയനും ഞാനുമിരുന്നു. മോഹിപ്പിക്കുന്ന ഓഫീസും ഫെസിലിറ്റികളും യൂണിഫോമിട്ട പരിചാരകരെത്തട്ടി നടക്കാൻ പറ്റുന്നില്ല. അതിലൊരാൾ ആദ്യം വെള്ളവും പിന്നീട് മെഷീനിൽ സ്വിച്ചിട്ട് കിട്ടുന്ന ഏലക്ക രുചിയുള്ള ചായയും നൽകി ആദരിച്ചു. ചായകുടി കഴിഞ്ഞപ്പോൾ ഒരെണ്ണംകൂടി ചോദിച്ചാലോ ന്ന് ചിന്തിച്ച ഞാൻ പിന്നീട് ആ ഉദ്യമം റദ്ദാക്കി.

പ്രവീൺ നായരും സോഹം മേത്തയും ഈ രണ്ടു പുലികളാണ് ഇന്റർവ്യൂ എടുക്കുന്നത്. ഞാൻ അകത്തേക്ക് കടന്നു സീറ്റിലിരുന്നു.

"രാജൻ ഭായ് നേ ഭേജാ."

സോഹം മേത്തയെ നോക്കി പ്രവീൺഭായ് പറഞ്ഞു

"കോൻസാ?

"രാജൻഭായ്, അപ്‌ന മേഘമണിവാലാ."

"യെസ് യെസ്" എന്നുപറഞ്ഞു സർട്ടിഫിക്കറ്റ്സ് വാങ്ങി നോക്കാതെ സൈഡിലേക്ക് വെച്ചു.

“എന്തുതരം ജോലി ചെയ്യാനാണ് താൽപ്പര്യം?”

എനിക്കൊന്നും ആലോചിക്കേണ്ടി വന്നില്ല.

“സെയിൽസ്, മാർക്കറ്റിംഗ്.”

ഉറച്ച ശബ്ദത്തോടെ ഹെവി ആത്മവിശ്വാസത്തിൽ മറുപടി പറഞ്ഞു. സെയിൽസിൽ എക്സ്പീരിയൻസ് എന്താണെന്ന ചോദ്യത്തിന് മുന്നിൽ ഞാൻ നെടുവീർപ്പിട്ടു. അച്ഛന്റെ അനിയൻ സെയിൽസിൽ ചീങ്കണ്ണിയാണെന്നു പറഞ്ഞിട്ട് എനിക്കെന്ത് ഫലമാണ്.

“രാജൻഭായ് പറഞ്ഞതുകൊണ്ട് സർട്ടിഫിക്കറ്റ് പോലും നോക്കാതെ ഓഫീസ് അഡ്മിനിസ്ട്രേഷനിൽ ഇതാ ഇപ്പൊ അപ്പോയ്ന്റ് ചെയ്യാം. പോകാനും വരാനും സ്റ്റാഫ് ബസ്സ്, സാലറി ഇപ്പൊ കിട്ടുന്നതിനേക്കാൾ കൂടുതൽ. ബാക്കി ആനുകൂല്യങ്ങൾ വേറെ. താല്പര്യമുണ്ടെങ്കിൽ പറ.”

പ്രവീൺഭായ് ഈ പറഞ്ഞത് മലയാളത്തിലായിരുന്നു. എന്താണെന്നറീല്ല ആരോ നാവിൻതുമ്പിലിരുന്ന് പറയിച്ചതാണോന്നറീല്ല.

“വേണ്ട സർ. എനിക്ക് സെയിൽസ് ഡിപ്പാർട്ടുമെന്റിലെ ജോലി മതി.”

“ന്നാ പിന്നെ അങ്ങനെ ആക്കാം.”

ഇത്രയും നല്ല ഓഫർ വേണ്ടെന്ന് വെച്ച അഹങ്കാരിയോട് ഇപ്രകാരം മൊഴിഞ്ഞതിനുശേഷം ടാറ്റാ ബൈ ബൈ തന്നു.

പുറത്തിറങ്ങിയപ്പോൾ പ്രവീൺഭായ് പിന്നാലെയിറങ്ങി വന്നു.

“എങ്ങനാണ് വന്നത് ബൈക്കിലാണോ. വേറെയാരാ കൂടെ?”

വിസിറ്റേഴ്സ് റൂമിലിരുന്ന് മെസ്സേജ് അയച്ച് സമയം കളയുന്ന അനിയനെ ഞാൻ പുറത്തേക്ക് വിളിച്ചു. “ഇവനെന്താ ചെയ്യണത്, നിനക്ക് ജോലി വേണ്ടേ?”

ഞങ്ങൾ രണ്ടാളും ഒരേ സ്വരത്തിൽ വേണമെന്ന് പറഞ്ഞു.

“വാ വാ വാ അകത്തേക്ക് വാ”ന്ന് പറഞ്ഞു നേരത്തെയിരുന്ന റൂമിലേക്ക് പോയി എണീക്കാൻ തയ്യാറായ സോഹം മേത്തയെ പിടിച്ചിരുത്തി. മൂന്നര മിനിറ്റുകൊണ്ട് ബയോഡാറ്റ പോലും നോക്കാതെ അവനെ അപ്പോയിന്റ് ചെയ്തു. സാലറി എനിക്കിപ്പോ കിട്ടുന്നതിനേക്കാൾ അയ്യായിരം കൂടുതൽ.

അത് തീരെ വിചാരിക്കാത്ത കാര്യമായിരുന്നു. രാത്രിയിലെ വൈകിവരലിനു പരിഹാരമാകുമായിരുന്ന ജോലി സെയിൽസ്, മാർക്കറ്റിംഗ് എന്നൊക്കെ പറഞ്ഞു തട്ടിത്തെറിപ്പിച്ചതിനു ചെറിയച്ഛൻ നല്ല നാലഞ്ച് ചീത്ത പറഞ്ഞു.

അവിടന്ന് വീടെത്തുന്നത് വരെ മാർക്കറ്റിംഗ്, സെയിൽസ് എന്നൊക്കെ മനസ്സിൽ കുത്തിവെച്ച മോഹനൻ ചെറിയച്ഛന്റെ ഉപദേശങ്ങളും ഗുജറാത്തികളുടെ കച്ചവടചാതുര്യത്തെക്കുറിച്ചുള്ള ചിന്മയ്സേട്ടിന്റെ വാക്കുകളും മസ്തിഷ്ക്കത്തിൽ അക്ഷരമാലകളായി വീണ്ടും വീണ്ടും തെളിഞ്ഞുകൊണ്ടിരുന്നു,

വീട്ടിലെത്തുന്നതിനുമുൻപ് നിഷാദിന്റെ ഫോൺ വന്നു. ഇവിടെ അഹ്മ്മബാദിലുള്ള കാഞ്ഞിരശ്ശേരിക്കാരൻ ബാലാജിയേട്ടന്റെ കാർ ആക്സിഡന്റായിട്ടുണ്ട്. കുറച്ചു സീരിയസാണ്. സ്കൂട്ടി നേരെ ഹോസ്പിറ്റലിലേക്ക് തിരിച്ചു. അവിടെയെത്തുമ്പോൾ കണ്ട കാഴ്ച അതിദാരുണമായിരുന്നു. ബാലാജീടെ കൺപോളകളിൽ സ്റ്റിച്ചിട്ടു കൊണ്ടിരിക്കുകയായിരുന്നു.

“അമ്മ ദാ അവിടെയുണ്ടെഡോ.”

എന്ന് പറഞ്ഞ് “എമർജൻസി” എന്നെഴുതിയ സ്ഥലം ചൂണ്ടിക്കാട്ടി. അവിടെ ആക്കാളെന്നു ഞങ്ങളൊക്കെ വിളിക്കുന്ന അദ്ദേഹത്തിന്റെ അമ്മയുടെ മുഖമടക്കം വെളുത്ത തുണിയിട്ട് മൂടുന്നതാണ് കണ്ടത്. ഏതോ അമ്പലത്തിൽ ദർശനത്തിനു പോയതായിരുന്നു അവർ. കുട്ടികളടക്കം ബാക്കിയെല്ലാവരും അത്ഭുതകരമായി രക്ഷപ്പെട്ടു. പക്ഷേ ഓപ്പോസിറ്റ് വന്നിരുന്ന സൈക്കിൾ റിക്ഷയിലെ അഞ്ചുപേർ സ്പോട്ടിൽ തീർന്നുപോയിരുന്നു.

ഹട്ക്കേശ്വർ ശ്മശാനത്തിലെ വിറകിനുള്ളിൽ അക്കാളുടെ ശരീരത്തിൽ അഗ്നി പടർന്ന് എരിഞ്ഞുകയറി പിടിച്ചതും ഞങ്ങളവിടെ നിന്ന് തിരിച്ചുപോന്നു.

നാട്ടിലുള്ളപ്പോൾ ഭംഗിയിൽ സാരിയുടുത്ത് എല്ലാരോടും സ്നേഹാന്വേഷണങ്ങൾ പറഞ്ഞിരുന്ന, വേലിക്കരികിൽ നിന്ന് പാടത്തേക്ക് പഴുത്ത മൂവാണ്ടൻ മാങ്ങയും ചക്കയുമൊക്കെ ഞങ്ങൾ പിള്ളേർക്ക് വലിച്ചെറിഞ്ഞുതന്നിരുന്ന, ജീവിച്ചിരിക്കുമ്പോൾ ആരെയും ദ്രോഹിക്കാത്ത താഴത്തെ മഠത്തിലെ അക്കാളുടെ സംസ്കാര ചടങ്ങ്, രണ്ടായിരം കിലോമീറ്റർ അകലെയിവിടെ ഗുജറാത്തിൽ നടക്കുന്നു.

കാലത്ത് ഇന്റർവ്യൂന് ഇറങ്ങിയ കാഞ്ഞിരശ്ശേരിക്കാരായ ഞാനും അനിയനും നാട്ടുകാരായ നിഷാദും രാധേട്ടനും അശോകേട്ടനുമൊക്കെ അതിനു സാക്ഷിയുമാകുന്നു.

■

ഭദ്രകാളീടെ കോപം

ഈയിടെയായി വേണുവേട്ടൻ സംസാരം തീരെ കുറച്ചിരിക്കുന്നു. നിത്യവും വിളക്ക് കൊളുത്തുന്ന ഗുരുവായൂരപ്പന്റെ ഫോട്ടോയിരിക്കുന്ന സ്റ്റാൻഡിൽ കടിച്ച് വികൃതമാക്കിയ ആപ്പിളിന്റെ കഷ്ണങ്ങൾ വെച്ചിരിക്കുന്നു. അനിയനും ഞാനും മുഖത്തോട് മുഖം നോക്കി. കാര്യങ്ങൾ ഔട്ട് ഓഫ് ഫോക്കസായ ഫോട്ടോപോലെ അവ്യക്തമാകുന്നു. പിറ്റേന്നു കാലത്ത് ഓഫീസിൽ പോകാനിറങ്ങിയ എന്നോട് കട്ടിലിൽ മുഖം കൊടുക്കാതെ തിരിഞ്ഞുകിടന്ന് വേണുവേട്ടൻ പ്രഖ്യാപിച്ചു

"ഭദ്രകാളീടെ കോപമാണ്, തീ ഗോളങ്ങൾ പെയ്യും, നാടെല്ലാം കത്തിപ്പിടിക്കും, ആകാശമുരുണ്ടുകൂടും."

പരസ്പരബന്ധമില്ലാതെ പറയുന്ന ആ ഡയലോഗുകൾ കൂടിയായപ്പോൾ ഒരു കാര്യം വ്യക്തമായിക്കഴിഞ്ഞു. വേണുവേട്ടന്റെ മൈൻഡ് ഇടയ്ക്കിടയ്ക്ക് പാളം തെറ്റുന്നുണ്ട്. ആ സമയത്താണ് തിരിഞ്ഞു കിടക്കുന്നതും ഉറങ്ങാതിരിക്കുന്നതുമൊക്കെ.

അല്ല ഉറങ്ങാതിരിക്കുമ്പോളാണ് ഈ പാളം തെറ്റൽ സംഭവിക്കുന്നത്.

അന്നു വൈകീട്ട് മൊബൈൽ വിളിച്ചാൽ കിട്ടാതെയായിരിക്കുന്നു. എന്റെ മാത്രമല്ല ഒരേ സമയം എല്ലാ നെറ്റ്‌വർക്കും ഇല്ലാതെയായിക്കഴിഞ്ഞു. എന്തൊക്കെയോ പ്രശ്നങ്ങളുണ്ടെന്നും റോഡ് ബ്ലോക്കാകും എന്നൊക്കെ പറഞ്ഞിട്ട് ഓഫീസ് നേരത്തെയടച്ചു. മുതലാളി സിഗരറ്റ് പാക്കറ്റ് ഉപേക്ഷിച്ച് ഇന്നോവയിൽ പറന്നു പോയി. പരിഭ്രാന്തരായ ആളുകൾ നാലുപാടും ചിതറി അതിവേഗം ഓട്ടത്തിലാണ്. വാഹനങ്ങൾ കിട്ടാതെ പലരും റോഡിലൂടെ വലിഞ്ഞുനടക്കുന്നു. കുറെയധികംദൂരം നടന്നിട്ടവസാനം കിട്ടിയ ഓട്ടോയിൽ ചാടിക്കയറി. പരിഭ്രമത്തോടെ വീടെത്താൻ റിക്ഷക്കാരൻ അതിവേഗം ഗീയറുകൾ മാറ്റിക്കൊണ്ടിരുന്നു.

ചീങ്കണ്ണ്യാ... സ്റ്റോ...

ഓട്ടോയിൽ തൊട്ടടുത്തിരിക്കുന്ന രണ്ടുപേർ പരസ്പരമെന്തൊക്കെയോ പറയുന്നുണ്ട്.

"ക്യാ ഹുവാ ഹെ?"

ഇനിയും ചോദിക്കാതിരുന്നാൽ മെന്റൽ ആവും എന്നുറപ്പായ ഞാൻ ചോദിച്ചു.

"ഇരുപത്തിരണ്ടു സ്ഥലത്ത് എഴുപത് മിനുട്ടിനുള്ളിൽ ബോംബ് പൊട്ടിയിട്ടുണ്ട്, അമ്പത്താറുപേര് മരിച്ചിരിക്കുന്നു."

എന്റെ മേലാസകലം കോരിത്തരിക്കാൻ തുടങ്ങി. വീട്ടീന്ന് നടന്നു പോകാനുള്ള ദൂരം മാത്രമേ ഉള്ളൂ ഹട്കേശ്വറിലേക്ക്. അവിടെയും ബോംബ് പൊട്ടിയത്രേ. തൊട്ടടുത്തുള്ള എൽ ജി ആസ്പത്രിയിലും ഇതുതന്നെ സംഭവിച്ചിരിക്കുന്നു. ആളുകൾ ഭയപ്പെടുന്നത് വെറുതെയല്ല. ഏത് സ്ഥലത്ത് ധൈര്യമായി പോകാൻ പറ്റുമെന്ന് ഒരു പിടിയുമില്ല. അനിയനെ കോൺടാക്ട് ചെയ്യാൻ ശ്രമം തുടങ്ങിയിട്ട് കുറെ നേരമായി. ടിവിയിലൊക്കെ കേട്ടിട്ടേയുള്ളൂ. ജീവിതത്തിലാദ്യമായി അനുഭവിക്കാണ്. ബോംബ് പൊട്ടൽ. അതും വീടിരിക്കുന്നതിന്റെ ഒരു കിലോമീറ്റർ ചുറ്റളവിൽ.

ഒരു വിധത്തിൽ വീടെത്തി. അനിയൻ എനിക്ക് മുൻപേ എത്തിയിട്ട് ഫോൺ പിടിച്ചിരിപ്പാണ്. ഞാനെവിടെയാണ് എന്നാണ് അവന്റെ ആധി. കൂടാതെ ടിവിയിൽ ന്യൂസ് ശബ്ദം കുറച്ച് വെച്ചിരിക്കുന്നു. വേണുവേട്ടൻ കട്ടിലിരുന്ന് ചായ കുടിക്കുന്നു. അദ്ദേഹം ടിവി നോക്കുന്നേയില്ല പകരം "ഉം... ഉം... ഉം..." എന്ന് പതുക്കെ മൂളിക്കൊണ്ടിരിക്കുന്നു. ഇടയ്ക്കെണീറ്റ് നടന്നു. അടുക്കളയിലെ സിങ്കിൽ ചില്ലക്ഷരംപോലെ ചായഗ്ലാസ് പൊടിഞ്ഞുവീഴുന്ന ശബ്ദം നെടുവീർപ്പോടെ ഞങ്ങൾ ഹാളിലിരുന്ന് കേട്ടു. അയാൾ ഞങ്ങളിരിക്കുന്ന ഭാഗത്തേക്ക് അതിവേഗത്തിൽ നടന്നുവന്നു.

"ഭദ്രകാളി കോപിച്ചിരിക്കുന്നു, തീഗോളങ്ങൾ പെയ്തുകൊണ്ടിരിക്കുന്നു, നാടെല്ലാം കത്തിപ്പിടിക്കും. ആകാശമുരുണ്ടുകൂടിയിരിക്കുന്നു."

വീണ്ടും കട്ടിലിൽ ചെന്നിരുന്ന് കൃത്യമായ ഇടവേളകളിൽ ഇതിങ്ങനെ റിപ്പീറ്റ് ചെയ്തുകൊണ്ടിരുന്നു.

ആൾടെ മൈൻഡ് ഇങ്ങനെ പാളം തെറ്റി കിടക്കാണ്, പക്ഷേ ഈ ഭദ്രകാളി കോപവും ഇവിടെ നടന്ന സംഭവങ്ങളും തമ്മിലുള്ള സാമ്യത അത്ഭുതപ്പെടുത്തുന്നതായിരുന്നു. വരാൻ പോകുന്ന കാര്യങ്ങളുടെ സൂചന മുൻകൂട്ടി റിപ്പോർട്ട് കിട്ടാനുള്ള എന്തോ പ്രത്യേകതരം അവസ്ഥാന്തരമാണ് ആൾക്കെന്നു തോന്നുന്നു. നാളെ

ലീവാണ്. റെഡ് അലെർട് പ്രഖ്യാപിച്ചിരിക്കയാണ്. പതുക്കെ എണീറ്റാൽ മതിയെന്ന ചിന്തയിൽ ഉറങ്ങാൻ കിടന്നു. പിന്നെയുറങ്ങിപ്പോയി.

ഉറക്കത്തിൽ ഓട്ടുപാറ താലൂക്കാസ്പത്രീടെ ജനറൽ വാർഡിന്റെ സ്മെല്ലടിച്ച ഞാൻ ചാടിയെണീറ്റു, വേണുവേട്ടൻ കട്ടിലിൽ കൈ കുത്തി എന്നെ തന്നെ നോക്കിയിരിപ്പാണ്. ആ കണ്ണിൽ ചോര നിറം പടർന്നിരുന്നു. മങ്കിക്യാപ് ഇട്ടിരിക്കുന്ന ആ രൂപം പേടിപ്പിക്കുന്നതായിരുന്നു. കൈയിലുള്ള രണ്ടു കുപ്പികളിലൊന്നിലുള്ള ഫിനോയിൽ എന്റെ കിടക്കയുടെ നാലുപുറം ലക്ഷ്മണരേഖപോലെ വരച്ചിരിക്കുന്നു. "ആല" എന്നെഴുതിയ കുപ്പിയിലെ കെമിക്കൽ വാട്ടർ കിടക്കയിൽ തളിക്കുമ്പോളാണ് സ്മെല്ലടിച്ച് ഞാൻ ഞെട്ടിയുണർന്നത്.

"തെന്തൂട്ട് പരിപാടിയാ വേണുവേട്ടാ ഈ കാണിക്കണത്?"

ശബ്ദമുയർത്തി ഞാൻ ചോദിച്ചു.

"നീ കിടക്കുന്ന ഭാഗത്ത് നിന്ന് വരുന്ന നെഗറ്റീവ് എനർജി എന്റെ ശരീരം കുഴലിൽകൂടി കയറ്റി വലിക്കുന്നപോലെ തോന്നുന്നു."

നിസ്സംഗതയോടെ ഞാനയാളെ നോക്കി. ഇതിലൊരു തീരുമാനമെടുക്കാതെ ഇനിയിവിടെ കിടക്കാൻ പറ്റില്ല. കാരണം നാളെ ചിലപ്പോ കിടക്കയോടുകൂടി തീയിട്ട് പോസിറ്റീവ് എനർജി വർദ്ധിപ്പിക്കാൻ ശ്രമിക്കില്ലയെന്നാരു കണ്ടു.

ആദ്യ തുള്ളി ആസിഡ് വീണപ്പോൾതന്നെ വിദഗ്ധമായി എണീറ്റ് അടുക്കളയിൽ കയറി ചായയ്ക്ക് വെള്ളം വെച്ച് ആ ആവിയിൽ രണ്ടുകൈയും വെച്ച് സുഖം കൊള്ളുന്ന അനിയൻ ചെവി കൂർപ്പിക്കുന്നത് എനിക്കിവിടെ നിന്നാൽ കാണാമായിരുന്നു.

■

മിറാക്കിൾ ബംഗ്ലാവ്

പോസ്റ്റ്മാൻ വന്നു കാളിങ് ബെല്ലടിച്ചു. ഇൻലൻഡ് കവർ വാതിലിനിടയിലൂടെ അകത്തേക്കിട്ട് സ്ഥലം വിട്ടു. ഞങ്ങൾ മൂന്നുപേരും റൂമിൽ ഹാജരുള്ള സമയത്ത് വന്ന കത്തിൽ പഴയപോലെ ഫ്രം അഡ്രസ്സ് വേണുവേട്ടന്റെ പേരിലും ടു അഡ്രസ്സിൽ ഡോക്ടർ അമൻ ശർമ്മ, മിറാക്കിൾ ബംഗ്ലാവ്, ബെഹരാംപുര, അഹ്മ്മദാബാദ്.എന്നുമായിരുന്നുവെന്ന് പറയേണ്ടതില്ലല്ലോ. ഈ സമയത്ത് ചോദിച്ചില്ലെങ്കിൽ ഇനിയൊരിക്കലും ചോദിക്കാൻ പറ്റില്ലയെന്നറിയുന്നതുകൊണ്ട് അപ്പതന്നെ അലക്കി.

"ഇതെന്താണ് വേണുവേട്ടാ ഈ ലെറ്റർ സ്ഥിരമായി റിട്ടേൺ വരണത്, ഇതാരാ ഈ ഡോക്ടറ്?"

ആള് എന്റെ കൈയീന്ന് കത്ത് പെട്ടെന്ന് പിടിച്ചുവാങ്ങി എണീറ്റ് ഗുരുവായൂരപ്പന്റെ ഫോട്ടോയ്ക്ക് മുന്നിൽ പോയി പ്രാർത്ഥിച്ചു. ഇന്നലെ കടിച്ചുവെച്ചിരിക്കുന്ന അപ്പിളിന്റെ കഷ്ണമെടുത്ത് തിന്നാൻ തുടങ്ങി. കൈയിലിരിക്കുന്ന കത്ത് ആ സ്ഥാനത്ത് വെച്ചു. ചന്ദനത്തിരി കൊളുത്തി ഏഴുപ്രാവശ്യം വട്ടംചുറ്റി പിന്നെ തൊഴുതുകൊണ്ട് കണ്ണീരൊഴുക്കി തിരിച്ചുവന്നു കിടക്കയിലിരുന്നു. വായിലുള്ള ആപ്പിൾ കഴിയുന്നതുവരെ ആ മുഖത്തുന്ന് കണ്ണെടുക്കാതെ ഞങ്ങള് രണ്ടാളും നോക്കിയിരുന്നു

"നിനക്കെന്റെ കൂടെ ഡോക്ടർ അമന്റെ വീട് വരെ ഒന്നു വരാമോ, വേറെ ആരുമില്ലാത്തോണ്ടാണ്."

ദയനീയമായ ആ റിക്വസ്റ്റ് തള്ളികളയണോ ആക്സെപ്റ്റ് ചെയ്യണോ എന്നറിയാതെ അയാളുടെ മുഖത്തുനിന്ന് കണ്ണെടുക്കാതെ നോക്കിയിരുന്നു.

വേണുവേട്ടൻ കുളിച്ചു കുമാർസാനുവായി വടിവൊത്ത തേച്ചു മിനുക്കിയ ഷർട്ടും പാന്റുമൊക്കെയിട്ട് റെഡിയായി കാത്തുനിന്നു.

എത്ര ഒരുങ്ങിയിട്ടും ആളെപ്പോലെ കുമാരനാവാൻ എനിക്ക് കഴിയുന്ന ലക്ഷണമില്ല. അത്രയ്ക്ക് അഴകനാണ് വേണുവേട്ടൻ. പതിനഞ്ച് കിലോമീറ്റർ ദൂരമുള്ള ബെഹരാംപുരയിലേക്ക് ഓട്ടോയിൽ കയറി ഞങ്ങളിരുവരും യാത്രയായി. പക്ഷേ അവിടെയെത്തുന്നത് വരെ പരസ്പരം സംസാരിക്കാതെയിരുന്നു. വേണുവേട്ടൻ വിയർപ്പ് തുടച്ചും വാച്ച് നോക്കിയും സമയം കളയുന്നത് ഡ്രൈവറുടെ മുന്നിലുള്ള കണ്ണാടിയിലൂടെ എനിക്ക് കാണാമായിരുന്നു. ഈ പ്രക്രിയ തകൃതിയായി നടക്കുന്നതിനിടയിലെപ്പോളോ ആ വലിയ ബംഗ്ലാവിന് മുന്നിൽ ഓട്ടോ നിർത്തി ഞങ്ങളിറങ്ങി മുന്നോട്ട് നടന്നതും ഓട്ടോക്കാരൻ വിട്ടുപോയതും തമ്മിൽ രണ്ടു സെക്കൻഡ് ദൈർഘ്യം മാത്രം. ഒന്നരയാൾ പൊക്കത്തിലുള്ള ഹിൽപാലസ് പോലുള്ള ബംഗ്ലാവിന്റെ ഗേറ്റിനുള്ളിലേക്ക് തല പൊക്കിനോക്കി. മനുഷ്യവാസം തീരെയില്ലെന്ന് ഒറ്റ നോട്ടത്തിൽ ആർക്കും മനസ്സിലാവുന്ന തരത്തിൽ പുല്ലുകളും ചെടികളുമൊക്കെ മുറ്റത്ത് കാക്രപൂക്ര വിടർന്നു നിന്നിരുന്നു. ഗോദ്റെജിന്റെ ഭീമാകാരനായ പൂട്ടിട്ട് പുറത്ത് നിന്നു പൂട്ടിയിരിക്കുന്നു. വേണുവേട്ടൻ ദൂരേയ്ക്ക് മാറി വിയർക്കാൻ വേണ്ടി വാച്ച് നോക്കിക്കൊണ്ടിരുന്നു.

റൂമിൽ നിന്ന് പുറത്തിറങ്ങുന്നതുവരെയുള്ള ആളല്ല ഇപ്പോൾ ഈ മുന്നിൽ നിക്കണത്. ആരുകണ്ടാലും ഒന്നു നോക്കിപ്പോകുന്ന വെരി ഇന്റലിജിന്റ് ലുക്കിലൊരു ജന്റിൽമാൻ. പക്ഷേ നെഗറ്റീവും പോസിറ്റീവും കോസ്മിക് എനർജിയുമൊക്കെ കാൽകുലേറ്റ് ചെയ്യുന്നതിൽ സമയം ചിലവഴിക്കുന്ന പാളം തെറ്റിയോടുന്ന മനസ്സുമായൊരാൾ.

ഈ ലോകത്ത് അദ്ദേഹത്തിന്റെ അസുഖമറിയുന്ന രണ്ടോ മൂന്നോ പേരിലൊരാൾ ഈ ഞാനാണ്.

ആ ഗേറ്റിനു മുന്നിൽ മണിക്കൂറുകൾ നിന്ന് അമൻ ഡോക്ടറെക്കുറിച്ചു പലരോടും അന്വേഷിച്ചുകൊണ്ടിരുന്നു. ആർക്കുമൊന്നുമറിയാത്ത ആ തിരക്കുപിടിച്ച വഴിയിൽ ഞങ്ങൾ വെയിൽ കൊണ്ടു നിന്ന് ചുവന്നുകൊണ്ടിരുന്നു. തിരിച്ചുപോരാൻ ഓട്ടോയിൽ കയറുന്നതിനു മുൻപ് കൈയിലുള്ള ഇൻലൻഡ് ലെറ്റർ ആ ഗേറ്റിനു മുകളിലൂടെ ഉള്ളിലേക്ക് വലിച്ചെറിഞ്ഞ വേണുവേട്ടൻ കണ്ണുനിറച്ചു തിരിഞ്ഞു നടന്നു.

വീട്ടിലെത്തുന്നതുവരെ പരസ്പരം സംസാരിച്ചില്ല, ന്ന് മാത്രല്ല വേണുവേട്ടൻ ഫുള്ളി റീലാക്സ്ഡ് മോഡിലായിരുന്നു. വീട്ടിലെത്തി ആദ്യം ആ ഇരുമ്പ് വലിപ്പ് തുറന്ന് അതിലുള്ള അമ്പതോളം കത്തുകൾ എനിക്ക് നീട്ടി. പത്തു വർഷം മുമ്പുള്ള ഡേറ്റിട്ട കത്തടക്കം

ആ കൂട്ടത്തിലുണ്ടായിരുന്നു. ശേഷം അടിയിൽ ഒട്ടിപിടിച്ചു കിട ക്കുന്ന ടൈംസ് ഓഫ് ഇന്ത്യ ന്യൂസ് പേപ്പറിന്റെ കഷ്ണം എനിക്ക് നീട്ടി. അതിലിങ്ങനെ എഴുതിയിരുന്നു:

“യംഗ് ഡോക്ടടർ ഹാങ്ട് ടു ഡെത്ത് ഇൻ ഹിസ് ലക്ഷൂറിയസ് മിറക്കൾ ബംഗ്ലാവ് അറ്റ് ബെഹരാംപുര.”

ഡോക്ടർ അമൻ, പന്ത്രണ്ടുവർഷങ്ങൾക്ക് മുമ്പ് ആൾടെ ബംഗ്ലാ വിൽ തൂങ്ങിമരിച്ചതിന്റെ വാർത്ത സൂക്ഷിച്ചുവെച്ചിട്ട് അയാൾക്ക് അന്നുമുതൽ നിരന്തരം കത്തുകൾ അയയ്ക്കുന്നു. ഞാനാകെ ഭയന്ന് നിലവിളിക്കാൻ തയ്യാറായിനിന്നു. വല്ലാത്ത ഉൾഭയമെന്നിൽ ഉട ലെടുത്തു. മരിച്ച ആളെ കാണാൻ കൊണ്ടുപോയിരിക്കുന്നു. ഈ മനുഷ്യന് ചെറിയ പ്രശ്നമല്ല, നല്ല മൂത്ത സാധനം തന്നെയാണ്. വീണ്ടും വീട് മാറാനുള്ള സമയം സമാഗതമായിരിക്കുന്നു എന്ന് മനസ്സിൽ കുറിച്ചിട്ടു.

ഇനി ചോദിക്കാതിരുന്നിട്ട് കാര്യമില്ല രണ്ടും കല്പിച്ച് ഞാൻ ചോദിച്ചു.

“ഇത്രയും പ്രശ്നമുണ്ടെങ്കിൽ നിങ്ങൾക്കൊരു ഡോക്ടറെ കാണിച്ചൂടെ, പോരാത്തതിന് മരിച്ചുപോയൊരാളെ കാണാൻ എന്നെ വിഡ്ഢിവേഷം കെട്ടിച്ച് കൊണ്ടുപോയിരിക്കുന്നു.” പിന്നെ വായിൽ തോന്നിയതൊക്കെ പറഞ്ഞിട്ട് ആൾക്ക് മുഖം കൊടുക്കാതെ താഴെ നോക്കിയിരുന്നു.

വേണുവേട്ടൻ ഭയങ്കരമായ ശബ്ദത്തിൽ പൊട്ടിക്കരഞ്ഞു എന്റെ രണ്ടു കൈയും ചേർത്ത് പിടിച്ച് ഒരു നാലു വയസ്സുകാരനെപോലെ വാവിട്ട് കരഞ്ഞു. “അമൻ ഡോക്ടർ മരിക്കണെവരെ അയാൾടെ ചികിത്സയായിരുന്നു എനിക്ക്, മരിക്കുന്ന ദിവസവും ഞാൻ കാണാൻ പോയതാണ് എനിക്ക് മരുന്നുകുറിച്ച് തന്നു. പിന്നെ വേറൊരു ഡോക്ട റുടെ പേരും നമ്പറും കുറിച്ചെടുക്കാൻ പറഞ്ഞിട്ട് അവിടെയിരിക്കുന്ന കുറെ ഗുളികകളും അയാളുടെ ചില വിലകൂടിയ പേനകളുമൊക്കെ തന്നിട്ട് തോളിൽ തട്ടി യാത്രയാക്കിയതാണ്. പടിയിറങ്ങുമ്പോൾ “ഉറക്കം നഷ്ടപ്പെടുത്തരുത് മരുന്ന് നിർത്തരുത്” ന്നൊക്കെ പറഞ്ഞ താണ്. സമയം നോക്കുമ്പോൾ ഏതാണ്ട് ഞാനിറങ്ങി നാലോ അഞ്ചോ മിനുറ്റിനുള്ളിൽ ആള് ഫാനിൽ തൂങ്ങിയിട്ടുണ്ടാവണം.”

“മരിക്കാനെന്താ കാരണം? നിങ്ങള് ബോഡി കാണാൻ പോയില്ലേ? ഇറങ്ങുന്നേനു മുൻപ് കുറിച്ചുതന്ന നമ്പർ ആരുടേതാണ്?” ഇങ്ങനെ മനസ്സിലുള്ള ചോദ്യങ്ങൾ അയാൾക്ക് മുന്നിൽ നിരത്തിവെച്ചു.

ഡോക്ടർ അമൻ അമേരിക്കയിലൊക്കെ പോയി പഠിച്ച് വന്നയാ ളാണ്. ഗുജറാത്തിൽ വന്നിട്ട് തുടങ്ങീയ ഹോസ്പിറ്റലിലെ ആദ്യ

പേഷ്യന്റുകളിലൊരാൾ വേണുവേട്ടനാണത്രേ. അയാൾ മരിക്കാനുണ്ടായ കാരണം വേണുവേട്ടനെന്നല്ല ആർക്കുമറിയില്ല. അവസാനമായി വന്നവർക്ക് മറ്റൊരു പ്രശസ്തനായ ഡോക്ടറുടെ കോൺടാക്ട് ഡീറ്റെയിൽസ് കൊടുത്തിട്ടാണ് ഇവിടം വിട്ടുപോയത്. ആള് മരിച്ചപ്പോൾ വേണുവേട്ടനും കുറെയധികം ഉറക്കഗുളിക കഴിച്ചില്ലാതാവാൻ ശ്രമിച്ചതാണത്രേ.

അമൻ ഡോക്ടർ തന്ന അഡ്രസ്സിലെ രമേശ് ചൂട്ഗർ എന്നൊരാളെയാണ് പിന്നീട് കണ്ടത്. അയാളൊരു മണഗുണയുമില്ലാത്ത ആളാണ്. ചെന്ന ദിവസം തന്നെ വേണുവേട്ടനെ പിടിച്ചു കിടത്തി സിനിമയിലൊക്കെ കാണുന്നപ്പോലെ ഹെഡ്സെറ്റ് വെച്ച് പാട്ടു കേൾക്കുന്ന പോലെ കിടത്തി കുറച്ചധികം കെ വി കറന്റടിപ്പിച്ചൂത്രെ. അന്നു മുതൽ ഇന്നുവരെ അയാളെ കാണാൻ പോയിട്ടില്ല. ഓൾഡ് ഡോക്ടർ എഴുതിയ മരുന്ന് സ്ഥിരമായ കഴിക്കും, ഇടക്ക് കഴിക്കാതിരിക്കും.

പാളംതെറ്റൽ തുടങ്ങിയാൽ വേണുവേട്ടൻ ലോങ്ങ്ലീവെടുക്കും. പാക്കറ്റ് കണക്കിന് ബ്രെഡ്ഡും ബിസ്കറ്റുമൊക്കെ വാങ്ങിവെക്കും കൂടെ നാലഞ്ചുകിലോ ആപ്പിളും. കടിച്ച ആപ്പിൾ ഗുരുവായൂരപ്പന്റെ ഫോട്ടോക്ക് താഴെ വെച്ചുകൊണ്ടിരിക്കും.

അങ്ങനെയങ്ങനെ ഇത്ര നാള് കടന്നുപോയി.

ഇപ്രാവശ്യമിങ്ങനെ സീരിയസ്സാവാൻ കാരണക്കാരൻ ഞാനാണ്. അർദ്ധരാത്രിയിലുള്ള എന്റെ വരവ് ആൾടെ ഉറക്കം കെടുത്തിയിരുന്നു. അതാണ് ഈ പ്രശ്നത്തിന്റെ കാരണം.

അനുസരണയുള്ള കൊച്ചുകുട്ടിയെപ്പോലെ കൈപിടിച്ചുകൊണ്ട് ആളെ ചുട്ഗർ ഡോക്ടറുടെ ഹോസ്പിറ്റലിലെത്തിച്ചു. "ചൂട്കർ കള്ളനാണ്, ആള് ഷോക്കടിപ്പിക്കും നീ എന്നെ കൊല്ലാൻ കൊണ്ടുകൊടുക്കരുത്" എന്നൊക്കെ പറഞ്ഞിട്ട് ആള് ആസ്പത്രീടെ മുന്നിൽവെച്ച് ബലം പിടിച്ചുകൊണ്ടിരുന്നു. അവിടെയുള്ള പൂച്ചെട്ടിയിലെ പൂവ് ചെടിയോടെ പിഴുതെടുത്ത് പേരെഴുതാനിരിക്കുന്ന നഴ്സിന്റെ കൈയിൽ കൊടുത്തിട്ട്, ഇരുപത്തഞ്ച് വയസ്സുള്ള ആ പെണ്ണ് ആൾടെ ജനിക്കാതെ പോയ അമ്മയാണെന്ന് ഗുജറാത്തിയിൽ അവരുടെ കാതുകളിൽ പറഞ്ഞു. നാലാമത്തെ ഗിയറിൽ തിരിഞ്ഞുകൊണ്ടിരിക്കുന്ന ടേബിൾ ഫാൻ ലീഫിന്റെ ഇടയിൽകൂടി ചൂണ്ടാണി വിരൽ കയറ്റി അതിന്റെ അഹങ്കാരം ശമിപ്പിച്ചു. മൂപ്പരുടെ ഈ താളവട്ടം കളി കാണുമ്പോൾ "എനിക്കൊരു കാര്യം ഉറപ്പായി എന്തായാലും അഡ്മിറ്റ് ആക്കും, ചിലപ്പോ ഷോക്കടിപ്പിക്കും." വെള്ള ഷർട്ടും

പാന്റുമിട്ട രണ്ട് അറ്റൻഡർമാരുടെ ബലിഷ്ഠമായ ഒതുക്കലിൽ കാറ്റി ലാടുന്ന കടലാസ്സുപോലെ ഈസിയായി മൂപ്പരെ ഡോക്ടറുടെ കസേരയ്ക്ക് മുന്നിലെത്തിച്ചു. ഒന്നുപറഞ്ഞു രണ്ടാമത്തേന് ഫേസും ന്യൂട്രലും കൂട്ടിമുട്ടിക്കൽ വീക്നെസ്സായ ഡോക്ടർ ആ കർമ്മത്തിനുള്ള തയ്യാറെടുപ്പിലാണെന്ന് മനസ്സിലായ ഞാൻ ഇമ്മീഡിയറ്റ് ഇടപെട്ടു. "ഷോക്ക് വേണ്ട ഡോക്ടർ ആ മരുന്നിന്റെ ഡോസ് കൂട്ടിയാൽ മതി, മരുന്ന് സമയത്തിന് കൊടുത്തോളാം, ഞാൻ നോക്കിക്കോളാം."

ആ സമയത്ത് വേണുവേട്ടൻ എന്നെ നോക്കിയ ഒരു നോട്ടമുണ്ട്. എനിക്കും മൂന്നാല് വരും തലമുറകൾക്കുമുള്ള സ്നേഹവും വാത്സല്യവും അനുഗ്രഹവുമെല്ലാം ആ കണ്ണിൽ നിന്നും വഴിഞ്ഞൊഴുകുന്നുണ്ടായിരുന്നു. കവിളിലൂടെ അത് ചാലുകളായി താഴേക്ക് പതിച്ചുകൊണ്ടിരുന്നു.

വൈകിവന്ന ദിവസം മോഹനൻ ചെറിയച്ഛന്റെ വീട്ടിലെ ഹാളിൽ കിടക്കാം എന്ന തീരുമാനത്തിൽ എല്ലാവരും ഹാപ്പിയായി. ഞാൻ നേരത്തെ വരുന്ന ദിവസം അനിയൻ ചെറിയച്ഛന്റെ ഹാളിൽ കിടക്കും. ദിവസങ്ങൾ നീണ്ടുനിന്ന വേണുവേട്ടൻ വിഷയം അതോടുകൂടി ശാന്തമായി നോർമലായിക്കഴിഞ്ഞു.

അഹ്മ്മദാബാദിലെ ഒരീച്ചയോ കൊതുകോ അറിയാതെ ഒതുക്കി തീർത്ത വേണുവേട്ടന്റെ അസുഖം പിന്നീട് തലപൊങ്ങിയില്ലായെന്നു മാത്രമല്ല പാളം തെറ്റാതെ ജനശതാബ്ദി എക്സ്പ്രസ്സ് പോണപോലെ ചൂളമടിച്ച് ഒരേ സ്പീഡിൽ ഓടിക്കൊണ്ടിരുന്നു.

പിറ്റേന്ന് മുതൽ ചുള്ളനായി ആള് ജോലിക്ക് പോയിത്തുടങ്ങി.

മുജ്ജന്മത്തിലെ വേണുവേട്ടന്റെ "അച്ഛനാണ്" ഞാനെന്ന് പേർസണൽ ഡയറിയിലും ചുവരിലെ മനോരമകലണ്ടറിലും വലിയ അക്ഷരത്തിൽ ഇംഗ്ലീഷിൽ കുറിച്ചു വച്ചിട്ട് ആള് അതിന്റെ അവസാനം മൂന്ന് ലവ് ചിഹ്നം വരച്ചുവെച്ചു.

അച്ഛനാവാൻ പ്രായമുള്ള വേണുവേട്ടന്റെ ജനിക്കാതെ പോയ പിതാശ്രി ആയതിൽ എനിക്കെന്നെങ്കിലും ജനിക്കാൻ പോകുന്ന മക്കളോട് ഉള്ളിന്റെയുള്ളിൽ നിന്നും വേദനയോടെ "സോറി ഡിയേർസ് അച്ഛന് വേറെ വഴിയില്ലായിരുന്നു. മാപ്പ് മാപ്പ് മാപ്പ്."

■

ഇന്ദിരാ വികാസ് പത്ര

ആസ്പത്രീന്ന് വരുന്ന വഴി രൂപാലി ഹോട്ടലിൽ കയറി വയറു നിറച്ച് പൊറോട്ടയും ചിക്കൻകറിയും അതിന്റെ മുകളിൽ ഒരു ചോറും മീൻകറിയും ഐല വറുത്തതും കൂട്ടി നല്ല പെട പെടച്ചു.

തിരിച്ചു വീട്ടിലെത്തി വേണുവേട്ടൻ ഉറങ്ങാൻ കിടന്നു. താഴെ കിടക്കവിരിച്ച് ഞാനും കിടന്നു. ഇന്നെന്തായാലും പെട്ടെന്നുതന്നെ ഉറങ്ങണം. വല്ലാത്ത ക്ഷീണമാണ് രണ്ടാൾക്കും. ഗുഡ്നൈറ്റ് പറഞ്ഞിട്ട് ചെരിഞ്ഞു കിടന്ന വേണുവേട്ടന്റെ ഉച്ചത്തിലുള്ള “അയ്യോ” കേട്ടാണ് ഞെട്ടിയുണർന്നത്. ആൾടെ ഇടത്തേ നെഞ്ച് പൊത്തിപ്പിടിച്ചിട്ടുണ്ട്. ഈശ്വരാ അറ്റാക്ക് തന്നെയാണ്. ഞാൻ ആളെ മലർത്തിക്കിടത്തി സി പി ആർ കൊടുക്കാൻ ശ്രമിച്ചു. എന്റെ കൈകൾ നെഞ്ചിൽ അമർന്നപ്പോളേക്കും നിലവിളി ഉച്ചത്തിലായി. ചെറിയച്ഛന്റെ വീട്ടിൽ ഉറങ്ങാൻ പോയ അനിയനെ വിളിച്ചു വരുത്തി.

നൂറ്റിഎട്ടിൽ വിളിച്ച് ആംബുലൻസ് വരാൻ പറഞ്ഞു. രാത്രിയിലെ ശബ്ദവും ലൈറ്റിടലുമൊക്കെയായപ്പോൾ അയൽക്കാർ ഇടപെട്ടു. ചിലർ പുറമുഴിഞ്ഞു കൊടുത്തു, മറ്റുചിലർ കാലിന്റെ അടിഭാഗം മസ്സാജ് ചെയ്തു കൊടുത്തു. ഞാനാകട്ടെ ആൾടെ പേർസിനടുത്ത് അതിലെത്ര പൈസയുണ്ട് എന്ന് എണ്ണിനോക്കുന്ന തിരക്കിലായിരുന്നു. അടുത്ത വീട്ടിലെ വാച്ച്മേന്റെ വൈഫ് നേഴ്സ് വന്നു. അവർ വേണുവേട്ടനെ പിടിച്ചു മലർത്തി കിടത്തി സിപിആർ കൊടുക്കാൻ ശ്രമിച്ചു. നെഞ്ചിൽ കൈയമർന്നതും രണ്ട് കൈയുമുപയോഗിച്ച് വീണുകിടക്കുന്ന അണ്ടർടേക്കറുടെ മുകളിൽ കയറിയ ഗ്രേറ്റ് കാലിയെ എറിയുന്നപോലെ എടുത്തെറിഞ്ഞു.

ആംബുലൻസ് എത്താൻ സമയമെടുക്കുന്നു. എന്തും സംഭവിക്കാമെന്ന് ഞങ്ങളെല്ലാമുറപ്പിച്ചു. മറ്റേതെങ്കിലും വാഹനം കിട്ടുമോയെന്ന ചിന്തയിൽ പലരും പല വഴിക്ക് ട്രൈ ചെയ്തുകൊണ്ടിരുന്നു. അനിയൻ പോയി ഒരോട്ടോ വിളിച്ചു വന്നു, അടുത്ത വീട്ടുകാർ

അവരുടെ പരിചയക്കാരന്റെ കാറുമായി വന്നിരിക്കുന്നു. ഇതിനിട യിൽ, ഞാൻ പരിചയക്കാരൻ വിജയ് റബാരിയെ വിളിച്ചു അവന വന്റെ ജീപ്പുമായി വന്നു. വേണുവേട്ടൻ കട്ടൻചായ കുടിക്കാൻ കൈ യുയർത്തിയപ്പോൾ അതുവരെയില്ലാത്ത ശബ്ദത്തിൽ ഉച്ചത്തിൽ കരഞ്ഞു. ആ ദിവസം ലീവായിരുന്ന മദ്യപിച്ചു മദോൻമത്തനായ, അയൽവീട്ടിലെ നഴ്സിന്റെ ഭർത്താവ് വാച്ച്മാൻ ഓടിവന്നു വേണു വേട്ടനെ പിടിച്ചു കിടത്തി വായിലൂടെ ശ്വാസം കൊടുക്കാൻ ശ്രമിച്ചു. സ്പിരിറ്റിന്റെ മണം മൂക്കിലും വായിലുമടിച്ച വേണുവേട്ടൻ ഭയാ നകമായ ശബ്ദത്തിൽ വാള് വെച്ചു. ചുവന്ന നിറത്തിൽ അവിടമാകെ വൃത്തികേടായി കിടന്ന അതിലേക്ക് സൂക്ഷ്മമായി നിരീക്ഷിച്ചു കൊണ്ടിരുന്ന വാച്ച്മാൻ ഉറക്കെ പ്രഖ്യാപിച്ചു.

“നോ പ്രോബ്ലം. ചോരയല്ല, തക്കാളിയാണ് വെറും തക്കാളി.”

വേണുവേട്ടൻ ഒരു കൈ നെഞ്ചിലമർത്തി മറ്റേ കൈ കൊണ്ടെന്നെ മാടി വിളിച്ചു. പതുക്കെ ഇരുമ്പലമാരയിൽ കൈവെച്ചെണീറ്റു. രണ്ടാ മത്തെ വലിപ്പിൽ നിന്നുമൊരു കെട്ട് പേപ്പറുകൾ എടുത്തെനിക്കു നേരെ നീട്ടി. ഒരു ലക്ഷത്തിന്റെ ഇന്ദിരാ വികാസ് പത്ര, പോസ്റ്റ് ഓഫീസ് പാസ്ബുക്ക്, കാനറാ ബാങ്കിന്റെ ചെക്ക് ബുക്കിൽ എന്റെ പേരെഴുതി മൂന്ന് ലക്ഷത്തി അമ്പത്തി രണ്ടായിരം എന്നെഴുതി താഴെ സുന്ദരമായ ഒപ്പിട്ടു. വെളുത്ത പേപ്പറിൽ പെട്ടെന്ന് രണ്ടു മിനിറ്റുകൊണ്ട് എന്തൊക്കെയോ കുത്തിക്കുറിച്ചുകൊണ്ടെനിക്കു നേരെ നീട്ടി. ഈ വീടും പോസ്റ്റ്ഓഫീസ് തുടങ്ങി എല്ലാ സ്വത്തു കൾക്കും അവകാശി ഈ കത്ത് കൊണ്ടുവരുന്ന വിനോദ് ആയി രിക്കും. സാക്ഷികൾ എന്നെഴുതി വാച്ച്മേന്റെ ഭാര്യയെകൊണ്ടും വിവരമന്വേഷിക്കൻ വന്ന അയൽക്കാരനെക്കൊണ്ടും ഒപ്പിടുവിച്ചു. എന്റെ സങ്കടം കൂടിക്കൂടി വരുന്നുണ്ടായിരുന്നു പിടിവിട്ടുകൊണ്ട് ഞാനും കരച്ചിൽ തുടങ്ങി. ഈ വെറും വെള്ള പേപ്പറിൽ എഴുതി യതിന് എന്തെങ്കിലും വാല്യൂ ഉണ്ടോ എന്നതായിരുന്നു എന്റെ വിഷമ ത്തിന് കാരണം. “ഇന്ദിരാ വികാസ് പത്ര എന്തായാലും കിട്ടും. ബാക്കി നിയമപരമായി പേപ്പറുകൾവെച്ച് കുറച്ച് പോരാടേണ്ടി വരും.” ഞാൻ സമാധാനിച്ചു.

“വണ്ടി വന്നിട്ടുണ്ട്.” പുറത്തൊരു ശബ്ദം കേട്ടു. ആൾടെ കൈ പിടിച്ചു കൊണ്ട് പതുക്കെ കോണിപ്പടി ഇറങ്ങിക്കൊണ്ടിരുന്നു. താക്കോലെന്റെ കയ്യിൽ തന്നു.

“ഇനി നീയാടാ ഇതിന്റെ അവകാശി. പുറത്ത് ബാൽക്കണിയിൽ പ്രാവുകൾക്ക് ഇത്തിരി ചോറും വറ്റും വെള്ളവും വെക്കാൻ മറക്ക രുത്. അടുത്ത ഒരു വർഷത്തേക്ക് മെയിന്റനൻസ് അടച്ചിട്ടുണ്ട്.”

ഞങ്ങൾ താഴെയെത്തിയപ്പോൾ അനിയൻ വിളിച്ച ഓട്ടോയും അയൽക്കാർ വിളിച്ച കാറും വിജയ്റബാരിയുടെ ജീപ്പും ഒരേ സമയത്തുവന്നു. തൊട്ടുപിന്നാലെ ആംബുലൻസുമെത്തി. അതിന്റെ വരവോടുകൂടി ബാക്കി മൂന്ന് വാഹനങ്ങൾ സൈഡായി. രണ്ടുപേരിറങ്ങിവന്നു. സ്ട്രെച്ചറിൽ കിടത്തി ആംബുലൻസിനുള്ളിലേക്ക് കയറ്റി. വിയർത്തൊലിച്ച വേണുവേട്ടനെ അവർ പിടിച്ചിരുത്തി. വേദനകൊണ്ട് ആള് കരഞ്ഞുപൊളിക്കുകയായിരുന്നു. "അയ്യോ... അമ്മേ.. ഞാനിതാ വരുന്നേ"ന്ന് പറഞ്ഞ് നാടറിയുംവിധം ഉറക്കെ അലറിപ്പൊളിച്ചു വേണുവേട്ടൻ.

ഇട്ടിരിക്കുന്ന വെളുത്ത ബനിയൻ, നേഴ്സ്മാരിലൊരാൾ വലിച്ചൂരി. അതോടെ കൂടി കരച്ചിലും നിന്നു. കഴുത്തിലിട്ട വെള്ളി കെട്ടിയ തുളസിമണിമാലയ്ക്കിടയിൽ അദ്ദേഹം ഓമനിച്ചു വളർത്തിയ രണ്ടു നരച്ച രോമങ്ങൾ കെട്ടുപിണഞ്ഞു കുടിയതായിരുന്നു സംഭവം. നഴ്സിന്റെ വലിയിൽ കടപുഴകി വീണ നരച്ച രോമങ്ങളെ പുച്ഛത്തോടെ അവോയ്ഡ് ചെയ്ത ഞങ്ങളെല്ലാവരും അതിജീവിതന്റെ നെഞ്ചിൽ ഇതുപോലെ ഇനിയുമെത്ര രോമങ്ങളുണ്ട് കെട്ട്പിണയാൻ സാധ്യതയുള്ളത് എന്ന് എണ്ണമെടുത്തുകൊണ്ടിരുന്നു..

ആംബുലൻസിൽനിന്നും വേണുവേട്ടൻ ചാടിയിറങ്ങി എന്റെ കൈയിലെ ഇഷ്ടദാന വെള്ളക്കടലാസ്സ് പിടിച്ചുവാങ്ങി കണ്ടംതുണ്ടമാക്കി തിരിച്ചുപോകുന്ന ആംബുലൻസിന് മുകളിലേക്കെറിഞ്ഞു. എനിക്കിനിയുമിവിടെ പണിയുണ്ട് ഒരു കാർ, ഓട്ടോ പിന്നൊരു ജീപ്പ്. ഇവരെ സെറ്റിൽ ചെയ്യേണ്ടതുണ്ട്. ഇവർക്കൊക്കെ കാശ്ശെണ്ണി കൊടുക്കേണ്ടതുണ്ട്.

എന്റെ ഇന്ദിരാ വികാസ് പത്ര...

■

നാറോഡാ പാട്ടിയ

അന്നെന്തോ വിശേഷദിവസമായിരുന്നു. ഉച്ചകഴിഞ്ഞു ലീവാണ്. ഫിറോസ്ഖാന്റെ നീല പൾസറിൽ കയറികൂടി. നറോഡാ പാട്ടിയ എന്ന സ്ഥലത്ത് എത്തിയപ്പോൾ ബൈക്ക് നിർത്തി ആള് രജനി ഗന്ധഗുട്ക വാങ്ങി ചവച്ചു, ഞാനൊരു വിൽസ് നേവികട്ടും വാങ്ങി വലിച്ചു.

വീട്ടിൽ പോയി ചായ കുടിച്ച് പോകാം എന്ന അയാൾടെ നിർബന്ധത്തിനു വഴങ്ങി ഞാൻ കൂടെ പോയി. ചെറിയ വഴിയിൽ രണ്ടു സൈഡും റോ ഹൗസുകൾ എന്നറിയപ്പെടുന്ന താമസ സൗകര്യം. മിക്കവാറും വീടുകൾക്കും പച്ച പെയിന്റടിച്ചിരിക്കുന്നു പച്ചനിറത്തിലുള്ള ടാർപ്പായപോലൊന്ന് ഇത്തിരിപോന്ന മുറ്റത്തേക്ക് വലിച്ചു കെട്ടിയിരിക്കുന്നു. എല്ലാവരുടെയും തലയിൽ തൊപ്പിയും നീണ്ട താടിയുമുണ്ട്. എന്നാൽ മീശ മാത്രം വടിച്ചുകളഞ്ഞിരിക്കുന്നു. മിക്കവാറുമെല്ലാവരും പഠാണി ജുബ്ബ ധരിച്ചിരിക്കുന്നു. അഹമ്മദാബാദിൽ വന്നിട്ട് ഇതുവരെ ഈയൊരു ഏരിയയിലൂടെയൊന്നും പോയിട്ടേയില്ലായിരുന്നു. ഫിറോസ്ഖാന്റെ വീട് ആ കൂട്ടത്തിലെ ഏറ്റവും വലുതും രണ്ടുനിലയുള്ളതുമായിരുന്നു. അതിന്റെയും പല ഭാഗങ്ങളിൽ പച്ച പെയിന്റ് ആവശ്യാനുസരണം കലക്കി ഒഴിച്ചിരിക്കുന്നു.

സൂര്യപ്രകാശം ആ പച്ചയിൽ തട്ടി റീഫ്ളക്ട് ചെയ്ത് എനിക്ക് നേരെ വന്നുകൊണ്ടിരുന്നു.

വീട്ടിൽ കയറിയിരുന്നു. മുഖം മറയ്ക്കാത്ത തലയിൽ തട്ടമിടാത്ത ഒരു സ്ത്രീ ചായയായി വരുന്നു. സെറാമിക്കിന്റെ ചെറിയപ്ലേറ്റിൽ 'മാൽപുവ' എന്ന മധുരപലഹാരം വെക്കുന്നു. ചെറിയ കുട്ടികളിൽ ഒരാൾ ഓടിവന്ന് ആ പ്ലേറ്റിൽ കൈ വെച്ചതും "അന്തർ മമ്മി കേ പാസ് സെ ലേലെ."

ഭാര്യയും കുട്ടിയുമാണ് അതെന്ന് മനസ്സിലായി. ചായ കുടിക്കുന്നെന്റെയിടയിൽ മാൽപ്പുവടെ ഒരു പീസ് വായിലേക്കിട്ട് ഞാനെന്റെ സങ്കടത്തിന്റെ ഒരു പീസ് അയാൾക്ക് നീട്ടി.

“തന്റേതല്ലാത്ത കാരണത്താൽ മാനസികപ്രശ്നങ്ങളുള്ള ഒരാളുടെ കൂടെയാണ് താമസിക്കുന്നത്. ഈ നിലയ്ക്ക് രാത്രിപ്പണിയായാൽ അധികം താമസിയാതെ ഞങ്ങളെ രണ്ടാളെയും ചുട്ഗർ ഡോക്ടറുടെ മുന്നിലെ കസേരയിലേക്ക് അറ്റെൻഡർമാർ പൊക്കി കൊണ്ട് പോകുന്നത് കാണേണ്ടിവരും.“

“ഈ കമ്പനിയിലെ ജോലി ഇതിനേക്കാൾ ബെറ്റർ സെറ്റപ്പ് ഇനി വേറെയൊന്നില്ല. നിങ്ങൾ ഭാഗ്യവാനാണ്. രാത്രി രണ്ടു മണിക്കൊക്കെ എത്താൻ പറ്റുന്നുണ്ടല്ലോ വീട്ടിൽ.”

രക്ഷപ്പെടണമെങ്കിൽ ജോലി മാറിക്കോയെന്ന സിഗ്നൽ അയാൾ പറയാതെ പറഞ്ഞു. ആ വീട്ടിൽ നിന്നും നന്ദിപൂർവ്വം യാത്ര പറഞ്ഞിറങ്ങി ഓട്ടോ കിട്ടുന്ന സ്ഥലം വരെ ഫിറോസ്ഖാന്റെ നീല പൾസറിൽ വന്നിറങ്ങി. അതേ സ്പീഡിൽ ബൈക്ക് തിരിച്ച് ഒരു കൈ ഉയർത്തി അയാളെനിക്ക് തൽക്കാലത്തേക്ക് വിടനൽകി തിരിച്ചുപോയി. അവിടെ നിന്നിറങ്ങി ഈ നിമിഷംവരെ എന്റെ മനസ്സിൽ മറ്റൊന്നുമായിരുന്നില്ല. ആ വീടിന്റെ ചുവരിൽ നിരത്തിവെച്ചിരിക്കുന്ന രണ്ടു ഫോട്ടോകളിലും ഡേറ്റ് ഒന്നായിരുന്നു, 28 ഫെബ്രുവരി 2002.

ആ ദിവസം എനിക്കും സുപരിചിതമാണ്. 2004 മെയ് മാസത്തിൽ, കാപ്പാട് ‘വാസുവേട്ടൻ’ കുത്തിയപോലെ ഇവിടെ എന്റെ പാദസ്പർശമേറ്റ അന്നുമുതൽ കേൾക്കുന്നതാണ് പത്രത്തിലും മറ്റു പലയിടങ്ങളിലും. ഫിറോസ്ഖാന്റെ കൂടെ ബൈക്കിൽ വരുമ്പോ ഈ സ്ഥലത്തെക്കുറിച്ചുള്ള എന്റെ ചോദ്യത്തിന് മറുപടിയായി മുന്നിലിരിക്കുന്ന അയാളുടെ കണ്ണിലെ കടല് മറുപടി പറഞ്ഞത് ഞാനോർത്തു.

ജാതിമതഭേദമന്യേ മരിച്ചുപോയ നിരപരാധികളുടെ കുടുംബക്കാരുടെ അവസ്ഥയെയോർത്ത് ആ കേശവ് പാൻപാർലർ എന്നെഴുതിയ ബോർഡിന് താഴെ നിന്ന് കുറച്ച് ദിവസങ്ങൾക്കുശേഷം എന്റെ കണ്ണുനീരും പൊടിഞ്ഞു. നേരത്തെ വാങ്ങി പോക്കറ്റിലിട്ട വിൽസ്, കത്തിച്ചുവെച്ച കോഴിമുട്ട വിളക്കിൽ നിന്ന് എരിഞ്ഞു പുകഞ്ഞു കത്തിപ്പിടിച്ചു. ആ സമയം മുന്നിലൂടെ കടന്നുപോയ രാജസ്ഥാൻ ട്രാൻസ്പോർട്ട് ബസ് വകഞ്ഞുമാറ്റിയ കാറ്റിലെ പൊടിപടലങ്ങളൊന്നടങ്കം എനിക്കുമേൽ കുടഞ്ഞിട്ട് അതിവേഗം മിന്നിച്ചു പോയി.

■

വീണ്ടുമൊരു ജോലി മാറ്റം

ഇത്തവണ സ്ഥിരം രക്ഷകനായ രാജൻ ചെറിയച്ഛന്റെ ജോലി വാക്കൻസി ഫോണിനായി കാത്തുനിൽക്കാതെ നേരിട്ട് പോയി വിവരം പറഞ്ഞു. രാത്രി രണ്ടുമണിക്കുള്ള ജോലി കഴിഞ്ഞുള്ള വരവ് അത്ര നല്ലതല്ല എന്ന് എന്നേക്കാൾ നന്നായി അറിയുന്ന ആള് ഇരുന്ന ഇരുപ്പിൽ പലർക്കും വിളിച്ചുനോക്കി. അതിലൊരേറു ശരിക്കു ലക്ഷ്യ ത്തിൽതന്നെ കൊണ്ടു. ഇതാ, വീണ്ടുമൊരു രാജൻ ജീവിതത്തിൽ കയറിവരുന്നു. ഞാൻ പരിചയപ്പെടുന്ന പത്താമത്തെ രാജൻ എന്ന് പേരുള്ള ആളായിരുന്നു അത്. ചെറിയച്ഛന്റെ മറ്റൊരു ദോസ്ത് രാജൻ പിള്ള. മൂപ്പര് പറഞ്ഞ പ്രകാരം ഇന്റർവ്യൂനു ഹാജരായി.

രാജൻ ചെറിയച്ഛൻ ആളൊരു ചീങ്കണ്ണിയാണ്. എന്നൊക്കെ ജോലി മാറാൻ ആഗ്രഹിച്ചിട്ടുണ്ടോ അന്നൊക്കെ ദൈവത്തിന്റെ കൈ കളുമായി പ്രത്യക്ഷപ്പെട്ട് ആവശ്യമുള്ള വരം തന്ന് അനുഗ്രഹിച്ചി രുന്നു. ഇവിടെയിതാ വൺസ്മോർ റിപ്പീറ്റുന്നു..

ഹൈഡ്രോളിക് സിലിണ്ടർ ഉണ്ടാക്കുന്ന കമ്പനിയാണ്. സിന്ധി കളാണ് ഓണർമാർ എന്നൊക്കെ ക്ലാസ്സെടുത്ത് പറഞ്ഞയച്ചു. മാർ ക്കറ്റിംഗ് അസിസ്റ്റന്റ് എന്ന പോസ്റ്റായതുകൊണ്ട് എന്റെ മനസ്സിൽ മൂന്ന് ഉണ്ടംപൊരിയും രണ്ട് സുഖിയനും ഒരുമിച്ച് പൊട്ടി. പഴയ കമ്പനിയിൽ നിന്ന് മോഷ്ടിച്ച ലെറ്റർപ്പാഡിൽ അവിടെ ജോലിക്ക് കയറുമ്പോൾ കിട്ടാതിരുന്ന അപ്പോയ്ന്റ്മെന്റ് ലെറ്റർ ഇന്റർനെറ്റ് കഫെയിൽ പോയി പ്രിന്റടിച്ചാണ് നമ്മുടെ വരവ്. ഭീകര റഫ് ലുക്കുള്ള മുതലാളി രമേഷ് മോട്ട്വാനിക്ക് മുന്നിൽ ഈ ബയോ ഡാറ്റയും പിടിച്ചിരിക്കുമ്പോളാണ് ഞാനത് ശ്രദ്ധിച്ചത്. താഴെ കമ്പ നീടെ സൈനോ സീലോ ഒന്നുമില്ലാത്ത സാധനവുമായാണ് ഈ പുലിമടയിൽ ഓടിച്ചെന്നു കയറിയിരിക്കുന്നത്. മോഹനൻ ചെറിയ ച്ഛന്റെ വിദഗ്ധമായ ഇംഗ്ലീഷിലെ പ്രാവീണ്യം മുഴുവനുപയോഗിച്ച ലെറ്ററിലെ വാക്കിന്റെ മൂർച്ച കണ്ട് പഴയ കമ്പനിയിലെ മുതലാളിയെ

പുകഴ്ത്തിക്കൊണ്ടിരുന്നു. മതിയാവാതെ മുകളിലെ ക്യാബിനിൽ നിന്നുമൊരാളെ വിളിച്ചു വരുത്തി. ഏതാണ്ട് അതേ രൂപവും എന്നാൽ സൗമ്യനുമായ മറ്റൊരാൾ. ഇയാൾ ചിലപ്പോൾ താഴത്തെ വരിയിലെ ഒപ്പ് ഇല്ലായ്മ കണ്ടുപിടിക്കും എന്നെനിക്ക് തോന്നിയതുകൊണ്ട് "ആ സ്കൂളിലെ പഠിപ്പും വേണ്ട അവിടത്തെ ഉപ്പുമാവും വേണ്ട" എന്ന അവസ്ഥയിലായി ഞാൻ.

ലെറ്റർപാടിലെ സൈൻ ശ്രദ്ധിക്കാതെ തന്നെ ഇന്റർവ്യൂ തുടർന്നു കൊണ്ടിരുന്നു

സാലറി, മേത്തയുടെ കൂടെ ജോലി ചെയ്യുമ്പോൾ കിട്ടിയിരുന്ന ആ പഴയ സാലറിയാണ് ഓഫർ ചെയ്തത്. രണ്ടു കാര്യങ്ങളാണ് ഈ ഓഫീസിലെ ജോലി എന്നെ ഹഠാദാകർഷിച്ചത്. ഒന്നാമതായി മാർക്കറ്റിംഗ് ഡിപ്പാർട്ട്മെന്റിൽ ജോലി. രണ്ടാമത്തെ ഘടകം പണി യെടുക്കാനുള്ള സോഫ്റ്റ്വെയറാണ്. അത് അതിഗംഭീരമായിരുന്നു.

മോട്ട്വാനിയടക്കം മൂന്നാലു പേർക്ക് ഇമെയിൽ ഫെസിലിറ്റിയുണ്ട്. ഇൻക്വയറി കിട്ടിയ ആള് അത് സിസ്റ്റത്തിൽ അപ്‌ലോഡ് ചെയുന്നു വിത്ത് ഇമെയിൽ അറ്റാച്ച്മെന്റ്. ആ നിമിഷം മുതൽ അസിസ്റ്റന്റ് ആയ ഞാൻ ഇത് ഓപ്പൺ ചെയ്താൽ എന്റെ പേരിൽ പെന്റിങ് വർക്ക് കാണിക്കും, കൊട്ടേഷൻ കൊടുക്കുന്ന എന്റെ ജോലി കഴി ഞ്ഞാൽ അത് സെയിൽസ് മാനേജർക്ക് പെന്റിങ് ആകും. അയാൾ ഫോളോ അപ്പ് ഒന്ന്, രണ്ട്, മൂന്ന് ഇങ്ങനെ മൂന്ന് സ്റ്റേജ് കംപ്ലീറ്റ് ചെയ്തിട്ട് സ്റ്റാറ്റസ് അപ്ഡേറ്റ് ചെയ്താൽ ഓർഡർ വരുന്നത് വരെ അയാൾക്ക് പെന്റിങ് തന്നെയാകും. ഓർഡർ കിട്ടി അപ്‌ലോഡ് ചെയ്താൽ മാനേജർ ആ ഡീലിൽ നിന്ന് തല്ക്കാലം ഫ്രീ. ഇപ്പോൾ അത് പെന്റിങ് വർക്ക് ആകുന്നത് പ്രൊഡക്ഷൻ ഹെഡ്ഡിനാണ്. അയാൾ ഓർഡർ അപ്രൂവ്ഡ്, വർക്ക്സ്റ്റാർട്ടഡ് ആക്കികഴിഞ്ഞാൽ ഡ്രോയിങ് ഡിപ്പാർട്ട്മെന്റിന്റെ വർക്ക് തുടങ്ങികഴിഞ്ഞിരിക്കുന്നു അടുത്ത സ്റ്റെപ്പ് വീണ്ടും പ്രൊഡക്ഷൻ മാനേജർക്കാണ്. അയാള തിന്റെ പണികഴിഞ്ഞിട്ട് മെറ്റീരിയൽ റെഡി ഫോർ ഡിസ്പാച്ചാക്കി വെച്ചാൽ പിന്നെ നോട്ടിഫിക്കേഷൻ പോകുന്നത് സ്റ്റോർസിലെ ഡിസ്പാച്ച് സെക്ഷനിലേക്ക്. ആ പണി കഴിച്ചിട്ട് ഇൻവോയ്സ് ബില്ലിന്റെ കോപ്പി അറ്റാച്ച് ചെയ്യുന്നതോടുകൂടി വീണ്ടും സെയിൽസ് മാനേജർക്ക് പണിയാകുന്നു. കളക്ഷൻ ഓഫ് പേയ്മെന്റ് പൈസ വന്നാൽ അതോടുകൂടി ആ ട്രാൻസാക്ഷൻ ക്ലോസാകുന്നു. ഇതൊ ന്നുമല്ലെങ്കിൽ കൊട്ടേഷനയയ്ക്കുന്നു. ഓർഡർ കിട്ടാതെ വേറെ ചുള്ളന്മാർ കൊത്തിക്കൊണ്ടു പോകുന്നു സെയിൽസ് മാനേജർ ക്ലോസ് ചെയ്യുന്നു.

വർക്ക് പെന്റിങ് ആയാൽ അന്നുമുതൽ ദിവസങ്ങളുടെ എണ്ണം ചുവന്ന അക്ഷരത്തിൽ തെളിഞ്ഞുകൊണ്ടിരിക്കും. മുതലാളിമാർക്ക് പെന്റിങ് ജോബ്സ് എന്ന് വെറുതെ സേർച്ച് ചെയ്താൽമതി ആരാണ് സമയത്തിന് പണിയെടുക്കാത്തത് എന്ന് മനസ്സിലാവുകയും അവരെ പൊരിക്കുകയും ചെയ്യാം.

ആ സോഫ്റ്റ്‌വെയർ, അത് ഡെവലപ്പ് ചെയ്തയാള് ആളൊരു ചീങ്കണ്ണിതന്നെയാണ്.

ഇന്നീ പറയുന്നതൊക്കെ സർവസാധാരണമായിരിക്കാം പക്ഷേ ഞാനാദ്യമായി അനുഭവിക്കയാണ്. സാലറി കുറച്ചിട്ട് മ്മളീ പണിക്ക് വന്നത് വെറുതെയല്ല. ഊണിലും ഉറക്കത്തിലും മാർക്കറ്റിംഗ്, സെയിൽസ് ഡിപ്പാർട്ട്മെന്റിൽ മാത്രേ ജോലി ചെയ്യൂ എന്ന വാശിയോടുകൂടിയാണ്. അനിയന് എന്നെക്കാൾ ഒരുപാട് കൂടുതലാണ് സാലറി അന്ന് പ്രവീൺഭായ് പറഞ്ഞത് കേട്ടിരുന്നേൽ എനിക്കിപ്പോൾ നല്ല നിലയിൽ സെറ്റിലാവാമായിരുന്നു.

മാർക്കറ്റിംഗ്, സെയിൽസ് എന്നൊക്കെ മനസ്സിൽ കുത്തിവെച്ച മോഹനൻ ചെറിയച്ഛന്റെ ഉപദേശങ്ങളും ഗുജറാത്തികളുടെ കച്ചവട ചാതുര്യത്തെക്കുറിച്ചുള്ള ചിന്മയ്സേട്ടിന്റെ വാക്കുകളും ഒരു ധൈര്യത്തിന് ഇടയ്ക്കിടയ്ക്ക് മറക്കാതിരിക്കാൻ ഓർമ്മിച്ചുകൊണ്ട് പുതിയ ജോലിയിലേക്ക് പ്രവേശിക്കുന്നു.

സാലറി വെട്ടി നശിപ്പിച്ച് കുട്ടിച്ചോറായി എങ്കിലും മനസ്സിൽ കൊണ്ടുനടന്ന ആഗ്രഹത്തിന്റെ പടിവാതിൽക്കൽവരെയെത്തിയിരിക്കുന്നു.

■

ഹേമന്ത് ദവെയും മുകേഷും

ചെയ്യേണ്ട ജോലിക്ക് വളരെ കൃത്യതയുള്ളതുകൊണ്ട് പരിപാടി രസകരമായിരുന്നു. ഇതെങ്ങനെ ചെയ്യണം എന്നൊരു കൺഫ്യൂഷൻ നമുക്കില്ല. കാരണം ആ കമ്പനിക്കുള്ളിൽ കടന്നാൽ മൂളിപ്പറക്കുന്ന കൊതുകുപോലും ഈ സോഫ്ട്‌വെയറിൽ കണക്റ്റഡാണ് എന്നതു തന്നെ.

ഒഴിഞ്ഞുകിടക്കുന്ന കസേരകളിൽ രണ്ടറ്റത്തും രണ്ടുപേരു വന്നിരുന്നു. രാഹുൽഗാന്ധിക്ക് ഉയരം കുറഞ്ഞപോലുള്ള അയാളുടെ പേര് മുകേഷ്. മൊതലാളീടെ പെങ്ങളുടെ മകനാണ്. മറ്റേയാളുടെ പേര് ഹേമന്ത് ദവെ. രണ്ടുപേരും മാർക്കറ്റിംഗ് മാനേജർമാരാണ്. ഹേമന്ത് ദവെ ഒന്നരമാസം മുൻപ് മാർക്കറ്റിംഗ് ടൂർ പോയതായിരുന്നു. ഹൈദരാബാദിലേക്ക്. അവിടെ നിന്നും മഞ്ഞപിത്തം പിടിപെടുകയും സീരിയസ്സായി ഫ്‌ളൈറ്റിൽ എത്തിക്കുകയുമാണ് ചെയ്തത് എന്ന് എന്റെ തൊട്ടടുത്തിരുന്ന് ഓട്ടോക്കാഡിൽ ഡ്രോയിങ് ഉണ്ടാക്കിക്കൊണ്ടിരുന്ന ഹൈവേയിലെ വെള്ളവരപോലെ ഈളിയായ ഒരുവൻ സഞ്ജു ഷാ പറഞ്ഞുതന്നു.

മൊതലാളി പത്തുമണിക്ക് വരും, നാല് മണിക്ക് പോകും. മുകളിലെ നിലയിൽ ഇയാളെപ്പോലെതന്നെ എന്നാൽ മീശയില്ല എന്നൊരു കുറ്റം മാത്രം ചെയ്ത അനിയൻ ദിനേശ് മോട്ടാനി പന്ത്രണ്ട് മണിക്ക് എത്തിയിട്ട് കമ്പനി പൂട്ടുമ്പോൾ തിരിച്ചുപോകും. ഹേമന്ത് ദവെ മറ്റൊരു കമ്പനിയിൽ നല്ല സാലറിയിൽ ജോലി ചെയ്ത് നടന്നിരുന്ന സമയത്ത് ഇടനിലക്കാരൻ മുഖാന്തിരം സാലറി കൂട്ടിക്കൊടുക്കാമെന്ന ഡീലുറപ്പിച്ചിട്ട് അവിടന്ന് പൊക്കിയതാണത്രെ. ഇയാളുടെ വരവും ആ സോഫ്റ്റ്‌വെയറിന്റെ വരവും തമ്മിൽ ഒരാഴ്ചത്തെ വ്യത്യാസം മാത്രമാണുള്ളത്.

ആദ്യം തന്നെ ഹേമന്ത്ഭായ് ഇരുപത്തഞ്ച് വർഷങ്ങൾകൊണ്ട് കേരളവും തമിഴ്നാടും മധ്യപ്രദേശും ഒറീസ്സയും ചത്തീസ്ഗഢും എന്നുവേണ്ട ഹിമാചൽ പ്രദേശ് വരെ പഴയ കമ്പനിയിലെ മുതലാളീടെ പൈസകൊണ്ട് കറങ്ങി കളക്ട് ചെയ്ത് കോൺടാക്ട്

ഡീറ്റെയിൽസ് ആ സോഫ്റ്റ്‌വെയറിൽ ഒന്നര മണിക്കൂറുകൊണ്ട് അപ്ഡേറ്റ് ചെയ്യിക്കുകയെന്നതാണ് മുതലാളി ചെയ്തത്.

താരതമ്യേന എക്സ്പീരിയൻസ് കുറവുള്ള മരുമകൻ മുകേഷിനെ ആദ്യകാലങ്ങളിൽ ഹേമന്ത് ദവെയുടെ മാർക്കറ്റിംഗ് ടൂറിൽ സഹായിയായി പിന്നാലെ വിട്ടത് ആളെ ഹെല്പ് ചെയ്യാനല്ല എന്ന് ആരും പറയാതെ കമ്പനിയിലെ എല്ലാവർക്കും മനസ്സിലായി കഴിഞ്ഞിരുന്നു.

ഹേമന്ത് ദവെയും മുകേഷും തമ്മിലുള്ള ഈഗോ ക്ലാഷ് പീരങ്കി പൊട്ടിച്ചു മത്സരിക്കുന്നതിന്റെ ഇടയിലേക്കാണ് മൂർച്ചയില്ലാത്ത തുരുമ്പിച്ച കുന്തവും അമരമില്ലാത്ത ഏറുപടക്കവുമായി ഞാനിറങ്ങുന്നത്. ഹേമന്ത് ദവെയെ തോൽപ്പിക്കാൻ ഇറക്കിയ താരതമ്യേന സാലറി കുറഞ്ഞ കളിക്കാരനാണ് ഞാനെന്ന് തോന്നിയതുകൊണ്ട് കൃത്യമായ കമ്മ്യൂണിക്കേഷൻ സംഭവിച്ചിരുന്നില്ല. പക്ഷേ മുകേഷ്ഭായി നേരെ തിരിച്ചായിരുന്നു. അയാൾ എന്നോട് വളരെ അടുത്തു പെരുമാറിക്കൊണ്ടിരുന്നു.

മുതലാളി ക്യാബിനിലേക്ക് വിളിപ്പിച്ചു മുൻപിലിരുത്തി ഫോണെടുത്ത് മുകേഷിഭായിയോട് സിന്ധി ഭാഷയിൽ "പെട്ടെന്ന് വാടാ" എന്നോ മറ്റോ പറഞ്ഞിരിക്കണം. വാണം വിട്ടപോലെ ഓടിക്കയറി കേബിനിൽ ഒഴിഞ്ഞ കസേരയിൽ ഇരിക്കാതെ നിന്നുകൊണ്ടിരുന്നു.

"മുകേഷ്, ഈ ഹേമന്ത് ദവെ ചെയ്യുന്നതൊക്കെ നമ്മുടെ കമ്പനി പോളിസിക്ക് ചേർന്നതാണെന്നു നിനക്ക് തോന്നുന്നുണ്ടോ?"

മറുപടി വരാൻ വൈകിയപ്പോൾ ഞാനും മുകേഷ്ഭായീടെ മുഖത്തേക്ക് നോക്കി. "എനിക്കും ചില സംശങ്ങളുണ്ട്" എന്നു പറഞ്ഞിട്ട് അവരുടെ ഭാഷയിൽ "കലപലകിടികിടി" എന്നൊക്കെ ക്യാബിനു പുറത്തിരുന്ന് ഡയറി മറിച്ചുനോക്കുന്ന ഹേമന്ത് ദവെയെക്കുറിച്ചുള്ള കുറ്റങ്ങൾ പറഞ്ഞുകൊണ്ടിരുന്നു. അവിടന്നിറങ്ങുമ്പോൾ ഹിന്ദിയേതാ മലയാളമേതാ സിന്ധി ഭാഷയേതാണെന്നു തിരിച്ചറിയാതെ ഞാൻ കൺഫ്യൂഷ്യസായി.

വേണുവേട്ടനും അനിയനും സൺഡേ ലീവ് ആഘോഷിക്കുമ്പോൾ എനിക്ക് മാത്രം വ്യാഴാഴ്ചയാണ് ലീവ്. അത് മാത്രമാണ് ആകെയൊരു സുഖക്കുറവ്. പക്ഷേ അഡ്ജസ്റ്റ് ചെയ്യാവുന്നതേയുള്ളൂ. വ്യാഴാഴ്ച ദിവസങ്ങളിൽ അടുത്ത മുറിയിലെ വാച്ച്മാൻ രാത്രികാവലും കഴിഞ്ഞ് ദേശി മൂലവെട്ടി കൊണ്ടുവന്നു റൂമിലും അയാൾടെ മുറിയിലും വരാന്തയിലുമൊക്കെയായി കുടിച്ച് തീർത്തിട്ട് ആ ഊർജ്ജം മുഴുവൻ തീർക്കുന്നത് എന്റെയടുത്താണ്. നേഴ്സായ ഭാര്യയുടെ സൗന്ദര്യത്തെക്കുറിച്ചും അവരുടെ പെരുമാറ്റത്തെക്കുറിച്ചുമൊക്കെ പുകഴ്ത്തി പുകഴ്ത്തി ഞാനുമയാളുടെ ഭാര്യടെ ഫാനായി മാറിക്കഴിഞ്ഞിരുന്നു. അയാളൊരു ഭാഗ്യവാൻ തന്നെയാണ് എത്ര സ്നേഹത്തോടെയാണ് ഭാര്യയും മക്കളുമൊത്ത് ഇങ്ങനെ നാടനുമടിച്ച് അർമാദിച്ച് ജീവിക്കണത്. ■

റോനക് പട്ടേലിന്റെ മജാഖ്

എന്റെ ഒരു വർഷത്തെ സാലറിയുടെ ഏതാണ്ട് അടുത്താണ് ഹേമന്ത് ദവെയ്ക്ക് ഒരു മാസം കൊടിത്തിരുന്നത്. ഡീറ്റെയിൽസ് ഫുൾ കളക്ട് ചെയ്ത് പോക്കറ്റിലാക്കി ആദ്യ ആറേഴ് മാസത്തിനുള്ളിൽ ഒരു കോടിയുടെ ഓർഡറാണ് ആ മനുഷ്യൻ പിച്ചിപ്പൂ പറിക്കുന്നപോലെ പഴയ പരിചയംവെച്ച് വൻകമ്പനികളിൽ നിന്ന് സെറ്റാക്കിയത്. അയാൾടെ ഭാഷയിൽ പറഞ്ഞാൽ മോട്ടാനിക്ക് എറിഞ്ഞുകൊടുത്തത്. ആ ഏറിൽ സുഖം കണ്ട മോട്ടു മുകേഷിലൂടെ ഈ കമ്പനികളിൽ കോൺടാക്ട് ഉണ്ടാക്കിയെടുത്ത് പതുക്കെ ഹേമന്തിനെ കമ്പനീന്ന് തട്ടാനാണ് പ്ലാൻ. ജന്മനാ ചീങ്കണ്ണിയായ ദവെ അപ്ഡേറ്റ് ചെയ്യാൻ കൊടുത്തത് മുഴുവൻ, തീർത്തും അപ്രസക്തവും പിരിഞ്ഞുപോയവരും മരിച്ചുപോയവരുമായ കുറെ ഓൾഡ് സ്റ്റാഫിന്റെ നമ്പേഴ്സ്. ഈ നമ്പറിലും പേരിലും എന്തിരിക്കുന്നു എന്ന് തോന്നിയാൽ ആ നമ്പറുകൾ മാത്രമാണ് നമുക്കുള്ള ഓർഡറുകൾ എന്നാണ് കൃത്യമായ മറുപടി.

ഏക്കറുകണക്കിന് വ്യാപിച്ചു കിടക്കുന്ന ഫാക്ടറി ഗേറ്റിൽ പത്തോളം വാച്ച്മേൻമാർ അതിർത്തി കാക്കുന്ന ഗൗരവത്തോടെ നിൽപ്പുണ്ടാവും. അകത്തിരിക്കുന്ന യഥാർത്ഥ ആവശ്യക്കാരനെ പുറു നിൽക്കുന്ന നമ്മുടെ ഫോണിൽ വിളിച്ചിട്ട് ആ ഫോൺ അവിടെ കമ്പ്യൂട്ടറിൽ ഇരിക്കുന്ന നക്ഷത്രം ചുമലിലുള്ള വലിയ റാങ്കുകാരനോട് സംസാരിച്ചതിനുശേഷം അകത്തുനിന്നും നമ്മുടെ പേരും നാളും ഐഡി കാർഡ് നമ്പറുമടക്കം ഇമെയിൽ വരണം. അതിനായി ഈ ഡീറ്റെയിൽസ് ആദ്യം അകത്തേക്ക് മെസ്സേജ് അയച്ചു കൊടുക്കണം. അതിന്റെ പ്രിന്റ് എടുത്ത് ടാഗ് ചെയ്ത് കഴുത്തിലിട്ട് വേണം അകത്തു കയറാൻ. ആ നമ്പറുകളാണ് ദവെയിൽ നിന്ന് ചുരണ്ടി സേവ് ചെയ്ത് വെച്ചിരിക്കുന്നത്.

മുതലാളി തിങ്കളാഴ്ച വന്നാൽ ആദ്യം ദവെയ്ക്ക് ഫോൺ ചെയ്യും. “തമെ മനെ ആ വീക്ക്നി എക്സ്പെക്ടഡ് ഓർഡർ ലിസ്റ്റ് ആപ്യോ

നഹി.” അപ്പോളേക്കും ദവെ നല്ല വൃത്തിയുള്ള അക്ഷരത്തിൽ ഉരുട്ടിയെഴുതിയ കുറെ കമ്പനീടെ പേരുകൾ ഓർഡർ കിട്ടാൻ പോകുന്ന ഐറ്റത്തിന്റെ പേരുകൾ ഓർഡർ വാല്യൂ ഒക്കെ എഴുതി കൂട്ടി മുകളിൽ ‘വീക്കിലി എക്സ്പെക്ടഡ് ഓർഡർസ്’ എന്നെഴുതി എന്റെ മേശപ്പുറത്ത് വെക്കും. ഞാനത് പടപടാ സ്പീഡിൽ ടൈപ്പ് ചെയ്ത് എക്സൽ ഫൈലിൽ പെട്ടികളൊക്കെ വരച്ച് സെറ്റാക്കി മുതലാളിക്ക് കൊടുക്കും. ഒട്ടും താൽപ്പര്യമില്ലാത്ത ആറ്റിട്യൂഡിൽ ആ സാധനം വാങ്ങി ടേബിളിന്റെ സൈഡിലേക്കിട്ട് ലാപ്ടോപ്പിൽ സോളിഡാരിറ്റി ഗെയിം കളിച്ചോണ്ടിരിക്കുന്ന മുതലാളീടെ അപ്പോളത്തെ ഇരിപ്പ് കണ്ടാൽ മോന്തയ്ക്ക് ഒരു കുത്ത് കൊടുക്കാൻ തോന്നും. പക്ഷേ അയാൾടെ കണ്ണുകളിൽ ജ്വലിക്കുന്ന പ്രകാശമെന്നെ തല കുമ്പിടുവിച്ച് വിനയവിധേയനായി തിരിച്ചയയ്ക്കും.

വൈകീട്ട് ജോലി കഴിഞ്ഞിറങ്ങിയാൽ ഡയറക്റ്റ് ഓട്ടോറിക്ഷ പോലും കിട്ടാത്ത പ്രത്യേക സ്ഥലത്താണ് കമ്പനിയുടെ ആസ്ഥാനമെന്നുള്ളതുകൊണ്ട് പതിവുപോലെ ആരുടെയെങ്കിലും ബൈക്കിന്റെ പിന്നിൽ കയറിയാണ് വീട്ടിൽപോക്ക്. നൂറുകണക്കിന് വർക്കേഴ്സ് സൈക്കിളിലും പത്തിരുപത് സ്റ്റാഫ് ബൈക്കിലും സ്കൂട്ടറിലുമായി പോകുന്നേന്റെ ഇടയിൽ നടന്നും ഓടിയും ഓട്ടോയിലുമൊക്കെ പോകുന്ന ഞാൻ ഒറ്റപ്പെട്ട് തലതാഴ്ത്തി നടന്നു. സ്റ്റോർ ഓഫീസറായിരുന്ന റോനക് പട്ടേൽ ഹീറോഹോണ്ട സ്പ്ലെണ്ടർ സ്റ്റാർട്ടാക്കി സ്റ്റാൻഡ് തട്ടിയാൽ അറിയാത്തപോലെ ഓരംചേർന്നു നിന്ന് കൈകാണിച്ചു കാണിച്ചില്ല സ്റ്റൈലിൽ ബൈക്ക് നിർത്തിച്ച് പിന്നിൽ കയറി പോയിരുന്നു.

എന്റെ ഈ കൈ കാണിക്കലും ലിഫ്റ്റ് ചോദിക്കലും സ്ഥിരമായപ്പോൾ റോനക് പട്ടേലിന്റെ നോട്ടത്തിനും എന്നോടുള്ള പെരുമാറ്റത്തിനും വരെ അധികാരത്തിന്റെയും പുച്ഛത്തിന്റെയും ചാണകപച്ച നിറം പുരണ്ടിരുന്നു. ആ ദിവസം പതിവുപോലെ അയാൾ ബൈക്ക് സ്റ്റാർട്ട് ചെയ്തു എന്റെയടുത്തേക്ക് മൂവായി തുടങ്ങിയിരുന്നു. ഞാൻ പതിവുപോലെ അഞ്ചടിയകലത്ത് വിധേയനായി സൈഡ് ഒതുങ്ങി അയാൾടെ വരവിനായി കാത്തുനിന്നു. ഉറുമ്പുകൾ അരി മോഷ്ടിക്കാൻ പോണപോലെ വർക്കേഴ്സ് മുട്ടി മുട്ടി സൈക്കിളിൽ മറുവശത്തിലൂടെ നീങ്ങിക്കൊണ്ടിരുന്നു. റോനക് പട്ടേൽ എന്റെയടുത്തെത്തി ഞാൻ കാലുയർത്തി കയറാൻ തുടങ്ങിയപ്പോൾ അയാൾ ബൈക്കെടുത്തു പാഞ്ഞു. കണ്ടുനിന്ന വർക്കേഴ്സ് കൂട്ടത്തോടെ നിർത്താതെ ചിരി തുടങ്ങിയിരുന്നു. ചെവിയിൽ വണ്ടുപോയ കണക്ക് ഞാൻ അസ്വസ്ഥനും തലകുമ്പിട്ടവനുമായി തീർന്നുകഴിഞ്ഞിരുന്നു. വേഗത്തിൽ നടന്നു ഞാൻ വീണ്ടും

റോനക്കിനരുകിലെത്തി കാലുയർത്തിയതും അയാൾ നേരത്തെ ചെയ്തതുപോലെ പിന്നെയും ആവർത്തിച്ചു. പിന്നിലെ ഉറുമ്പിൻ കൂട്ടങ്ങളിലാരൊക്കെയോ അപ്പോഴും കളിയാക്കി ചിരിക്കുന്നുണ്ടാ യിരുന്നു. ചെവിയിൽ കയറിക്കൂടിയ വണ്ടിന്റെ കൊമ്പുപോലുള്ള യെന്തോ എന്നെയിപ്പോ വേദനിപ്പിക്കാനും തുടങ്ങിയിരിക്കുന്നു.. മിററിലൂടെ എന്നെയും കാത്ത് റോനക് വീണ്ടുമതാ വെയിറ്റ് ചെയ്തു കൊണ്ടിരുന്നു.

വീണ്ടുമയാളുടെ ബൈക്കിനടുത്തെത്തി "ചലെഖാ യാർ, ചൽക്കെ ജാത്താ ഹു മേ" ന്ന് പറഞ്ഞ് അയാൾടെ പിൻതോളിൽ തട്ടി മുന്നോട്ട് വലിഞ്ഞു നടന്നു. "യാർ മേ തോ മജാഖ് കർരഹാ താ" ന്ന് പറഞ്ഞുകൊണ്ടയാൾ വെടിച്ചില്ല് സ്പീഡിൽ പോകുന്ന എന്റെ പിന്നാലെ വന്നു. കണ്ണുകെട്ടി എനിക്ക് നേരെ മൂർച്ചയില്ലാത്ത കത്തിയെറിഞ്ഞുകളിച്ചവനാണ്, ചെയ്തത് തമാശയ്ക്കാണെന്നും പറഞ്ഞിട്ട് മുഖം കയറ്റി ബൈക്കൊടിച്ചുപോയത്. എത്രയോ പേരുടെ കൂടെ പിന്നിലിരുന്നു യാത്ര ചെയ്തിട്ടുണ്ട്. ചിന്മയ് സേട്ട്, അഷ്കാ ഭായ്, ജഗാണി, മേത്ത, ഫിറോസ്ഖാൻ പക്ഷേ ഇത് ആദ്യമാണ്. മുന്നിൽ നിൽക്കുന്ന ആറു കുബി പൂമരം എന്റെ തലയിൽവീണ് ടോം ആൻഡ് ജെറിയിലെ ടോമേട്ടനെപോലെ ഭൂമിക്ക് താഴോട്ട് താഴോട്ട് പോകണേ എന്നായിരുന്നു എന്റെ അപ്പോളത്തെ മാനസി കാവസ്ഥ.

ചെവിയടച്ച് അടികിട്ടിയ ഫീലിൽ ആ രാത്രി മുഴുവൻ നീറി നീറി കിടന്ന് എപ്പോളോ ഉറങ്ങിപ്പോയി.

■

നമ്പിക്ക ദ്രോഹം

വ്യാഴാഴ്ചയാണ്, എനിക്ക് മാത്രം ലീവുമാണ്. ആലസ്യത്തിൽ ചുരുണ്ടുകൂടി കിടക്കുന്ന സമയത്താണ് വാച്ച്മേൻ പാക്കറ്റ് ചാരായ വുമായി വരണത്. അയാൾ കൊണ്ടുവന്നത് വിദേശമദ്യമായിരുന്നെ ങ്കിൽ രണ്ടെണ്ണം പൂശാനൊരു മൂഡുള്ള വ്യാഴമായിരുന്നു അന്ന്. എനിക്ക് മുന്നിലെ കസേരയിൽ വന്നിരുന്ന അയാള് സംസാരം കുറവും പ്രവർത്തി കൂടുതലുമായിരുന്നു. കൈയിലുള്ള പ്ലാസ്റ്റിക് കവറിലെ വെളുത്ത ദ്രാവകം വെള്ളം ചേർത്ത് നശിപ്പിക്കാതെ അയാൾ കുടിച്ചുതീർത്തു. വന്നിട്ടേതാണ്ട് നാല്പത് മിനുട്ടായിക്കഴി ഞ്ഞിരിക്കുന്നു. സാധാരണ പറയാറുള്ള ഡയലോഗ്സൊന്നും ഇന്നെ ടുത്ത് എനിക്കുനേരെ പ്രയോഗിക്കുന്നില്ല, ചിരിക്കുന്നില്ല, സംസാരി ക്കുന്നില്ല, കരയുന്നില്ല ഭാര്യയെ പുകഴ്ത്തുന്നില്ല, ഒന്നുമൊന്നുമില്ല.

ഞാനെണീറ്റ് പല്ലുതേച്ചു, ചായ കുടിച്ചു റസ്ക് ചായയിൽ മുക്കി മൃദുവായി കടിച്ചു തിന്നു. ആ പാക്കറ്റിൽ നിന്നൊരു റസ്കെടുത്ത് ടച്ചിങ്സായി അയാൾ വായിലിട്ട് ചവച്ചുകൊണ്ടിരുന്നു. ടിവി ഓണാക്കി കൈരളി ചാനലിൽ 'ഈ പറക്കും തളിക' എത്രാമ ത്തെയോ പ്രാവശ്യം നടന്നുകൊണ്ടിരുന്നു. 'കൊനാരാ ബബ്ലൂജി' എന്ന വാക്ക് കേട്ടപ്പോൾ ഞാൻ പൊട്ടിച്ചിരിച്ചു. അവിചാരിതമായി അയാൾ ദേഷ്യത്തോടെ എണീറ്റ് കൈരളി ഓഫാക്കി വീണ്ടുമൊരു റസ്ക് എടുത്ത് കടിച്ചു. മ്മടെ റൂമില് വന്നിട്ട് പറക്കും തളിക ഓഫാ ക്കിയത് വാച്ച്മാനല്ല പഞ്ചായത്ത് പ്രസിഡണ്ടായാലും പ്രതികരി ക്കേണ്ടതാണ് പക്ഷേ, ആൾടെ ശാരീരികാവസ്ഥയെ പരിഗണിച്ച് ഇപ്പോൾ ഒഴിവാക്കി വിടുന്നു.

കുറെ നേരത്തെ 'ശശ്മാന' മൂകതയ്ക്കുശേഷം പെട്ടെന്നയാൾ ഉറക്കെ കരയാൻ തുടങ്ങി. സത്യത്തിൽ ടിവി ഓഫാക്കിയപ്പോൾ വേണുവേട്ടന്റെ കട്ടിലിൽ കയറി പണ്ട് രാജൻഭായ് കിടക്കുന്നപോലെ ഇടത്തേ കൈയുടെ പിൻഭാഗം കണ്ണിൽവെച്ച് കാലുകൾ ത്വരിത

വേഗത്തിൽ ഇളക്കിക്കൊണ്ട് ആ പൊലീസ് സ്റ്റേഷൻ സീനിനു ശേഷമുള്ള സീനുകൾ ഓർത്തെടുക്കാൻ ശ്രമിക്കയാണ് ഞാൻ. ഡയറക്ടർ താഹ ഇതല്ലാതെ വേറെയേതൊക്കെ സിനിമകൾ ഡയറക്റ്റ് ചെയ്തിട്ടുണ്ട് എന്നൊക്കെ ആലോചിച്ചു കിടക്കുന്ന ഞാൻ ഞെട്ടിയെണീറ്റു. അയാളുടെ കരച്ചിൽ ഫ്രീക്വൻസി കൂടി കൂടി വന്നു. പുറത്തേക്കതിന്റെ അലയൊലികൾ വ്യാപിക്കുമെന്നായപ്പോൾ വാതിലടിച്ചു, ജനലടച്ചു, അടുക്കള വാതിലടച്ചു. പക്ഷേ അയാൾ ശബ്ദം കൂട്ടിക്കൂട്ടി കൊണ്ടുവന്നു. കണ്ണിൽനിന്നും മൂക്കിൽനിന്നും വായിൽനിന്നുമൊക്കെ വെള്ളം ഒരുമിച്ചൊലിച്ചിറങ്ങികൊണ്ടിരുന്നു.

മാറ്റർ സീരിയസ്സാണെന്ന് തോന്നിയ ഞാൻ അയാളെ സമാധാനിപ്പിക്കാൻ അടുത്തുചെന്ന് ആ കൈകളിൽ പിടിച്ചു. ഇരുന്ന ഇരിപ്പിൽ എന്നെ കെട്ടിപ്പിടിച്ചെന്റെ വയറിനുമേൽ തലവെച്ച് എങ്ങിയേങ്ങി കരഞ്ഞുകൊണ്ടിരുന്നു. പലതരം കെമിക്കൽ പ്രൊപ്പോസിഷൻസുള്ള ജലമിശ്രിതങ്ങൾ എന്റെ ഷർട്ടിനെ നനച്ചുകൊണ്ടിരിക്കുന്നത് കുപ്പായത്തിനുള്ളിൽ സുഖവാസം നടത്തുന്ന ശരീരത്തിന് മനസ്സിലാകാൻ തുടങ്ങി.

“ക്യാ ഹുവാ ഭായ്, ക്യാ ഹോഗയാ?”

എന്റെ ചോദ്യത്തിനെ തൃണവൽഗണിച്ചുകൊണ്ടയാള്, പിന്നെയും കരഞ്ഞുകൊണ്ടിരുന്നു.

സ്വിച്ചിട്ട പോലെ കരച്ചിൽ നിർത്തി സീരിയസ്സായ ആള് എന്റടുത്തേക്ക് നടന്നുവന്നു. കുടിച്ച മദ്യമൊക്കെ അത്ഭുതകരമായി ആ കരച്ചിലിൽ ഒഴുകിപ്പോയിരിക്കുന്നു. ഇപ്പോളയാൾ ഒരിക്കലും നോർമലല്ലാത്ത എന്നേക്കാൾ നോർമലാണ്.

“ക്യാ ഹുവാ ഭായ്?” പിന്നെയും ഞാനാ ചോദ്യമവർത്തിച്ചു.

“ദോഖാ ദിയാ ഹേ മേരി വൈഫ്, ദോഖാ ദിയാ.”

“ക്യാ ഹുവാ ഭായ്...” ഇതല്ലാതെ എനിക്ക് മറ്റൊന്നും ചോദിക്കാനുമറിയില്ലായിരുന്നു.

വാച്ച്മാൻചേട്ടൻ നിർത്താതെ കരഞ്ഞുകൊണ്ട് നടന്നതെല്ലാം പറഞ്ഞുകൊണ്ടിരുന്നു. അത്രനേരം ഒരല്പം കൗതുകത്തോടെ കേട്ടിരുന്ന എനിക്ക് പിന്നീടുള്ള അയാളുടെ വാക്കുകൾ കേട്ടിരിക്കാനുള്ള നെഞ്ചുറപ്പും ചങ്കുറപ്പുമില്ലായിരുന്നു..

“എന്നുമെന്നും നൈറ്റ് ഡ്യൂട്ടി മാത്രമായിരുന്ന ആള് അന്നൊരു ചെറിയൊരു തലകറക്കം വന്നപ്പോൾ പകരക്കാരനെ പണിയേൽപ്പിച്ച് വീട്ടിലെത്തി. കുട്ടികൾ രണ്ടുപേരും മാമന്റെ വീട്ടിൽ വിരുന്നിനു പോയിരിക്കയാണ്. കൈയിലുള്ള താക്കോല് കൊണ്ടയാള്

ഡോർ തുറന്നകത്ത് കയറിയപ്പോൾ ആയാളുടെ ആത്മാർത്ഥ കൂട്ടുകാരനുമൊപ്പം ഇഴുകിചേർന്ന് കിടക്കുന്ന ഭാര്യയെയാണ് കണ്ടതത്രേ. മിസ്റ്റർ ജാരൻ എഴുന്നേറ്റ് പുറത്തേക്കോടിപ്പോയതും വാച്ച്മാൻചേട്ടൻ ഭാര്യയെ കഴുത്തിനു കുത്തിപ്പിടിച്ചു ചുവരിൽ ഉയർത്തിപ്പൊക്കി. ശ്വാസം കിട്ടാതെ ആ പെണ്ണിന്റെ കണ്ണുകൾ മുകളിലേക്ക് പോയപ്പോൾ കൈ ലൂസാക്കി അവരെ നിലത്തിറക്കി ആ കവിളിൽ ആഞ്ഞടിച്ചു.

ആ സ്ത്രീ അയാളുടെ കാലിൽ വീണു കരഞ്ഞുകൊണ്ടിരുന്നു. അവിഹിതബന്ധം കയ്യോടെ പൊക്കിയാൽ പറയുന്ന ആഗോള ഡയലോഗായ "പറ്റിപ്പോയി, ഇനിയുണ്ടാവില്ല, എനിക്കാരും വേണ്ട, നിങ്ങള് മാത്രം മതി" പോലുള്ള ഊള ഡയലോഗുകൾ കണ്ണീരു കലർത്തി പെർഫോം ചെയ്തുകൊണ്ടിരിക്കുന്ന ആ പെണ്ണിന്റെ കാലിലെ പിടുത്തം അയാള് തട്ടിമാറ്റി. "എന്തു പ്രായശ്ചിത്തമാണ് ചെയ്യേണ്ടത്, നമ്മുടെ മക്കളെ ഓർത്ത് ക്ഷമിക്കില്ലേ" പോലുള്ള ഡബിൾ ഊള ഡയലോഗുകൾകൊണ്ടയാളെ വീണ്ടും വീണ്ടും വീർപ്പുമുട്ടിച്ചികൊണ്ടിരുന്നു. "നിങ്ങള് പറയണപോലെ ചെയ്യാം. ഞാനെന്താണ് ചെയ്യേണ്ടത് പറയൂ പറയൂ" എന്നൊക്കെ പറഞ്ഞിട്ട് നിലവിളിച്ചുകൊണ്ടിരുന്നപ്പോൾ ഭാര്യയുടെ വായ പൊത്തിപ്പിടിച്ച് കോലാഹലം അവസാനിച്ചപ്പോൾ അയാൾ പറഞ്ഞുവത്രേ; "നിനക്ക് പോയി മരിക്കാൻ പറ്റുമോ, കുട്ടികളെയൊക്കെ ഞാൻ നോക്കിക്കോളാം."

അത്രയും നേരം കരഞ്ഞുകൊണ്ടിരുന്ന ഭാര്യ അയാളെ തള്ളിമാറ്റി. ആ മുഖം സീരിയസ്സായിക്കഴിഞ്ഞിരുന്നു.

"ഞാൻ മരിച്ചാൽ കുട്ടികൾക്കാരാ ഉള്ളത്, നിങ്ങക്ക് മരിച്ചൂടെ. ഇത്രയ്ക്ക് പ്രായവും ആയില്ലേ?"

വല്ലാത്തൊരു ചോദ്യമായിരുന്നു അത്. വളരെ പ്രാക്ടിക്കലായി ഭർത്താവിന് മരണാശംസകൾ നേരുന്ന ഭാര്യ.

ഭാര്യ വേറൊരാളുടെ കൂടെ കിടക്കണത് നേരിട്ട് കണ്ട ഭർത്താവ് ആ സംഭവങ്ങൾ നാലാമതൊരാളോട് വിവരിക്കുമ്പോൾ എങ്ങനെ റിയാക്ട് ചെയ്യണമെന്നറിയാതെ കുഴഞ്ഞു കോരിത്തരിച്ചിരിക്കയാണ് ഞാൻ. എനിക്കാ സമയത്തുള്ള വികാരമെന്തായിരിക്കണമെന്ന് നിശ്ചയയമില്ലാതെ പരുങ്ങി പണ്ടാരടങ്ങിപ്പോയിരുന്നു. ഇങ്ങനൊരു വിഷൽ കണ്ടിട്ട് ഹാർട്ട് അറ്റാക്ക് വരാതെ ഇപ്പോഴും ഇതാ ഇവിടെ ജീവിച്ചിരിക്കുന്ന വാച്ച്മാൻ ചേട്ടനെയോർത്ത് എന്റെ കണ്ണിൽ കലങ്ങിമറിഞ്ഞതിന്റെ ബാക്കിയായവയെല്ലാം കൂടി ഒഴുകിവീണു.

അയാളെ എന്തുപറഞ്ഞിട്ടാണ് ഞാൻ അശ്വസിപ്പിക്കുക? "സാരമില്ല" എന്ന് പറയണോ അതോ "പോട്ടെ വിട്ടേക്കൂ" എന്നു പറയണോ, "ഇതിലും വലുതെന്തോ വരാനിരുന്നതാ ഇത്രയല്ലേ വന്നുള്ളൂ" ന്നു പറയണോ ഇതിനേക്കാൾ വലുത് ഇനിയയാൾക്ക് എന്താണ് വരേണ്ടത്? ഏതനുഭവമാണ് ഇതിനേക്കാൾ ഉയർന്നു നിൽക്കുന്നത്.

വാച്ച്മേൻ കരഞ്ഞുകൊണ്ടെണീറ്റ് വേച്ച് വേച്ച് പുറത്തേക്ക് നടന്നുപോയി. വീണ്ടും തിരിച്ചു വന്നു.

"മരിക്കാൻ പറഞ്ഞിരിക്കുന്നു അവളെന്നോട്. ഞാനാണോ മരിക്കേണ്ടത് അവളല്ലേ തെറ്റു ചെയ്തത്, ഞാൻ മരിച്ചാൽ എന്റെ പൊന്നുമോൾക്കെങ്ങനെ ഉമ്മകൊടുക്കും. ചെക്കൻ, അവൻ അമ്മക്കുട്ടിയാണ്. പക്ഷേ മോൾക്കെന്നെ കാണാതെ ജീവിക്കാൻ പറ്റുവോ? മാരു ഗുടിയോ" ന്ന് ഉറക്കെ കരഞ്ഞുകൊണ്ടയാള് വീണ്ടും തിരിഞ്ഞു നടക്കുന്നത് പിന്നിൽനിന്ന് കണ്ണീരൊഴുക്കി നോക്കി നിൽക്കാനേ എനിക്ക് കഴിഞ്ഞുള്ളൂ.

"എന്റെ പാവക്കുട്ടി" എന്നാണയാള് ഉറക്കെ വിളിച്ചുകരഞ്ഞിരുന്നത്. അങ്ങനെയാണ് മോളെ ഓമനിച്ച് വിളിച്ചിരുന്നത്.

ഒരു ചുവരിന്റെ അകലമേ ഞങ്ങടെ വീടുകൾ തമ്മിലുള്ളൂ അയാളവിടെക്കിടന്നുറക്കെ കരയുന്നത് ഇപ്പുറത്തിരിക്കുന്ന എന്റെ കരളു പിളർത്തികൊണ്ടിരുന്നു.

"മാരു ഗുഡിയോ..."

■

ഹേമന്ത് ദവെയെന്ന ചീങ്കണ്ണി

ഹേമന്ത് ദവെ കൊടുത്ത ലിസ്റ്റ് പ്രകാരം ഓർഡറുകൾ വന്നില്ല യെന്ന് മാത്രമല്ല അടുത്ത ആഴ്ചയും എക്സ്പെക്ടഡ് ഓർഡർ എന്നെഴുതി അതേ ലിസ്റ്റ് തന്നെ എനിക്ക് തന്നു. ഞാനത് എക്സ ലിൽ പെട്ടികളിലാക്കി പ്രിന്റടിച്ചു മോട്വാനിസേട്ടിന്റെ മേശപ്പുറത്ത് വെച്ചു.

സേട്ട് വന്നാദ്യം പഴയ കോപ്പിയെടുത്തു പുതിയതുമായി മാച്ച് ചെയ്തു. എന്നോട് അകത്തേക്ക് വരാൻ പറഞ്ഞു പോരുമ്പോൾ ദവെയെ കൂടെ വിളിച്ച് വരാൻ പറഞ്ഞു. ദവെയിരുന്നു, ഞാൻ സൈഡിൽ മാറി നിന്നു. അയാളോട് പറയേണ്ട തെറികൾ മുഴുവൻ എന്നോട് പറഞ്ഞു. ഇത്രയും ദേഷ്യത്തിൽ എന്റെ മുഖത്തു നോക്കി അമ്മയ്ക്ക് വിളിച്ച മറ്റൊരാളില്ല. അതുവരെ കേട്ടതൊക്കെ തമാശ കലർന്ന തെറികളായിരുന്നു. ഞാൻ വിറങ്ങലിച്ചു നിന്നു. ദവെയോട് ഗുജറാത്തിയിൽ ചൂടായി സംസാരിക്കും എന്നോട് ചോദിച്ച ചോദ്യ ത്തിന് മറുപടി പറയാൻ തുടങ്ങുന്നേനു മുമ്പ് വീണ്ടും അമ്മയ്ക്ക് വിളി.

വലിയൊരു തെറി വിളിച്ചിട്ട് എന്നോട് ഇറങ്ങിപ്പോകാൻ പറഞ്ഞു. സ്വഭാവികമായും ദവെ എണീറ്റ് കൂടെ പോന്നു.

ഹേമന്ത് ദവെയ്ക്കൊപ്പം ഓർഡർ പിടിക്കാൻ അന്ന് വൈകീട്ട് രാജ്സ്ഥാൻ പോണം എന്ന് മുകേഷ്ഭായ് പറഞ്ഞാണ് ഞാനറിഞ്ഞത്. ഓഫീസ് ടൂർ കഴിഞ്ഞു വന്നാൽ റിപ്പോർട്ട് അവതരിപ്പിക്കാൻ ഒരു ഫോർമാറ്റ് ഉണ്ട്. അതിൽ മീറ്റ് ചെയ്തവരുടെ പേരുകൾ നമ്പറു കൾ ഡിപ്പാർട്ട്മെന്റ് അവരുടെ റിക്വയർമെന്റ് തുടങ്ങീ എല്ലാമെഴുതി മുതലാളിക്ക് മെയിൽ അയക്കണം. പിന്നീടത് മറ്റേ സോഫ്റ്റ്വെയ റിൽ അപ്‌ലോഡ് ചെയ്യണം. ദവെയ്ക്കൊപ്പം പോകുന്ന എന്നോട് സെപ്പറേറ്റ് ടൂർ റിപ്പോർട്ട് ഹാജരാക്കാൻ പറഞ്ഞിട്ടുണ്ട്.

സ്വാഭാവികമായും ദവെയ്ക്ക് കാര്യം പിടികിട്ടി അയാൾ കൊടുക്കാത്ത പുതിയ കോണ്ടാക്റ്റുകൾ കളക്ട് ചെയ്യാനാണ് എന്നെ കൂടെ ഡിങ്കിരിവാലനായി അയയ്ക്കുന്നത്. ജീവിതത്തിലാദ്യമായി മാർക്കറ്റിങ്ങിനു പോണത് രാജസ്ഥാനിലെ ചിത്തോർഗഡ് എന്ന സ്ഥലത്താണ്. അതും ചീങ്കണ്ണിയിൽ ചീങ്കണ്ണിയായ ഹേമന്ത് ദവെയ്ക്കൊപ്പം. കമ്പനിയിലെ മെയിൻ ഗേറ്റിൽ നിൽക്കുന്ന നേപ്പാളി ഗൂർക്കകളുമായി കാണേണ്ട ആളുടെ പേരും കാര്യങ്ങളും പറയുക എന്നല്ലാതെ മറ്റൊരുവിധ സംസാരമോ അനാവശ്യ ബഹുമാനമോ കൊടുക്കേണ്ടതില്ലയെന്നു തോന്നിപ്പിക്കുന്നയിടത്ത് "നിങ്ങളുടെ രാജസന്നിധിയിൽ ഞാനിതാ ആശീർവാദത്തിനായി വീണ്ടും എത്തിയിരിക്കുന്നു." കാലത്തു മുതൽ വെയില്കൊണ്ട് പൊളിഞ്ഞു നിൽക്കുന്ന അവർക്ക് ഈ വാക്കുകൾ നൽകുന്ന ഊർജ്ജം അവരുടെ പിന്നീടുള്ള പെരുമാറ്റവും, ഈ വന്നയാളെ എത്രയും വേഗം ഉള്ളിലേക്ക് കടത്തിവിടാനുള്ള വ്യഗ്രതയിൽനിന്നും വ്യക്തമാണ്.

വിനോദയാത്രയിൽ അളിയനെ നോക്കി പഠിക്കുന്നതുപോലെ ഞാൻ ദവെ പോകുന്നിടത്തൊക്കെ പിന്നാലെ നടന്നു. അയാൾ പലരുമായി ഡിസ്കസ് ചെയ്തുകൊണ്ടിരുന്നു. കൂടെയുള്ള എന്നെ എവിടെയും പരിചയപ്പെടുത്താതിരിക്കാൻ അയാൾ പ്രത്യേകം ശ്രദ്ധിച്ചത് ഞാനും ശ്രദ്ധിച്ചു. അയാളെല്ലാം തലയിൽ ഫീഡ് ചെയ്ത് വെയ്ക്കുകയാണ്. മുപ്പതോളം പേരെ കണ്ടു സംസാരിച്ചു. അവരുടെ പേരുകൾ കുറെയൊക്കെ ഞാനെഴുതിയെടുത്തു. ചില നമ്പറുകൾ കിട്ടിയത് കൂട്ടിച്ചേർത്തു. അവർ സംസാരിച്ച വിഷയം മനസ്സിലാവുന്നതുപോലെ ഞാനുമെഴുതിച്ചേർത്തു. ഓഫീസിൽ ചെന്നാൽ മിസ്സ്മാച്ച് റിപ്പോർട്ട് കൊടുത്തതിന് അയാൾ വായിൽ തോന്നിയത് പറയുമെന്നുറപ്പായി. മൂന്നു ദിവസത്തെ യാത്രയ്ക്ക് ശേഷം തിരിച്ചു വണ്ടി കയറുന്നതിനു മുൻപ് നിവൃത്തിയില്ലാതെ ഞാൻ ദവെയോട് റിപ്പോർട്ട് തയ്യാറാക്കാൻ സഹായിക്കണമെന്ന് അപേക്ഷിച്ചുനോക്കി. തെറിയൊന്നും പറയാതെ മാന്യമായ ഭാഷയിൽ അയാൾ എന്നോട് ചൂടായി സംസാരിച്ചു.

രണ്ടാളും റിപ്പോർട്ട് മേശപ്പുറത്ത് വെച്ചിട്ടുണ്ട്. ആദ്യം ഹേമന്ത് ദവെ വൃത്തിയായി എഴുതിക്കൊടുത്ത റിപ്പോർട്ട് എടുത്തുനോക്കി. ഇത്തവണ അയാൾ കൂടുതൽ പേരുകളും ന്യൂ നമ്പർ എന്നെഴുതി കുറെ കോൺടാക്ട്സും അപ്ഡേറ്റ് ചെയ്തിരിക്കുന്നു. പിന്നീട് ഞാൻ കൊടുത്ത റിപ്പോർട്ട് എടുത്തുനോക്കി എന്നെ അകത്തേക്ക് വിളിച്ചു. ഞാൻ കൊടുത്ത റിപ്പോർട്ട് വെച്ചിരിക്കുന്ന ഫയലടക്കം എന്റെ

മുഖത്തേക്ക് വലിച്ചെറിഞ്ഞു "താരി മാനി" എന്നു തുടങ്ങുന്ന അമ്മത്തെറി വിളിച്ചിട്ട് മതിയാകാതെ അയാൾ ടേബിളിൽ ഇരിക്കുന്ന മറ്റെന്തൊക്കെയോ പേപ്പറുകളും എനിക്കുനേരെ വലിച്ചെറിഞ്ഞു. ഓരോന്നായി പെറുക്കിയെടുത്ത് ഞാനതുമായി ക്യാബിനിൽ നിന്നു പുറത്തുകടന്നു.

അയാളെന്റെ അമ്മയെ വിളിച്ച തെറികൾ ഞാനൊരിക്കലും മറക്കരുതേ എന്നായിരുന്നു അപ്പോഴുള്ള എന്റെ ഒരേയൊരു പ്രാർത്ഥന.

ആ ക്യാബിനിൽ അകത്തിരിക്കുന്ന കളേഭരന് നല്ലത് വരുത്തണേയെന്ന് പ്രാർത്ഥിച്ചു. പക്ഷേ വഴിപാടുകൾ നടത്തിയില്ല.

■

ബൊക്കാറോ

മുകേഷിനൊപ്പം ബൊക്കാറോ, ജംഷെഡ്പൂർ, ചത്തീസ്ഗഡ് പോലുള്ള സ്ഥലങ്ങളിൽ സഹായിയായി പോകുക എന്നതായിരുന്നു തൊട്ടടുത്ത ദിവസത്തെ ഓർഡർ. ഈ യാത്രയുടെ ഉദ്ദേശ്യവും എനിക്ക് വ്യക്തമായി. പെങ്ങളുടെ മകനായ മുകേഷിനെ മാസങ്ങളോളം ഓഫീസ് ടൂറെന്നു പറഞ്ഞയയ്ക്കുന്നതിനെച്ചൊല്ലിയുണ്ടായ പ്രശ്നങ്ങളിൽനിന്നൊരു മോചനം. അതിന്റെ കൂടെ വല്ല്യ തെറ്റില്ല എന്ന് തോന്നിയ ഒരാളെ മാർക്കറ്റിങ്ങിനു കയ്യിൽ കിട്ടിയിരിക്കുന്നു. കല്യാണം കഴിച്ചിട്ടില്ല. മുകളിൽ ആകാശം താഴെ ഭൂമി പോലുമില്ലാത്ത ഒരുവൻ.

മുകേഷ്ഭായീടെ കൂടെ ബോക്കാറോയിലെത്തി ഹോട്ടൽ മുറിയിൽ എത്തിയ വെളുപ്പിന് അഞ്ചരയ്ക്കുതന്നെ ആൾടെ ഫോണിൽ ബെല്ലടിച്ചു. ഇരുപതു വയസ്സുള്ള അളിയൻ പെട്ടെന്ന് മരിച്ചു പോയീത്രെ. ഇങ്ങോട്ട് വരുമ്പോൾ സ്റ്റേഷനിൽ ഡ്രോപ്പ് ചെയ്തു പോയവനാണത്രേ. ബോക്കാറോ സ്റ്റീൽ പ്ലാന്റിൽ എന്നോട് ഒറ്റയ്ക്ക് പോകാൻ പറഞ്ഞിട്ട് അവിടെയുള്ള ഏജന്റിനെ സെറ്റാക്കി മുകേഷ്ഭായ് അതിരാവിലെ തിരിച്ചു വണ്ടികയറി. ആശാരിപ്പണി കാണാൻ ചെന്നയാളെക്കൊണ്ട് ഫ്രണ്ട് വാതിലു പണിയാനേല്പിച്ചു എന്നു പറഞ്ഞപോലെയായി. അവിടെയുള്ള ഏജന്റിന്റെ കൂടെ ടെക്നിക്കലായി ഒന്നുമറിയാത്ത ഞാൻ ഇന്ത്യയിലെ എണ്ണം പറഞ്ഞ സ്റ്റീൽ പ്ലാന്റിൽ ജനറൽ മാനേജർ, മെക്കാനിക്കൽ വരെയുള്ളവരുമായി മീറ്റിംഗ് നടത്തി. സംഗതി അവിടെ നിന്ന് ഓർഡർ കിട്ടണമെങ്കിൽ ടെൻഡർ നിറയ്ക്കണം. അത് സംഭവിക്കണമെങ്കിൽ ടെക്നിക്കലി അപ്രൂവലാവണം. ആ ചടങ്ങിനു വന്നിരിക്കുന്നത് നോൺ ടെക്നിക്കൽ ആയ ഇഞ്ചും മില്ലീമീറ്ററും എന്താണെന്നറിയാത്ത ഞാനെന്ന വിഡ്ഢി.

പക്ഷേ തിരിച്ചു പോകുന്നതിനു മുൻപ് മുകേഷ്ഭായ് ബോക്കാറോയിലെ റിലയൻസ് ഹോട്ടലിൽ വേച്ച് എന്റെ തലയിലെ പ്രധാന ഞരമ്പിലേക്ക് ഇൻജെക്ട് ചെയ്ത കുറച്ച് കാര്യങ്ങളുണ്ട്. മോട്ടിവേഷൻ

ക്ലാസിനു ലക്ഷങ്ങൾ വാങ്ങുന്ന സന്ദീപ് മഹേശ്വരി തോറ്റുപോകും. അരമണിക്കൂർ കൊണ്ട് അത്യാവശ്യം പിടിച്ചുനിൽക്കാനുള്ള കാര്യങ്ങൾ പഠിച്ചെടുത്തു, കുറിച്ചെടുത്തു. നമ്മുടെ പ്രോഡക്റ്റ് ഹൈഡ്രോളിക് സിലിണ്ടർ, പൈപ്പ്, പിസ്റ്റൺ, പിസ്റ്റൺ റോട്, സീൽ കിറ്റ്, രണ്ടോയിൽ പോർട്ട്, ഉപയോഗിക്കുന്ന ഓയിലിന്റെ പേര് എൻക്ലാ 68". ഇതുണ്ടാക്കാൻ ആവശ്യമുള്ള മെഷീനുകളുടെ വിവരണം പ്രത്യേകം, പ്രത്യേകം ആ കൈ കൊണ്ടെന്റെ ഡയറിയിൽ എഴുതിത്തന്നു. ലെയ്ത്ത് മെഷീൻ, ഹോണിങ്ങ് മെഷീൻ, ബോറിങ് മെഷീൻ ടെസ്റ്റ് ബെഞ്ച്, ഹാർഡ് ക്രോം പ്ലേറ്റിംഗും സീൽ കിറ്റും പുറത്തു നിന്നു വാങ്ങുന്നു ബാക്കിയെല്ലാം ഇൻഹൗസ് ഫെസിലിറ്റി. ഗഫൂർ കാ ദോസ്ത് പറഞ്ഞത് ദാസനും വിജയനും കാണാതെ പഠിച്ചപോലെ മുകേഷ്ഭായ് പോയിട്ട് വീണ്ടുമൊരു മണിക്കൂർ മാറ്റിയും മറിച്ചും തിരിച്ചും വായിച്ചിട്ട് ആ ഡയറി അടച്ചുവെച്ചു. അപ്പോളേക്കും ഏജന്റ് കാറുമായി വന്നു.

മോഹൻലാൽ പോകേണ്ടിടത്തേക്കാണ് പച്ചക്കുളം വാസു ചെല്ലണത്.

കരകയറാനും പിടിച്ചുനിൽക്കാനുമുള്ള കടുത്ത ആഗ്രഹം ചുണ്ടത്തുള്ളതുകൊണ്ടാണോ മുകേഷ്ഭായീടെ ക്ലാസ്സ് കൊണ്ടാണോ എന്നറിയില്ല രണ്ടു ദിവസം താമസിച്ച് ടെക്നിക്കൽ അപ്രൂവലും വാങ്ങിയിട്ടാണ് എന്റെ തിരിച്ചുവരവ്. മുകേഷ്ഭായിക്കുപോലും കിട്ടുമെന്ന് ഉറപ്പില്ലാത്ത അപ്രൂവൽ സംഘടിപ്പിച്ചതെങ്ങനെയെന്ന് ചോദിച്ചാൽപോലും പറഞ്ഞു മനസ്സിലാക്കാൻ കഴിയാത്തവിധം ഞാൻ നിസ്സഹായനായിരുന്നു. കലാഭവൻ മണി പണ്ടൊരു ഇന്റർവ്യൂവിൽ പറഞ്ഞതുപോലെ റോക്കറ്റിന്റെ പിന്നില് തീപിടിച്ചാൽ അപ്രൂവലല്ല അതിന്റെപ്രത്തെ പൂവ് പറിച്ചുകൊണ്ടു വരും.

തിരികെയെത്തി മുതലാളി ആദ്യം ചെയ്തത് എന്റെ സാലറി കൂട്ടി സന്തോഷിപ്പിക്കുക എന്നതാണ്.

സംഗതി എന്നോടുള്ള പ്രേമംകൊണ്ടൊന്നുമല്ല എന്നെനിക്കറിയാം. ദവെയും മുകേഷും ടൂറിനു പോയാൽ നാൽപ്പതും അമ്പതും ആയിരങ്ങൾ പൊട്ടുമ്പോൾ, എനിക്ക് ചിലവാകുന്നത് അയ്യായിരമാണ്. തൊട്ടടുത്ത ദിവസം മുതലാളി മൂന്നു കമ്പനിയുടെ പേരുകൾ പറഞ്ഞതനുസരിച്ച് ഗാന്ധിധാമിലേക്ക് യാത്രയായി. ഗാന്ധിധാമിലെ ഏറ്റവും ചാർജ് കുറവുള്ള ഹോട്ടൽ രവിയിൽ താമസം. കുളാണ്ടർമാര് ടാക്സി വിളിച്ചു പോകുമ്പോൾ ഞാൻ മൂന്നാല് ബസ്സും ഓട്ടോയും മാറികയറി കമ്പനിക്ക് മുന്നിലെത്തി. അകത്തു കടക്കാൻ മറ്റൊരു മാർഗവുമില്ലാത്ത അവസ്ഥയിൽ ദവേയുടെ ചില ചീങ്കണ്ണി ഡയലോഗുകൾ വെച്ചു കാച്ചി മെയിൻ ഗേറ്റിലെ നേപ്പാളികളുടെ ഇഷ്ടതോഴനായിമാറി. അവരുടെ കയ്യിലുള്ള പ്രിന്റ ചെയ്ത്

വെച്ചിരിക്കുന്ന ഓൾ സ്റ്റാഫ് ലിസ്റ്റ് ആൻഡ് കോൺടാക്ട്സ് എന്ന ഫയൽ എനിക്ക് മുന്നിൽ സമർപ്പിച്ച് അവരെന്നോടുള്ള സ്നേഹം പ്രകടിപ്പിച്ചു. ആ കമ്പനിക്ക് ഉള്ളിൽ പ്രവേശിച്ച് വൈകുന്നേരം വരെ വ്യത്യസ്ത ഡിപ്പാർട്ട്മെന്റുകളിൽ ആറാട്ട് നടത്തി പ്രാന്ത പ്രദേശത്തുള്ള മറ്റു രണ്ടു സ്ഥാപനങ്ങളിൽ കടന്നുകയറാനുള്ള വകുപ്പും ഒപ്പിച്ചാണ് പുറത്തുകടന്നത്.

തിരിച്ചെത്തുന്നതിന് മുൻപ് മൂന്ന് കമ്പനിയുടെ പർച്ചേസ് ഡിപ്പാർട്ടുമെന്റിൽനിന്നും ഞങ്ങടെ കമ്പനിടെ മെയിൽ ഐഡിയിൽ എന്റെ പേരിൽ ഇൻക്വയറി വന്നു ചാടി. പിന്നെയുള്ള പണികൾ യാന്ത്രികമാണല്ലോ. സോഫ്റ്റ്വെയറിൽ അപ്‌ലോഡ് ചെയ്യുന്നു കോട്ടേഷൻ അയയ്ക്കുന്നു. പക്ഷേ അതിനുശേഷം എനിക്ക് പറ്റി യൊരു കൈയബദ്ധം വിപരീതഫലമാണുണ്ടാക്കിയത്. സാധാരണ ഒരു തവണ മാത്രം കണ്ടുപരിചയമുള്ള ഇന്ത്യ മുഴുവൻ ശൃഖല കൾ വലിയൊരു കമ്പനിയുടെ തലപ്പത്തിരിക്കുന്ന ആളെ മോഹ നൻ ചെറിയച്ഛന്റെ ടെറസ്സിന്റെ മുകളിൽ കയറിയിരുന്ന്, ഹേമന്ത് ദവേയുടെ ചീങ്കണ്ണിത്തരങ്ങൾ മനസ്സിലിട്ട് ആവാഹിച്ച് വിളിച്ചു സംസാരിച്ചു. L1 ആണെങ്കിൽ ഓർഡർ കിട്ടുമെന്ന് തികച്ചും അപരി ചിതത്വത്തോടെ അയാളെനിക്ക് മറുപടി തന്നു. എനിക്കറിയില്ല എങ്ങനെയാണ് ആ സമയത്ത് അതേന്റെ വായിൽ വന്നതെന്ന്.

"L1 ആക്കി ഓർഡർ റിലീസ് ചെയ്യാൻ സാറിന് എന്തു തരണം?"

സാധാരണഗതിയിൽ ഫോൺ കട്ട് ചെയ്തിട്ട് കമ്പനിയുടെ പേര് തന്നെ ബ്ലാക്ക് ലിസ്റ്റാക്കേണ്ടതാണ്. അയാൾ കൂളായി എനിക്ക് മറു പടി തന്നു. "അഞ്ച് ശതമാനം."

എനിക്കൊന്നേ പറയാനുണ്ടായിരുന്നുള്ളൂ. "എഗ്രീഡ് ആൻഡ് അക്സെപ്റ്റഡ്."

അന്ന് ഞാൻ ഓഫീസിലെത്തുമ്പോളേക്കും പത്തുലക്ഷത്തോളം വരുന്ന ഓർഡർ കോപ്പി കമ്പനിയുടെ മെയിൽ ഐഡിയിൽ വന്നു ചാടിക്കഴിഞ്ഞിരുന്നു.

വൈകുന്നേരം ഉറുമ്പുകൾക്കിടയിലൂടെ ഓരം ചേർന്ന് തല കുമ്പിട്ട് നടന്നുപോകുന്ന എനിക്ക് സമീപം മുകേഷ്ഭായ് കാർ നിർത്തി. അന്നപൂർണ്ണ ഹോട്ടലിന്റെ ഓപ്പോസിറ്റ് ഗായത്രി ഹോട്ട ലിന്റെ സൈഡിലുള്ള ചെറിയ പെട്ടിക്കടയിൽ നിന്ന് രണ്ടു വിൽസ് വാങ്ങി മുകേഷ്ഭായ്ക്ക് മുന്നിൽ കത്തുന്ന ലൈറ്റർ ഉയർത്തിക്കാട്ടി ഞങ്ങടെ സൗഹൃദത്തിന്റെ ആദ്യതിരി തെളിയിച്ചു.

റോനക് പട്ടേൽ സ്പ്ലെണ്ടർ ഉരുട്ടിയുരുട്ടി വരുമ്പോൾ ഞാൻ കുഞ്ഞുസേട്ടിന്റെ കാറിൽ കയറിപ്പോകുന്നു, സൈഡിൽനിന്ന് സിഗരറ്റ് വലിച്ചു പുകയൂതി അന്തരീക്ഷമലിനീകരണമുണ്ടാക്കുന്നു.

വാ വാ വാ വാട്ട് ആൻ ഐറണി. ■

എന്റെ പാവക്കുട്ടി

മൂന്നു മാസത്തിനുള്ളിൽ സാലറി ഡബിളാക്കി മോട്വാനി ഐക്യ ദാർഢ്യം പ്രഖ്യാപിച്ചു. പക്ഷേ മുഖത്ത് നോക്കി ദയാദാക്ഷിണ്യ മില്ലാതെ അമ്മയ്ക്ക് വിളിച്ച ആ മനുഷ്യന്റെ പേരും അന്ന് വിളിച്ച തെറിയുടെ ചൂടും എന്റെ നെഞ്ചിൽനിന്ന് ആറി തണുത്തുപോകരു തേയെന്നു ഞാൻ ഇടയ്ക്കിടയ്ക്ക് മുകളിലേക്ക് നോക്കി പ്രാർ ത്ഥിച്ചുകൊണ്ടിരുന്നു.

കമ്പനിയിലെ ഹെൽപ്പർ ഭഗവാൻ ഗുജ്ജർ ആ ടൈമിലാണ് ജയ്പൂരിലുള്ള നാട്ടിൻപുറത്തുകാരിയായ ഭാര്യയെ കൂട്ടിക്കൊണ്ടു വരുന്നത്. ഭഗവാനടക്കം ഒമ്പത് മാർവാടികൾ താമസിക്കുന്നത് കമ്പനിയുടെ മുകളിൽ പുതുതായി പണികഴിപ്പിച്ച കൊച്ചുമുറികളി ലാണ്. അവരെല്ലാം തന്നെ അമ്മാവനും മരുമകനും കുഞ്ഞാട്ടനും വല്യച്ഛന്റെ മകനുമൊക്കെയായിരുന്നു. അതിന്റെ ഇടയിലേക്കാണ് ഈ പെൺകുട്ടി വലതുകാല് വെച്ച് കയറിവരുന്നത്. പകൽ മുഴു വൻ ആ കുട്ടി മുകളിലെ നിലയിൽ കഴിച്ചുകൂട്ടും. ഏഴുമണിക്ക് കമ്പനി അടച്ചെല്ലാവരും പോയതിനുശേഷമാണു താഴേക്ക് ഇറങ്ങുന്നത്.

പുതുമോടി തീരും മുൻപേ ഭഗവാൻ ഗുജ്ജറെ ഒറീസ്സയിലേക്ക് കമ്പനി വർക്കിനായി പറഞ്ഞയച്ചു. പതിനഞ്ചുദിവസത്തെ വർക്ക് കഴിഞ്ഞ് തിരിച്ച് വരാൻ തയ്യാറായ അയാളെ കോയമ്പത്തൂരിലേക്ക് ഡൈവേർട്ട് ചെയ്തുവിട്ടു. കൃത്യം മുപ്പത്തിനാല് ദിവസത്തിനു ശേഷം ട്രെയിൻ കയറുന്നതിനു തൊട്ടുമുൻപേ വെസ്റ്റ്ബംഗാളിലെ ദുർഗാപൂരിലെക്ക് പോകാൻ ഓർഡർ കൊടുത്തു.

“മുജേ വാപ്പസ് ആനാ ഹേ, വൈഫ് കാ ഹെൽത്ത് ടീക് നഹി ഹേ” എന്നു പറഞ്ഞ ഭഗവാൻ ഗുജ്ജാറോട് അങ്ങനെയാണെങ്കിൽ ഇങ്ങോട്ട് വരണ്ട വന്നവഴി സ്ഥലം വിട്ടോളാൻ പറഞ്ഞിട്ടൊഴിവാക്കി. തിരുവായ്ക്ക് എതിർവാ സീനിട്ട അയാൾ വന്നാൽ ഗേറ്റിന് ഇപ്പുറ ത്തേക്ക് എൻട്രി കൊടുക്കരുതെന്ന് ചട്ടംകെട്ടി. ഗേറ്റിനു പുറത്തു നിന്നു ഭാര്യയെ വിളിച്ചിറക്കി ഭഗവാൻ ആ രാത്രി റോഡിലേക്കിറങ്ങി.

തൊട്ടടുത്തുള്ള 'ഹരിയാന' ഹോട്ടലിന് മുന്നിൽപോയി കുത്തിയിരുന്ന് നേരം വെളുപ്പിച്ചു.

അതിരാവിലെ ഹോട്ടൽ മുതലാളി അമ്പതു വയസ്സ് പ്രായം വരുന്ന വിക്രംഭായ് വാതിൽ തുറക്കാൻ നേരം കണ്ടത് പരസ്പരം തലവെച്ചുറങ്ങുന്ന ഭാര്യയും ഭർത്താവിനെയുമായിരുന്നു. ചായ കുടിച്ചു നേരം വെളുക്കുന്നതുവരെ അവിടെത്തന്നെയിരുന്നു അന്നു തന്നെ സാധനങ്ങൾ ഒഴിഞ്ഞു കിടക്കുന്ന അയാൾടെ വീട്ടിലെത്തിച്ചു. ചെറിയൊരു വാടകയും പറഞ്ഞുറപ്പിച്ചു. ഭഗവാൻ ഗുജ്ജറിന് വർക്ക് അറിയാമെന്നു മനസ്സിലായ വിക്രംഭായ് പൈസ ഇൻവെസ്റ്റ് ചെയ്താൽ ഉണ്ടാവുന്ന ലാഭത്തെക്കുറിച്ചുമൊക്കെ ബോധവാനായിരുന്നു. ഭാഗവാനു വേണ്ടത് സാലറി, വിക്രംഭായ്ക്ക് വേണ്ടത് പ്രോഫിറ്റ്. അയാളുടെ തന്നെ ഒഴിഞ്ഞുകിടക്കുന്ന ഷെഡ്ഡിൽ പേരിനൊരു ലെയ്ത്ത് മെഷിൻ പഴയത് സെറ്റപ്പാക്കി വഴിയോരങ്ങളിൽ കപ്ലൈന്റ് ആയി കിടക്കുന്ന ജെ സി ബി പോലുള്ള വണ്ടികളിലെ സിലിണ്ടർ റിപ്പയറിഗ് ചെയ്തു വർക്ക് തുടങ്ങി.

ഒരു സഹായവും എന്നെക്കൊണ്ടു ചെയ്യാൻ കഴിയില്ല എന്നുറപ്പുണ്ടായിട്ട് കൂടി ഞാനാ പാവത്തിനെ വിളിച്ച് വിവരം അന്വേഷിച്ചപ്പോളാണ് ഈ കഥയൊക്കെ പറയണത്. അല്ലാതെ കമ്പനിയിൽ നിന്ന് ഇതൊന്നുമറിയാനുള്ള മാർഗ്ഗവും സോഴ്സുമൊന്നും ഞങ്ങൾക്കാർക്കുമില്ലായിരുന്നു. കമ്പനിയിൽനിന്ന് പുറത്താക്കി ആദ്യമായി വിളിച്ച എന്നോട് അവന്റെ സ്നേഹവും രേഖപെടുത്തി. പി എഫ് പൈസ കിട്ടാൻ മോടാനിയുടെ ഒപ്പിനായി അയാളെ കാണാൻ ശ്രമിച്ചിരുന്നു പക്ഷേ ഗേറ്റിനപ്പുറത്തേക്ക് എൻട്രി കിട്ടാതെ പലവട്ടം തിരിച്ചു പോന്നു. മണിനഗറിലുള്ള പിഎഫ് ഓഫീസിൽ എനിക്ക് ലീവുള്ള വ്യാഴാഴ്ച അവനെയും കൂട്ടി പോയി കംപ്ലയിന്റ് കൊടുത്തു, അടുത്തയാഴ്ച വീണ്ടും പോയി, പിന്നെയും പോയി. പോയിക്കൊണ്ടേയിരുന്നു. ഒരൂസം അവന്റെ അക്കൗണ്ടിൽ പൈസ വന്നു ചാടി.

ഈ സമയങ്ങളിൽ ഇന്ത്യയിലെ ആസ്സാം ഇരിക്കുന്ന ആ ഭാഗമൊഴികെയും കശ്മീർ ഭാഗവുമൊഴികെ എല്ലാം സംസ്ഥാനങ്ങളിലും ഒറ്റയ്ക്കും ചിലപ്പോൾ മുകേഷ്ഭായിടെ കൂടെയും യാത്ര ചെയ്ത് എന്റെ പരിചയങ്ങളും ദവെയുടെ പരിചയക്കാരും ഏതാണ്ട് ഒരേ ആളുകൾ തന്നെയായി. ഹേമന്ത് ദവെ മാർക്കറ്റിംഗിന് പോകാതെ തന്നെ ഓർഡറുകൾ വന്നുതുടങ്ങി.

അന്നുമൊരു വ്യാഴമാണ്.

വൈകീട്ട് വേണുവേട്ടനും അനിയനും വരുമ്പോളേക്കും താഴെ പോയി വെജിറ്റബിൾസ് വാങ്ങി വരുന്ന ഞാൻ കണ്ടത് റൂമിന്റെ

മുന്നിൽ മുട്ടുകുത്തി കൈകൾ ചുവരിൽ താങ്ങി നിൽക്കുന്ന വാച്ച് മേൻ ചേട്ടനെയാണ്. അയാൾക്ക് ജോലിക്ക് പോകാനുള്ള സമയം അതിക്രമിച്ചിരിക്കുന്നു. സാധാരണ ഈ സമയത്ത് കാണാത്തതാണ്. ചുവരിൽ മുകളിൽനിന്ന് താഴെ അയാൾടെ കൈകളിരിക്കുന്നത് വരെ മാന്തിപ്പൊളിച്ചിട്ടുണ്ട്. എന്റെ കൈകൾ മുറുക്കിപ്പിടിച്ചു മറ്റേ കൈ മുഷ്ടി ചുരുട്ടി നെഞ്ചിൽ പിടിച്ച് കണ്ണുകൾ മുകളിലേക്ക് പോയി. അയാൾ നീണ്ടുനിവർന്നു കിടന്ന് ഊർദ്ധശ്വാസം വലിച്ചുകൊണ്ടിരുന്നു. ആ സമയം മുകളിലേക്ക് കയറിവന്ന വേണുവേട്ടനും അനിയനും ഞാനും കൂടെ അയാളെ എടുത്തുപൊക്കി ആ വീടിന്റെ അകത്തെ കട്ടിലിലേക്ക് കിടത്തി. ക്രാ... എന്നൊരു ഒച്ചയോടുകൂടി വായിൽനിന്നും കറ പോലൊരു കറുത്ത ദ്രാവകം പുറത്തേക്ക് വന്നുകൊണ്ടിരുന്നു.

108 ആംബുലൻസ് വന്ന് ആള് മരണപെട്ടു എന്നു വിധിയെഴുതി തിരിച്ചുപോയി. അയൽക്കാർ ആരോ വിളിച്ചറിയിച്ചതറിഞ്ഞു ഭാര്യയും മക്കളുമെത്തി. അലമുറയിട്ടവർ കരഞ്ഞുകൊണ്ടിരുന്നു ആളുകൾ പുറത്തേക്ക് മാറിനിന്നു. അയാൾടെ പാവം ഗുടിയാ ആ നെഞ്ചിൽ തലവെച്ച് കണ്ണുകളടച്ച് കരയാതെ കിടക്കുന്നതുകണ്ട് സഹിക്കാനാവാതെ ഞാനും റൂമിലേക്ക് തിരികെ പോന്നു.

രാത്രി മുഴുവൻ ഞാൻ ഉറങ്ങാതെയിരുന്നു കാരണം ഈ ചുവരിനപ്പുറം ആ മനുഷ്യൻ മരിച്ചുകിടക്കയാണ്. എന്തോ ആത്മബന്ധം അയാളുമായിട്ടുണ്ടായിരിക്കണം. അല്ലാതെ ആളെന്തിനാണ് ഇത്രയും വലിയ സത്യമൊക്കെ എന്നോട് മാത്രം പറഞ്ഞു തന്നത് മരണത്തിനു സാക്ഷിയാകാൻ നിർഭാഗ്യവാനായ എന്നെ തിരഞ്ഞെടുത്തത്.

രാവിലെ വാതിലിലെ മുട്ട് കേട്ടാണ് ഞെട്ടിയുണർന്നത്. ഞങ്ങടെ വാതിൽ തുറക്കാത്തതുകൊണ്ട് ഔചിത്യബോധമില്ലാത്ത പാൽക്കാരൻ ഞങ്ങൾക്കുള്ള പാൽ തൊട്ടപ്പുറത്തെ മരിച്ച വീട്ടിൽ കൊടുത്തിട്ട് ഇറങ്ങിപ്പോയി.

മരിച്ചുറങ്ങിക്കിടക്കുന്ന വാച്ച്മേന്റെ തലയ്ക്കിലിരുന്നു കരഞ്ഞു നേരംവെളുപ്പിച്ച അയാൾടെ ഭാര്യ വേണുവേട്ടന്റെ കയ്യിൽ പാൽപാത്രം കൊടുത്തിട്ട്, വീണ്ടുമാ തലയ്ക്കരുകിലിരുന്നു കരഞ്ഞു തുടങ്ങി. ഇനിയൊരിക്കലുമുണരാത്ത അച്ഛന്റെ നെഞ്ചിലെ തണുപ്പുപറ്റി അയാളുടെ പാവക്കുട്ടി കിടക്കുന്നത് അവസാനമായി ഒരുനോക്ക് കണ്ട് ശവസംസ്കാരത്തിൽ പങ്കെടുക്കാതെ ഞങ്ങൾ മൂന്നുപേരും ജോലിക്ക് പോയി.

■

ഒരു നൂലും കൂടി

ഗുജറാത്തിലെ കച്ച് ജില്ലയിലെ മുന്ദ്രയിൽ എത്തിയ ഞാനും മുകേഷ് ഭായും അവിടെയുള്ള ഹോട്ടലിൽ ചെക്ക് ഇൻ ചെയ്തു. ഐ ഡി പ്രൂഫും അഡ്വാൻസും കൊടുത്ത് വലിയ എ സി റൂമിൽ കടക്കുമ്പോൾ റൂമിൽ പുറമേ ഉള്ളതിനേക്കാൾ തണുപ്പ് കുറവായിരുന്നു.

നല്ല തണുപ്പായിരുന്നു അദ്ദേഹം റിമോട്ട് എടുത്ത് എസിക്ക് നേരെ പിടിച്ച് അമർത്തിക്കൊണ്ടിരുന്നു. ചെറിയ കീ കീ ശബ്ദത്തോടുകൂടി നമ്പറുകൾ മാറി കൊണ്ടിരുന്നു. ആദ്യമുണ്ടായിരുന്ന പതിനെട്ടിൽനിന്ന് ഇരുപത്തഞ്ചും ഇരുപത്താറുമൊക്കെ കടന്നു മുപ്പതിൽ എത്താറായി. ഇതൊക്കെ നോക്കി സൈഡിൽ മാറി ഭയഭക്തി ബഹുമാനത്തോടെ നിൽക്കുന്ന എനിക്ക് ഒരു നിമിഷം തോന്നിയത് കയറ്റം കയറിയിരുന്ന എന്റെ സാലറി പെട്ടെന്ന് എന്റെ ബോസ്സ് സിമ്പിൾ ആയി ഒരു സ്വിച്ച് അമർത്തി കൂട്ടുന്നതുപോലെയാണ്.

അദ്ദേഹം ടി വി ചാനൽ മാറ്റുന്നതിനിടയിൽ നമ്മുടെ ഏഷ്യാനെറ്റും സൂര്യയുമൊക്കെ വന്നുപോയി, ഇടയിൽ ദേവാസുരത്തിലെ ചില സീനുകൾ മിന്നി മാഞ്ഞു. എന്റെ മുഖത്ത് ഭാവങ്ങൾ മാറി മറിഞ്ഞു. ഈശ്വരാ, ദേവാസുരം, ഇത് നടക്കുമ്പോഴാണ് ഈ ഹിന്ദിക്കാരൻ "താരക് മേത്താ കാ ഉൾട്ടാ ചഷ്മ" കണ്ട് ചിരിക്കുന്നത്, ഞാൻ ഒന്നും പറഞ്ഞില്ല. കാരണം മനസ്സിൽ തെളിഞ്ഞത് നേരത്തെ എ സിയിൽ കേറി പോയപോലെ ശമ്പളം കൂടണമെങ്കിൽ ബോസ്സ് ചിരിച്ചാൽ നമ്മളും ചിരിക്കണം. ആ ഹിന്ദി സീരിയൽ കണ്ട് ഞാൻ കുടെകുടെ ചിരിച്ചുകൊണ്ട് എന്റെ ബോസിന് കമ്പനി കൊടുത്തു.

കുറച്ചു സമയം കഴിഞ്ഞ് സീരിയൽ കണ്ട് ചിരി അഭിനയിച്ചുകൊണ്ടിരിക്കുന്ന ഞാൻ ആ ചോദ്യം കേട്ടു ഞെട്ടി തിരിഞ്ഞു നോക്കി.

"തും ദാരു പീതാ ഹൈ ക്യാ"

അങ്ങേരടെ ക്യാ എന്റെ മുന്നിൽ വന്ന് ഞെളിഞ്ഞു നിന്നു.

നരീം പുലീം വാഴുന്ന കേരളത്തിൽ നിന്ന് കുറ്റീംപറച്ചു വന്ന എന്നോട് ചോദിച്ച ചോദ്യം കേട്ടു എന്റെ തലച്ചോർ പുച്ഛഭാവത്തിനായുള്ള ഓർഡർ മുഖത്തേക്ക് പാസ്സ് ചെയ്തതും പെട്ടെന്ന് മനസ്സിൽ എസിയിലെ നമ്പറുകളും സാലറിയും തെളിഞ്ഞു വന്നതും ഒരുമിച്ചായതുകൊണ്ട് ഞാൻ ഒരു വളിച്ച ഹിന്ദി ചിരിയോട് കൂടി മറുപടി പറഞ്ഞു,

“വല്ലപ്പോളും.”

ഡ്രൈ സ്റ്റേറ്റ് ആയതിനാൽ ഹോട്ടൽ ബോയ് രണ്ടു മിനിട്ടിനുള്ളിൽ കുപ്പിയുമായി റൂമിൽ എത്തി. കുപ്പിയിലെ പേര് കണ്ട് ഞാൻ വിജ്രംഭിതനായി നിന്നു. ജോണിവാക്കർ ബ്ലാക്ക്. മിസ്റ്റർ ജോണിയെ കണ്ട് വണ്ടറടിച്ചു നിൽക്കുന്ന എനിക്കു മുന്നിൽ രണ്ടു ഗ്ലാസ്സുകൾ നിരന്നു. ബോസിന്റെ ഓർഡർ അനുസരിച്ച് ബഹുമാനത്തോടുകൂടി ഒഴിച്ച ഗ്ലാസിൽ നിന്നും ഒരെണ്ണമെടുത്ത് ഞാൻ കൈയിൽ പിടിച്ചു. എന്റെ വിറയാർന്ന കൈകളിൽ വന്ന് മുട്ടിച്ച് ചിയേർസ് പറഞ്ഞു ബോസ്സ് എനിക്ക് ധൈര്യം പകർന്നു, ഒരു സിപ്പ് എടുത്ത് ഗ്ലാസ്സ്, ട്രേയിൽവെച്ച് അയാൾ ഭാര്യയോടും പിന്നെ ചെറിയ കുഞ്ഞിനോടും സംസാരിച്ചുകൊണ്ടിരുന്നു, ഹിന്ദിയിൽ കുഞ്ഞിനെ കൊഞ്ചിക്കുന്നത് ഞാൻ കൗതുകത്തോടുകൂടി നോക്കി നിന്നു. ഇതിനിടയിൽ ഒറ്റവലിക്ക് നിൽപ്പനടിച്ചുതീർത്ത് ഞാൻ ഗ്ലാസ് ബഹുമാനത്തോടുകൂടി അയാൾടെ ഗ്ലാസ്സിൽനിന്നും കുറച്ചകലെ മാറ്റി വെച്ചു. അപ്പോളും ടിവിയിൽ ഹിന്ദി സീരിയൽ നടക്കുന്നുണ്ടാരുന്നു. ഇത്തവണ അത് നോക്കിയപ്പോൾ എന്റെ മുഖത്ത് പഴയ ചിരി വന്നില്ല. ഏതാണ്ട് അഞ്ചു മിനിറ്റ് എടുത്തു ബോസ്സ് അത് കുടിച്ചു തീർക്കാൻ. അടുത്ത റൗണ്ടും പിന്നെ പല റൗണ്ടും കഴിഞ്ഞപ്പോൾ നുമ്മടെ ഉള്ളിലെ തൃശൂർക്കാരൻ പുറത്തു ചാടി.

റിമോട്ട് എടുത്തു ബോസ്സ് കാണുന്ന ഹിന്ദിചാനൽ മാറ്റി ഏഷ്യാനെറ്റിൽ ചങ്കപടം വെച്ചു.

“യെ തോ” കമ്പനി “ഫിലിം കാ പോലീസ് വാലാ ഹൈ നാ”

ഞാൻ ഒന്നും ചോദിക്കാതെ തന്നെ ലാലേട്ടനെ ചൂണ്ടി അയാൾ എന്നോട് പറഞ്ഞു.

അതുകേട്ട് ഉറക്കെ ചിരിച്ചുകൊണ്ട് ഞാൻ അന്നുവരെ “സർ” എന്നു മാത്രം വിളിച്ചിരുന്നതിൽ മാറ്റം വരുത്തി.

“മുകേഷ്ഭായ്, ഈ മനുഷ്യനും ഈ സിനിമയും നുമ്മടെ ചങ്ക് ആണ്.”

ഹിന്ദിയിൽ കഷ്ടിച്ച് ഒപ്പിച്ചു പറഞ്ഞു തള്ളവിരൽ ഉയർത്തി കാണിച്ചു.

ഇനി വേണോ സ്മാൾ എന്ന മൂപ്പരടെ ചോദ്യത്തിന് ഞാൻ മറുപടി പറഞ്ഞത് തൃശൂർ ഭാഷയിൽ ആയിരുന്നു

"ഒരു നൂലും കൂടി."

പറഞ്ഞത് മനസ്സിലാകാതെ അന്തം വിട്ടു നിന്ന ബോസ്സിന് ഞാൻ അതിനെ ഹിന്ദിയിൽ തർജ്ജമ ചെയ്യാൻ നന്നേ ബുദ്ധിമുട്ടി. ഒരു നൂല് കനത്തിൽ മാത്രം മതി എന്നാൽ ഒരു ലേശം കൂടി വേണം എന്നർത്ഥം.

രാത്രി പതിനൊന്ന് കഴിഞ്ഞു നല്ല ഒന്നാന്തരം ഫുഡും കഴിഞ്ഞ് ഒന്ന് നടക്കാം എന്ന് അദ്ദേഹം പറഞ്ഞതനുസരിച്ച് പുറത്തിറങ്ങി. നല്ല തണുപ്പുള്ള രാത്രിയിൽ ഇന്ത്യയിലെ എണ്ണം പറഞ്ഞ ഡ്രൈ സ്റ്റേറ്റിലൂടെ നാടൻ ഭാഷയിൽ പറഞ്ഞാൽ കുടിച്ച് കുന്നംകായകളായി ഞങ്ങൾ നടന്നു.

അപ്പോളേക്കും ഞാൻ നിയന്ത്രണം ഏറ്റെടുത്തിരുന്നു. സംസാരത്തിന്റെ രീതി മാറി, സർ ഒക്കെ പോയി ഭായി ആയി. അവിടന്നും പോയി മിസ്റ്റർ മുകേഷ് എന്നായി അപ്പോഴേക്കും അഭിസംബോധന. സിഗരറ്റ് വലിക്കണം എന്ന മുകേഷിന്റെ മോഹം നിറവേറ്റാൻ ഞാൻ കടകൾ തിരഞ്ഞുനടന്നു. രാത്രി വൈകിയതിനാൽ എല്ലാ മടഞ്ഞു കിടന്നിരുന്നു. പെട്ടെന്നാണ് മ്മടെ പാർളിക്കാട് ഓട്ടു കമ്പനീന്ന് പുക പോകുന്ന പോലൊരു സീൻ, തോട്ടടുത്തുള്ള എ ടിഎം മെഷീനു മുന്നിലിരുന്നു കുത്തിക്കുത്തി ചുമച്ച് അതിന്റെ കാവൽക്കാരൻ പുക വിടുന്നു, അയാളോട് ഒരു ബീഡി വാങ്ങി കൈയിൽ ഒരു പത്തിന്റെ നോട്ടും വെച്ച്കൊടുത്തു.

ഞാനാ ബീഡി ബോസ്സിന്റെ ചുണ്ടിൽവച്ചു കത്തിച്ചുകൊടുത്തു.

പെട്ടെന്ന് അപ്രതീക്ഷിതമായി ഒരു നായ കുരച്ചുകൊണ്ടെന്റെ നേർക്ക് ചാടി. ഞാൻ പിന്നെ ഒന്നും ആലോചിച്ചില്ല ബോസ്സിനെ പിടിച്ചു മുൻപിലാക്കി പിന്നിൽ ഒളിച്ചു. കയ്യിൽ കത്തിക്കൊണ്ടിരിക്കുന്ന കുറ്റി ബീഡിയും വിലകൂടിയ മൊബൈലുമൊക്കെ എടുത്ത് നായക്ക് നേരെ ചറ പറ എറിഞ്ഞ് ഞങ്ങൾ അവിടന്നു രക്ഷപ്പെട്ടു. റൂമിൽ തിരിച്ചുചെന്ന് ബോസ്സിനെ ഫേസ് ചെയ്യാൻ മടിയായതുകൊണ്ടു ഞാൻ മൊബൈലെടുത്ത് ചില കൂട്ടുകാരെയൊക്കെ വിളിച്ച് അവരുടെ ഉറക്കം കെടുത്തി. അപ്പോളേക്കും ബോസ്സ് ഉറക്കം തുടങ്ങിയിരുന്നു, പതുക്കെ ഞാനും തലവഴി മുണ്ടിട്ട് ഉറങ്ങാൻ കിടന്നു. പക്ഷേ ഉറക്കം വന്നില്ല.

ഞാൻ വെറുതെ ഒന്നാലോചിച്ചുനോക്കി. എന്തൊക്കെയായിരിക്കും ഞാൻ ചെയ്ത തെറ്റ്.

ഹിന്ദി ചാനൽ കണ്ടുകൊണ്ടിരിക്കുന്ന ബോസിനെ മലയാളം ചാനൽ കാണിച്ചു കൊടുത്ത് പ്രാന്താക്കിയത്, ബോസ്സിന്റെ മുഖത്ത് നോക്കി പേര് വിളിച്ചത്... ബീഡി വലിപ്പിച്ചത്...

ഞാൻ ഞെട്ടിയുണർന്നു എ സിയിലേക്ക് നോക്കി. അവിടെ മുപ്പത് ആയിരുന്നു നമ്പർ. സങ്കടത്തോടെ റിമോട്ടെടുത്തു നിരാശ യോടെ മുപ്പതിൽ നിന്ന് പതിനെട്ടു വരെയാക്കി ഇനി താഴേക്ക് പോവാത്തതോണ്ട് വീണ്ടും തലവഴി പുതച്ചു കിടന്നു.

വീണ്ടും ഞെട്ടിയുണർന്നു. ഈശ്വരാ... നായ കടിക്കാൻ വന്ന പ്പോൾ അയാളെ പിടിച്ചു മുൻപിലാക്കിയില്ലേ ഞാൻ.

എന്റെ ജോലിയുടെ കാര്യം ഏതാണ്ട് ഫൈനലായി, ഞാൻ റിമോട്ടെടുത്ത് അതിന്റെ പവർ തന്നെ ഓഫാക്കി കിടന്നുറങ്ങി.

നേരം വെളുത്തു. പക്ഷേ വിചാരിച്ചതിൽ നിന്ന് വിപരീതം ആയി അദ്ദേഹം എന്നെ ഭായ് എന്ന് വിളിച്ചാണ് ദിവസം തുടങ്ങിയത്, ഒന്നും മറന്നിട്ടൊന്നുമല്ല, അദ്ദേഹവും എൻജോയ് ചെയ്തിട്ടു ണ്ടാകാം ആ നിമിഷങ്ങൾ.

■

ചീങ്കണ്ണ്യാ... സ്റ്റോ...

ഇനിയെല്ലാം വളരെ പെട്ടെന്നാണ്.

അനിയൻമാമ മുഖാന്തിരം വരവൂരുള്ള പെണ്ണ് ശരിയാവുന്നു. ഞാൻ നാട്ടിൽ പോകുന്നു എൻഗേജ്മെന്റ് കഴിയുന്നു. തിരിച്ചുവരുന്നു അടുത്ത മാസം വീണ്ടും നാട്ടിൽ പോകുന്നു, കടം വാങ്ങുന്നു, കല്യാണം കഴിക്കുന്നു. തിരിച്ചു വരുന്നു.

വേണുവേട്ടനോട് വിട പറഞ്ഞിട്ട് കുറഞ്ഞ വാടകയ്ക്കൊരു വീട് ശരിയാക്കുന്നു. ഞാനും ഭാര്യയും അനിയനും പുതിയ സ്ഥലത്തേക്ക് മാറുന്നു. അനിയന്റെ ഓഫീസിലെ വിജയ് റബാരിയുടെ കെയ് റോഫിൽ പാത്രങ്ങളും വീട്ടുസാധനങ്ങളും ഇൻസ്റ്റാൾമെന്റായി വാങ്ങുന്നു. അവന്റെ ഓഫീസിലെ അങ്കൂർ പട്ടേലിന്റെ കൂട്ടുകാരന്റെ കടയിൽനിന്നും മൂന്ന് ഫാനും അടവിനു വാങ്ങി. കഷ്ടപ്പാടുകൾക്കും ബുദ്ധിമുട്ടുകൾക്കുമിടയിലേക്ക് പ്രതീക്ഷയോടെ വന്നുകയറിയ നാട്ടിൻപുറത്തുകാരി പെണ്ണിനെ ഞാൻ സ്നേഹംകൊണ്ടു മൂടി.

യാത്ര പറഞ്ഞിറങ്ങിയത് വേണുവേട്ടന്റെ വീട്ടിൽനിന്നു മാത്ര മാണ്. ആ മനസ്സിൽ നിന്നിറങ്ങിപ്പോരൽ സാധ്യമാവുന്ന ഒന്നല്ലാ യിരുന്നു. ഞായറാഴ്ചകളിൽ വേണുവേട്ടനെ കാണും. മരുന്ന് കഴി ക്കുന്നുണ്ടോയെന്നന്വേഷിക്കും, ഗുരുവായൂരപ്പന്റെ ഫോട്ടോയ്ക്കു മുന്നിൽ ആപ്പിൾകഷ്ണങ്ങളുണ്ടോയെന്നു നോക്കും. ആളുടെ കൂടെ യിരുന്ന് ഒരു കപ്പ് കാപ്പികുടിക്കും. യാത്രപറയും.

ഹേമന്ത്ദവെ ടൂർ പോകുന്ന സ്ഥലങ്ങളിൽ അയാളെ പിന്തുട രുക എന്ന ജോലി മുകേഷിൽ നിന്ന് എനിക്ക് കൈമാറുന്നു. അയാൾ ഓർഡറുകൾ മറ്റു പലർക്കും മറിച്ചു കൊടുക്കുന്നുവെന്നാണ് പറ യുന്ന ന്യായം. പക്ഷേ അയാളെ പുകച്ചു പുറത്തു ചാടിക്കുക എന്ന ലക്ഷ്യത്തിലേക്ക് വേഗത്തിൽ അടുപ്പിക്കാൻ എന്നെ ഉപയോഗിക്കുക യെന്നതാവണം. സ്വതവേ ദുർബലനും ഇപ്പോൾ പ്രാരബ്ധക്കാര നുമായ ഞാൻ പറഞ്ഞതനുസരിക്കുന്ന അടിമയാണെന്ന് അയാൾക്ക്

മനസ്സിലായത് കൊണ്ടുമാവാം. എന്റെ പേരിൽ അത്യാവശ്യം ഓർഡറുകൾ വന്നുകൊണ്ടിരുന്ന സമയത്ത് ഇത്തരം ജാസൂസി ജോലികൾ എനിക്ക് ചാണകത്തിൽ ചവിട്ടിയ ഫീലുണ്ടാക്കി.

ദവെ പോകുന്ന ഹോട്ടലിൽ ഫോൺ ചെയ്യുക, അയാളുടെ ഫോൺ റെക്കോർഡുകൾ പരിശോധിക്കുക അതിനെ എക്സൽ ഫയലിലാക്കി പേരുകൾ രേഖപ്പെടുത്തുക പോലുള്ള ടുഞ്ചിയ പണികൾ എനിക്ക് നിർബന്ധമായും ചെയ്യേണ്ടതായിവന്നു. നേരത്തെ ചവിട്ടിയ ചാണകം ശരീരത്തിന്റെ മറ്റു പലയിടങ്ങളിലും പറ്റിപ്പിടിച്ചപ്പോലെ ഞാനസ്വസ്ഥനായിക്കഴിഞ്ഞിരുന്നു.

പ്രിന്റെടുത്ത ഹേമന്ത് ദവെ കേസ് ഡയറി ഹാജരാക്കാൻ മോഡ്വാനി സാബിന്റെ റൂമിൽ കയറിയ ഞാൻ ശബ്ദം താഴ്ത്തി പറയാനുള്ളത് പറഞ്ഞു നോക്കി.

"സർ എനിക്ക് വലിയ പ്രതീക്ഷയുണ്ട്, ഇനീം കുറെ കമ്പനികളിൽ നിന്ന് പുതിയ ഓർഡറുകൾ കൊണ്ടുവരാൻ കഴിയുമെന്ന്, ആ മനുഷ്യന്റെ ഫോൺകാളും ഹോട്ടൽ ബില്ലും ചെക്ക് ചെയ്യുന്നത് എനിക്ക് ബുദ്ധിമുണ്ടാക്കുന്നു."

സബ്മിറ്റ് ചെയ്ത ഫയൽ അയാളെന്റെ മുഖത്ത് വീണ്ടുമെറിഞ്ഞു, "താരി മാനി..." ന്ന് തുടങ്ങുന്ന അമ്മത്തെറി വീണ്ടും വിളിച്ചുകൊണ്ടയാൾ എന്റെ ഷർട്ടിൽ കയറിപിടിച്ചുകൊണ്ട് മൂന്നാലു കുലുക്ക് കുലുക്കി.

തിരിച്ചുപോയി എന്റെ ടേബിളിലിരിക്കുന്ന മൂന്ന് കിലോയുള്ള വലിയ സ്റ്റാപ്ലർ എടുത്ത് അയാളുടെ നെറുകംതലയ്ക്ക് ഒരെണ്ണം കൊടുക്കണമെന്നുണ്ട്. പക്ഷേ സീറ്റിൽ പോയിരുന്ന് ഔട്ട്ലുക്ക് എക്സ്പ്രസ്സ് ഓപ്പൺ ചെയ്ത് പേയ്മെന്റ് ബാക്കിയായ റായ്പൂരിലെ കസ്റ്റമർക്ക് ഇമെയിൽ അയയ്ക്കാനേ എനിക്ക് കഴിഞ്ഞുള്ളൂ.

സ്വന്തമായി പണി തുടങ്ങിയ ഭഗവാൻഗുജ്ജറെ ഒന്നുരണ്ടു പ്രാവശ്യം അപ്രതീക്ഷിതമായി കാണാനും. അവന്റെ പഴയ ബൈക്ക് കല്യാണം കഴിഞ്ഞു പുതുമോടിയായ എനിക്കും ഭാര്യയ്ക്കും ടിനിടോം പങ്കെടുത്ത മലയാളി സമാജത്തിന്റെ പരിപാടികൾക്ക് പോകാനുമൊക്കെ തന്നു സഹായിച്ചു. സ്വന്തമായി ഗ്യാസ് കുറ്റിയില്ലാത്ത ഞങ്ങൾക്ക് ഉപയോഗിക്കുന്ന ഗ്യാസൂരി വീട്ടിൽ കൊണ്ട് ഫിറ്റ് ചെയ്തുതന്നു പ്രസ്തുത ഭഗവാൻ ഗുജ്ജാർ. അവന്റെ ഇളയ അനിയൻ രാജു ഞങ്ങടെ വീട്ടിൽ വന്ന് അവർക്കാവശ്യമുള്ള റൊട്ടിയും കാബേജ് മെഴുക്കു പുരട്ടിയും ഉണ്ടാക്കി അഞ്ച് കിലോമീറ്റർ അപ്പുറത്തുള്ള അവരുടെ വീട്ടിൽ കൊണ്ടുപോയി ഭഗവാനും ഭാര്യയും അനിയൻ രാജുവും ഭക്ഷണം കഴിച്ചു. പുതിയ ഗ്യാസ് എവിടുന്നോ

എനിക്ക് വേണ്ടി സംഘടിപ്പിച്ച് തന്നിട്ടാണ് അവർ ഫുഡ് ഉണ്ടാക്കൽ തുടങ്ങുന്നത്. കാശിനാവശ്യം വന്നപ്പോൾ അവന്റെ മുതലാളി വിക്രംഭായിയോട് കടം വാങ്ങി എന്റെ വീട്ടിൽ എത്തിച്ചുതന്നു.

ഈ ചെങ്ങായി എങ്ങനെങ്കിലും രക്ഷപ്പെടണമെന്ന് ആത്മാർത്ഥമായി എനിക്കും തോന്നിത്തുടങ്ങി. അമ്മാതിരി സപ്പോർട്ടാണ് അതിനു മാത്രം പരിചയമൊന്നും ഇല്ലാതിരുന്ന എനിക്കും കുടുംബത്തിനും വേണ്ടി ചെയ്തുകൊണ്ടിരുന്നത്. റോഡ് സൈഡിലെ ജേസിബികളുടെ ഹൈഡ്രോളിക് സിലിണ്ടർ റിപ്പയർ കൊണ്ടൊന്നും വലുതായി ഗതിപിടിക്കാൻ പോകുന്നില്ല. അവര് ചെയ്യാത്ത ഓർഡർ വല്ലതും ഉണ്ടെങ്കിൽ ഒന്ന് മറിച്ചുകൊടുക്കാൻ കഴിയുമോയെന്ന് വളച്ചുകെട്ടിയും നൂഴ്ന്നുപോയുമൊക്കെ ഭഗവാൻ എനിക്കുമുന്നിൽ അവതരിപ്പിച്ചു.

തള്ളയ്ക്ക് വിളിയിൽ കലിപൂണ്ട് നിൽക്കുന്ന എനിക്കത് ഹരമായി തോന്നിയത് സ്വാഭാവികം മാത്രം.

പരിചയമുള്ള സിമന്റ് പ്ലാന്റിൽ പർച്ചേസ് മാനേജരെ വിളിച്ചിട്ട് കാര്യം പറഞ്ഞു പിറ്റേന്ന് ഭഗവാന്റെ ഇമെയിലിൽ ഇൻക്വയറി വന്നു ചാടി. കൊട്ടേഷൻ അയയ്ക്കേണ്ട സംഖ്യ മാനേജർ എനിക്ക് പറഞ്ഞു തന്നു, ഞാനത് ഭഗവാന് കൊടുത്തു. അവനത് മെയിൽ അയപ്പിച്ചു ഓർഡർ വന്നു. പക്ഷേ ഈ സാധനം പണിയാനുള്ള ഡ്രോയിങ് അല്ലെങ്കിൽ സാമ്പിൾ കയ്യിൽ കിട്ടിയാലല്ലാതെ ഒരടി മുന്നോട്ട് പോകാൻ കഴിയില്ല. മുപ്പത് ദിവസമാണ് ഡെലിവറി പിരിയഡ് പറഞ്ഞിരിക്കുന്നത്. അതിനുള്ളിൽ സപ്ലൈ ചെയ്തില്ലെങ്കിൽ സംഗതി ഓട്ടോമാറ്റിക് ക്യാൻസലാകും. അതോടുകൂടി ആ വാതിലടയും.

ഓഫീസിലെ കമ്പ്യൂട്ടറിൽ ഔട്ട്ലുക്ക് എക്സ്പ്രസ്സ് മാത്രമാണ് ഇന്റർനെറ്റ് കണക്ഷനിൽ നടക്കുന്നത് ബാക്കിയെല്ലാം ലോക്ക്ഡ് ആണ്. തൊട്ടടുത്തിരിക്കുന്ന ഓട്ടോകാഡിൽ ഡ്രോയിങ് ഉണ്ടാക്കുന്നവൻതൊട്ട് സ്റ്റോർ, പർച്ചേസ്, അക്കൗണ്ട്സ് തുടങ്ങീ എല്ലാം തമ്മിൽ ലിങ്ക് ആണ്. സ്വാഭാവികമായും മുതലാളിക്ക് എല്ലാ പി സിയിലും അക്സസ്സ് ഉണ്ടാവും. ഭാഗവാന് ഓർഡർ കിട്ടിയ ആ ഡേറ്റ് മുതൽ ഡ്രോയിങ് ഉണ്ടാക്കി നിർവൃതിയടയുന്നവന്റെ കമ്പ്യൂട്ടർ നിരന്തരം ഞാനെന്റെ പീസിയിൽകൂടി മുട്ടി നോക്കും. ഗുളിക കഴിക്കുന്നപോലെ മൂന്നുനേരവും ഇതു തുടർന്നുപോന്നു.

ഭാഗവാന് ഓർഡർ കിട്ടിയിട്ട് ഇരുപതു ദിവസമായി.

ഒന്നും ചെയ്യാനെനിക്ക് കഴിയുന്നില്ല. മാർക്കറ്റിൽ അന്വേഷിച്ചപ്പോൾ അറുപതിനായിരം രൂപയാണ് മറ്റൊരു കമ്പനിയിൽ നിന്ന്

ഡ്രോയിങ് മോഷ്ടിച്ച് കിട്ടാനാവശ്യപെട്ടത്. ആ പൈസക്ക് വാങ്ങി യിട്ട് നഷ്ടകച്ചോടം നടത്തിയിട്ട് കാര്യമില്ല.

ഓഫീസിലെ എല്ലാ കമ്പ്യൂട്ടറുകളിലും വൈറസ് റിമൂവർ ഇൻ സ്റ്റാൾ ചെയ്ത ദിവസം പതിവുപോലെ ഓട്ടോകാഡ്ക്കാരന്റെ കമ്പ്യൂ ട്ടറിൽ കുത്തിയ ഞാനാ നിധി കണ്ടുപിടിച്ചു. എനിക്കിപ്പോൾ ഈ ഓഫീസിലെ എല്ലാ കമ്പ്യൂട്ടറുകളും ഇരുന്ന ഇരിപ്പിൽ തുറക്കാൻ കഴിയുന്നുണ്ട്. എനിക്കിപ്പോൾ ഇന്റർനെറ്റ് എക്സ്പ്ലോറർ ഓപ്പൺ ചെയ്യാൻ കഴിയുന്നുണ്ട്. എനിക്കെന്റെ ജി മെയിൽ ഓപ്പൺ ആക്കാൻ കഴിയുന്നുണ്ട്. കമ്പോസ് ചെയ്ത് അതേ മെയിൽ ഐഡിയിലേക്ക് അപ്പറത്തെ കമ്പ്യൂട്ടറിൽ അഞ്ച് കൊല്ലം കുത്തിയിരുന്ന് ഉണ്ടാക്കിയ ഡ്രോയിങ്ങുകൾ മൂന്നര സെക്കന്റ് കൊണ്ട് എന്റെ ഇ മെയിലിൽ വന്നു നിറഞ്ഞു.

അന്യന്റെ മുതൽ ആഗ്രഹിക്കരുത്, തൊട്ടുനോക്കരുത്, ചോദി ക്കരുത്, എടുക്കരുത് എന്നൊക്കെ എനിക്ക് അമ്മൂമ്മ പഠിപ്പിച്ചു തന്നി ട്ടുണ്ട് പക്ഷേ മുഖത്ത് നോക്കി. “നിന്റെ അമ്മടെ തേങ്ങ” എന്ന തിന്റെ ഡോസ് കൂടിയ തെറി പറഞ്ഞ രോമകൂപനോട് എങ്ങനെ പെരുമാറണമെന്ന് അമ്മൂമ്മ പറഞ്ഞുതന്നിരുന്നില്ല.

പിറ്റേന്ന് ഡ്രോയിങ് പ്രിന്റെടുത്തു ഭഗവാന് കൊടുത്തു. ആറു ദിവസം ഡേ നൈറ്റ് അടിച്ചിട്ട് പറഞ്ഞ ദിവസം മെറ്റീരിയൽ ഡെലി വറി ചെയ്തു, പേയ്മെന്റ് വന്നു, അതിലൊരു ഷെയർ എനിക്ക് തന്നു. അന്നൊരു ചെറുത് വാങ്ങി, അനിയനും ഞാനും ഭഗവാൻ ഗുജ്ജറും ആഘോഷിച്ചു.

അന്ന് പശു, തൊഴുത്തിലും കാക്ക, അതിന്റെ കൂട്ടിലും സുഖ മായി കിടന്നുറങ്ങി.

കാശ് കിട്ടിത്തുടങ്ങിയതിന്റെ രസത്തിൽ മറ്റു പല കമ്പനിയിലും ഭഗവാന്റെ കമ്പനിയെ ഇൻട്രൊഡ്യൂസ് ചെയ്തതിന്റെ ഫലമായി എൻക്വയറികൾ കുമിഞ്ഞുകൂടാൻ തുടങ്ങി. കൃത്യം ഒമ്പതുമണിക്ക് സീറ്റിലിരുന്ന എന്റെ കമ്പ്യൂട്ടറിൽ ഔട്ട്ലുക്ക് എക്സ്പ്രസ്സ് വർക്ക് ചെയ്യുന്നില്ല. ഐടിയിലെ സദാ ദേഷ്യക്കാരനായ സുരേഷ് പട്ടേ ലിനെ ചെന്നുകണ്ടു.

“ഇമെയിൽ വർക്ക് ചെയ്യുന്നില്ല.”

“സേട്ട് ആനേ കേ ബാദ് ചാലു ഹോജായേഗാ.” എന്ന മറുപടി യിൽ അപകടം മണത്ത ഞാൻ പതുക്കെ വീണ്ടും സീറ്റിലിരുന്നു. സാധാരണ ഓഫീസ് ടൈമിൽ വിളിക്കാത്ത ഭഗവാന്റെ ഫോൺ തുടർച്ചയായി വന്നുകൊണ്ടിരുന്നു.

"മോഡാനിയുടെ കമ്പനിയിലേക്കുള്ള ലെറ്റർ എന്റെ പേര് വെച്ച് ഭഗവാന് കിട്ടിയിട്ടുണ്ട് എന്ന സന്തോഷം പറയാനാണ് അവൻ വിളിക്കുന്നത്. കൂടുതലൊന്നും ആലോചിച്ചില്ല സേട്ട് പത്തുമണിക്കെത്തും കമ്പനിയുടെ സിം കാർഡ് ഊരി മുതലാളീടെ കേബിനിൽ വെച്ചു, അർജന്റ് ആയി നാട്ടിൽ പോകുന്നു എന്ന് ഒരു കഷ്ണം പേപ്പറിൽ എഴുതിവെച്ചിട്ട് അവിടന്നിറങ്ങി ഓടി. വീട്ടിലെത്തി അന്നത്തെ പതിനൊന്നരക്കുള്ള ട്രെയിനിൽ കയറിക്കൂടി നാട്ടിലേക്ക് തിരിച്ചു.

"മോഡാനിയുടെ കമ്പനിയിലേക്കുള്ള ലെറ്റർ എന്റെ പേര് വെച്ച് ഭഗവാന് കിട്ടിയിട്ടുണ്ട്" എന്നപോലെ ഭഗവാന്റെ കമ്പനിയിലേക്കുള്ള ലെറ്റർ എന്റെ തന്നെ പേര് വെച്ച് മോഡാനിക്കും കിട്ടികാണുമെന്നു ഊഹിക്കാൻ ഐ.എ.എസ് പാസ്സാകണമെന്നില്ല. അതിന്റെ ഫസ്റ്റ് റിയാക്ഷനായിരുന്നു ഇമെയിൽ കട്ടായത്. ശേഷമുള്ള പ്രതികരണമെന്തായിരിക്കുമെന്ന് ആലോചിക്കാൻപോലും കഴിയാത്തവിധം ക്രൂരമായിരിക്കുമെന്ന് അവരെ അടുത്തറിയുന്നവർക്കറിയാം.

എനിക്ക് വേണ്ടി ചില തിരച്ചിലുകൾ നടത്തുന്നതായി വിവരം കിട്ടിയ ഞാൻ ഒരു മാസം നാട്ടിൽതന്നെ കൂടി. തിരിച്ചെത്തിയ ദിവസം നിഷാദിനേയുംകൂട്ടി ഭഗവാന്റെ കമ്പനിയിലേക്ക് ചെന്നു. എന്നെ കണ്ടപ്പോൾ ഭഗവാൻ മുതലാളീടെ തിരിയുന്ന കസേരയിൽ നിന്നെണീറ്റ് കുറച്ചപ്പുറം മാറി രണ്ടു കൈകൊണ്ട് കസേരയെ ചൂണ്ടിക്കാണിച്ചിട്ട് ചിരിച്ചുകൊണ്ടു നിന്നു.

ഞാനതിൽ കയറിയിരുന്നു. വിശദമായൊന്നു തിരിഞ്ഞു.

"നീയാളൊരു ചീങ്കണ്ണ്യന്നെ."

നിഷാദ് രണ്ടു കൈയും കൂട്ടിയടിച്ചുകൊണ്ട് പറഞ്ഞു.

"ഹേയ് ശരിക്കും ചീങ്കണ്ണി ദാ നിൽക്കുന്നു."

ഞാൻ ഭഗവാനെ ചൂണ്ടിക്കാണിച്ചുകൊണ്ട് പറഞ്ഞു. നിഷാദ് അത്ഭുതത്തോടെ നോക്കി. ഞാനൊന്നു കണ്ണടച്ച് പുഞ്ചിരിച്ചു.

വെറും ഹെൽപ്പറായിരുന്ന വ്യക്തി, എന്നെപോലൊരു കള്ള ചീങ്കണ്ണിയെ സ്നേഹിച്ച്, സഹായിച്ച്, സമൂസ മാത്രം ഉണ്ടാക്കാനറിയുന്ന ഹോട്ടൽക്കാരനെക്കൊണ്ട് ഫണ്ട് ഇറക്കിപ്പിച്ച്, പണിയറിയുന്നവരെ വീട്ടിൽ പോയി കണ്ട് സംസാരിച്ച്, നൈറ്റ് മുഴുവൻ പണിയെടുത്ത്, ഇന്ത്യയിലെ ഏറ്റവും വലിയ സിമന്റ് കമ്പനിയിൽ സപ്ലൈ ചെയ്യുന്നു.

മോഡാനിക്കുള്ള പണി ഭാര്യയെയുംകൊണ്ട് തെരുവിലേക്കിറങ്ങേണ്ടി വന്ന ആ ദിവസം കുറിച്ചിട്ടതാവും അയാൾ. ഒരു മാസം

കൊണ്ട് ഹോട്ടലുകാരൻ ഇറക്കിയ പൈസ കമ്പനിയുടെ ലാഭത്തിൽ നിന്ന് കൊടുത്തുകൊണ്ട് മൂന്നു പേരുടെയും പേരിൽ പാർട്ണർ ഷിപ്പ് ഡീഡ് പുതുക്കി.

മോടാനി തള്ളയ്ക്ക് വിളിച്ചിട്ടുണ്ടാവാൻ ചാൻസുള്ള ഒമ്പതോളം പേരെ ഒരേ സമയം ജോലി വിടുവിച്ച് ഞങ്ങടെ കമ്പനിയിൽ ചേർത്തു.

ജോലി വിട്ട് ഞങ്ങടെ കൂടെ വന്നവരെല്ലാം പഴയ കമ്പനിയിൽ അവരുടെ ഹെൽപ്പറായിരുന്ന ഭഗവാൻ ഗുജ്ജറെ സാറേന്ന് വിളിച്ചു.

ചീങ്കണ്ണ്യാ... സ്റ്റോ...

■

www.ingramcontent.com/pod-product-compliance
Lightning Source LLC
LaVergne TN
LVHW100325181026
850499LV00039B/984
9789395878036